പുസ്തകം 15

കലാമണ്ഡലം കൃഷ്ണൻ നായർ

kalamandalam krishnan nair

•

annie johnson

•

first edition
may 2016

•

published
chintha publishers, thiruvananthapuram

•

typesetting
star communications, thiruvananthapuram

•

•

cover
ambeesh

•

വിതരണം

ദേശാഭിമാനി ബുക്ക് ഹൗസ്
H O തിരുവനന്തപുരം–695 035
phone: 0471-2303026, 6063026
www.chinthapublishers.com
chinthapublishers@gmail.com

ബ്രാഞ്ചുകൾ

ഹെഡ്ഡാഫീസ് ബ്രാഞ്ച് കുന്നുകുഴി • സ്റ്റാച്യു തിരുവനന്തപുരം • കെ എസ് ആർ ടി സി ബസ് സ്റ്റേഷൻ ആലപ്പുഴ • കെ എസ് ആർ ടി സി ബസ് സ്റ്റേഷൻ എറണാകുളം • മച്ചിങ്ങൽ ലെയ്ൻ തൃശൂർ • ഐ ജി റോഡ് കോഴിക്കോട് • മാവൂർ റോഡ് കോഴിക്കോട് • എൻ ജി ഒ യൂണിയൻ ബിൽഡിങ് കണ്ണൂർ • സെൻട്രൽ ബസ് ടെർമിനൽ കോംപ്ലക്സ് താവക്കര കണ്ണൂർ

CO -NS - 15 / 2337/3870
ISBN - 978-93-86112-11

കലാമണ്ഡലം കൃഷ്ണൻ നായർ

ആനി ജോൺസൺ

ചിന്ത പബ്ലിഷേഴ്സ്
തിരുവനന്തപുരം–695 035

ആനി ജോൺസൺ

കെ ജോൺസന്റെയും അന്നമ്മ ജോൺസന്റെയും മകളായി കൊല്ലം ജില്ലയിലെ കുണ്ടറയിൽ ജനിച്ചു. നെടുമ്പായി കുളത്ത് പയറ്റുവിളയിൽ കുടുംബാംഗമാണ്. ഭരതനാട്യം – നങ്ങ്യാർകൂത്ത് – കൂടിയാട്ടം നർത്തകിയാണ്. വൈലോ പ്പിള്ളി സംസ്കൃതിഭവൻ പ്രോഗ്രാം അസിസ്റ്റന്റായി ജോലി നോക്കി വരുന്നു.

ഗുരുഗോപിനാഥ് ജീവചരിത്രം, കലാമണ്ഡലം കല്യാണി ക്കുട്ടിയമ്മ ജീവചരിത്രം എന്നീ ഗ്രന്ഥങ്ങൾ രചിച്ചിട്ടുണ്ട്. ആനുകാലികങ്ങളിൽ കലാസംബന്ധിയായ ലേഖനങ്ങൾ എഴുതി വരുന്നു.

വിലാസം : 'പ്രീതി'

ടി സി 28/534 (7)

കൈതമുക്ക്

തിരുവനന്തപുരം

ഉള്ളടക്കം

പ്രസാധകക്കുറിപ്പ്

ഇന്നത്തെ കേരളം ഒരു സുപ്രഭാതത്തിൽ ഉണ്ടായതല്ല. സഹസ്രാ ബ്ദങ്ങളുടെ ചരിത്രമുണ്ട് അതിന്. ഇരുപതാം നൂറ്റാണ്ടിന്റെ പകുതിവരെ ജന്മിനാടുവാഴിത്തത്തിന്റെ അധീശത്വവും അധികാരവുമാണ് കേരളത്തി ലുണ്ടായിരുന്നത്. വ്യവസായവല്ക്കരണവും യുക്തിചിന്തയും കേരളീയ ജീവിതത്തിൽ വിവിധകാലങ്ങളിൽ ഗണനീയമായ പരിവർത്തനമുണ്ടാ ക്കിയിട്ടുണ്ട്. വിദേശീയരുമായുള്ള കേരളീയരുടെ സമ്പർക്കം ആരംഭിച്ചത് ആയിരക്കണക്കിന് വർഷങ്ങൾക്കുമുമ്പാണ്. കേരളത്തിന്റെ സുഗന്ധദ്രവ്യ ങ്ങൾക്കുവേണ്ടിയുള്ള മത്സരം യൂറോപ്യന്മാരുടെ ഭൂപരമായ കണ്ടെത്ത ലുകൾക്ക് കാരണമായിരുന്നു. ബി സി 3000 മുതൽ സുഗന്ധദ്രവ്യങ്ങൾക്കു വേണ്ടിയുള്ള ഈ പര്യവേക്ഷണങ്ങൾ ആരംഭിച്ചിരിക്കണം. സഹ്യപർവ്വ തത്തിന്റെ പടിഞ്ഞാറുഭാഗത്തായി മലനിരകളും ഇടനാടും സമതലവും ചേർന്ന ഈ പ്രദേശം എക്കാലത്തും വ്യത്യസ്തമായ ഒരു പ്രദേശമായി രുന്നു. നാനാജാതിമതങ്ങൾക്ക് താവളവും അഭയവുമായിരുന്നു കേരളം.

ആധുനിക കേരളത്തിന്റെ ഭാവരൂപങ്ങൾ രൂപപ്പെടുത്തിയ അനേകം മഹാവ്യക്തിത്വങ്ങളുണ്ട്. അവർ ജീവിച്ച കാലഘട്ടവുമായി സംഘർഷത്തി ലേർപ്പെട്ട് ഉയർന്നുവന്നവരാണവർ. അവരിൽ ഭരണാധികാരികളുണ്ട്, കലാ കാരന്മാരുണ്ട്, സാഹിത്യകാരന്മാരുണ്ട്, ദാർശനികരും രാഷ്ട്രമീമാംസക്കാ രുമുണ്ട്.

ഒരു കാര്യം സുവ്യക്തമാണ്. ഇന്ത്യാ രാജ്യത്തിന്റെ ഏറ്റവും തെക്കെ അറ്റത്തുള്ള ഈ ഭൂപ്രദേശം നീതിമാന്മാരെ വരിക്കാൻ എല്ലായ്പ്പോഴും സന്നദ്ധമായിട്ടുണ്ട്. മഹാബലിയെ സ്വന്തം രാജാവായി വരിക്കാൻ മലയാ ളദേശം സന്നദ്ധമായെന്ന കഥ തീർച്ചയായും നീതിമാന്മാരെ അംഗീകരി ക്കുന്ന ഒരു ജനസംസ്കാരത്തിൽ നിന്നുള്ള ഉപലബ്ധിയാണ്. നീതിക്കു

വേണ്ടിയുള്ള ഈ ദാഹത്തിൽ നിന്നാണ് കേരളം വിദേശവാഴ്ച യ്ക്കെതിരെ ആയുധമെടുത്തത്, പിന്നീട് സ്വന്തം മനസ്സുകളുടെ ഇരുൾ ക്കയങ്ങളിലേക്ക് നൂതനചിന്തയുടെയും, സമരത്തിന്റെയും പ്രകാശരശ്മി കൾ ഏറ്റുവാങ്ങിയത്. നവോത്ഥാനത്തിലേക്ക് കേരളം നയിക്കപ്പെട്ടത് ഇങ്ങ നെയാണ്.

ഇരുപതാം നൂറ്റാണ്ടിലെ കേരളം തിളച്ചുമറിയുന്ന ഒരു പാത്രം പോലെ യായിരുന്നു. രാഷ്ട്രീയമുന്നേറ്റങ്ങളും പോരാട്ടങ്ങളും കേരളീയ ജീവിത ത്തിന്റെ സ്വാഭാവികമായ അവസ്ഥയായി മാറി. പഴമയുടെ കാവൽക്കാ രായ നാടുവാഴി–ഭൂപ്രഭുവർഗ്ഗത്തിനെതിരെ മാനസികവും ഭൗതികവുമായ പോരാട്ടങ്ങളുണ്ടായി. ഇത് കേരളീയരുടെ ഭൗതിക ജീവിതത്തെ മാത്രമ ല്ല, മാനസിക ജീവിതത്തെയും മാറ്റിമറിച്ചു. കവിതയിലും (സാമാന്യമായി സാഹിത്യത്തിലും) ചിന്തയിലും രാഷ്ട്രീയ പ്രവർത്തനത്തിലുമെല്ലാം ഈ മാറ്റം പ്രകടമായിരുന്നു.

ഈ പരിവർത്തനങ്ങൾക്ക് രൂപം നല്കിയവരെയാണ് 'നവകേരള ശില്പികൾ' എന്ന പരമ്പരയിലൂടെ ചിന്ത പരിചയപ്പെടുത്തുന്നത്. നമ്മുടെ അറിവും ഉറവും നിർണ്ണയിക്കുന്നതിൽ നവകേരളശില്പികൾ വലിയ പങ്കു വഹിച്ചു. അവരുടെ ചരിത്രം അറിയുന്നത് കേരളീയ ജീവിതം മുന്നോട്ടു കൊണ്ടുപോവുന്നതിനുള്ള ഒരു മുന്നുപാധിയാണ്. നവകേരളശില്പികൾ എന്ന പരമ്പരയിലെ ഓരോ പുസ്തകവും ഈ ദൗത്യം നിർവ്വഹിക്കുന്നുണ്ട്.

ശ്രീ. പ്രദീപ് പനങ്ങാടാണ് ഈ പരമ്പരയുടെ എഡിറ്റർ. അദ്ദേഹ ത്തിനും പരമ്പരയിലേക്ക് പുസ്തകങ്ങൾ തയ്യാറാക്കുന്ന എഴുത്തുകാർക്കും ചിന്ത പബ്ലിഷേഴ്സ് കൃതജ്ഞത അറിയിക്കുന്നു.

ചിന്ത പബ്ലിഷേഴ്സ്

അഭിനയത്തിന്റെ
അണയാത്ത ആട്ടവിളക്ക്

കേരളീയ രംഗവേദിയിലെ അഭിനയത്തിന്റെ അണയാത്ത നിലവി ളക്കാണ് കലാമണ്ഡലം കൃഷ്ണൻ നായർ. പരമ്പരാഗത ചിട്ടകൾ തെറ്റി ക്കാതെ കഥകളിയെ ആസ്വാദനത്തിന്റെ പൊതുധാരയിലേക്ക് എത്തിച്ചത് അദ്ദേഹമാണ്. കഥകളി എന്നാൽ കലാമണ്ഡലം കൃഷ്ണൻ നായർ എന്ന് പോലും മലയാളികൾ വിശ്വസിച്ചിരുന്നു. പ്രശസ്തരായ നിരവധി ആചാ ര്യന്മാർ ഉണ്ടായിരുന്നെങ്കിലും, അരങ്ങിൽ സൂര്യകാന്തിയായി ജ്വലിച്ചിരു ന്നത് കലാമണ്ഡലം കൃഷ്ണൻ നായരായിരുന്നു.

വിശാലമായ ഒരു പാരമ്പര്യഭൂമിക കഥകളിക്ക് ഉണ്ടെങ്കിലും, ആ കലാ രൂപം സജീവവും സവിശേഷവുമായിത്തീർന്നത് ഇരുപതാം നൂറ്റാണ്ടിലാ ണ്. ക്ഷേത്രങ്ങളുടെ മതിൽക്കെട്ടിൽനിന്നും കഥകളി പൊതുധാരയിലേക്ക് എത്തി. ഇന്ത്യക്ക് അകത്തും പുറത്തും നിരവധി അരങ്ങുകൾ ലഭിച്ചു. കളരികളും കളിയോഗങ്ങളും സജീവമായി. കേരള കലാമണ്ഡലം എന്ന മഹാസ്ഥാപനം ഉയർന്നുവന്നു. ഈ ചരിത്രത്തോടൊപ്പമാണ് കൃഷ്ണൻ നായരുടെ ജീവിതം കടന്നുപോയത്. കഥകളിയുടെ നവോത്ഥാനവും കൃഷ്ണൻ നായരുടെ കലാജീവിതവും തമ്മിൽ വലിയ പാരസ്പര്യം കണ്ടെത്താം.

കലയോടുള്ള ബാല്യകൗതുകമാണ് കൃഷ്ണൻ നായരെ കഥകളി യിൽ എത്തിച്ചത്. ദാരിദ്ര്യം, കുടുംബത്തിനുള്ളിലെ അരക്ഷിതാവസ്ഥ, സാമൂഹിക പരിമിതികൾ തുടങ്ങിയവ അതിജീവിച്ചാണ് കഥകളി പരിശീ ലനത്തിന് പോയത്. പക്ഷേ, നിരന്തര പരിശീലനവും ജാഗ്രത്തായ കലാ ചേതനയും കൊണ്ട് അഭിയനത്തിന്റെ വിസ്മയലോകത്തേക്ക് എത്തി. ചിട്ട കളുടെ പരിധിയിൽ നിന്നുകൊണ്ടുതന്നെ, അഭിയനത്തിന്റെ സവിശേഷ മായ സർഗ്ഗാത്മക ആവിഷ്കാരങ്ങൾ നടത്തി. കഥകളി എന്ന കലാരൂപ

ത്തോടുള്ള പ്രതിബദ്ധത കലാമണ്ഡലം കൃഷ്ണൻ നായർക്ക് വേറിട്ട കലാ വ്യക്തിത്വം നല്കി. ജീവിതത്തിലുടനീളം നേരിട്ട പ്രതിസന്ധികൾ അര ങ്ങിലെ നടന വ്യാസങ്ങൾ കൊണ്ട് അതിജീവിച്ചു. കലാകാരൻ കലയുടെ പ്രയോഗങ്ങൾ കൊണ്ടാണ് ജീവിതത്തിലെ ആകസ്മിക അസ്വസ്ഥതകളെ നേരിടേണ്ടതെന്ന് കൃഷ്ണൻ നായർ തെളിയിച്ചു.

കേരളത്തിലെ ക്ലാസിക് കലയായ കഥകളിയെ ഇന്ത്യൻ കലാപാര മ്പര്യത്തിന്റെ ഭാഗമാക്കി മാറ്റിയത് കലാമണ്ഡലത്തിനും കലാമണ്ഡലം കൃഷ്ണൻ നായർക്കും വലിയ പങ്കുണ്ട്. കലാമണ്ഡലം കൃഷ്ണൻ നായർ ഉൾപ്പെടെയുള്ള കലാകാരന്മാർ ഇന്ത്യയുടെ വിവിധ ഭാഗങ്ങളിൽ അര ങ്ങുകൾ കണ്ടെത്തി, പരിശീലന പ്രദർശനങ്ങൾ നടത്തി. അതോടെ കഥ കളി ഭാരതീയ കലാലോകത്തെ, കലാവിസ്മയമായി മാറി.

കലാമണ്ഡലം കൃഷ്ണൻ നായർ എന്നും മനുഷ്യപക്ഷത്ത് നിന്ന കലാകാരനാണ്. അധികാരികളുടെ അവഗണനയും പരിമിതമായ പ്രതി ഫലവും ലഭിച്ചുകൊണ്ടിരുന്ന കലാകാരന്മാരെ അതിൽനിന്നും വിമോചി പ്പിച്ചത് കൃഷ്ണൻ നായരാണ്. കലാകാരന്റെ ശിരസ്സ് അഭിമാനത്തോടെ ഉയർന്നു നില്ക്കാൻ എപ്പോഴും അദ്ദേഹം ആഗ്രഹിച്ചു. കഥകളിക്ക് പ്രചാരം കൂടുന്തോറും കലാകാരന് ഉയർച്ചയുണ്ടാവണമെന്ന് വിശ്വസി ച്ചു. കലയിലും ജീവിതത്തിലും ഒരിക്കലും അനുരഞ്ജനത്തിന് തയ്യാറാ യില്ല. കലാകാരന്റെ സ്വാതന്ത്ര്യത്തിന് പ്രാധാന്യം നല്കി കേരളത്തിലു ണ്ടായ നവോത്ഥാന സാംസ്കാരിക സമീക്ഷകളുടെ മൂല്യബോധവും മാന വികതയുടെ ചിന്താധാരകളും കൃഷ്ണൻ നായരിൽ ഉണ്ടായിരുന്നു. കൃഷ്ണൻ നായർക്ക് വലിയ പിന്തുടർച്ചകൾ പിന്നീട് കഥകളിയിൽ സജീ വമായി. കഥകളിയുടെ ചരിത്രത്തിലെ ഒരു വഴിത്തിരിവായിരുന്നു കലാമ ണ്ഡലം കൃഷ്ണൻ നായരുടെ കലാപ്രവർത്തനങ്ങൾ.

കലാമണ്ഡലം കൃഷ്ണൻ നായരുടെ വിശാല ജീവിതത്തിന്റെ രേഖാ രൂപമാണ് ഈ പുസ്തകം. അദ്ദേഹത്തിന്റെ പ്രസിദ്ധമായ ആത്മകഥ *എന്റെ ജീവിതം അരങ്ങിലും അണിയറയിലും* മലയാളത്തിലെ മികച്ച വായനാ നുഭവമാണ്. അതിനുള്ളിലെ നിശ്ശബ്ദതകളെ പൂരിപ്പിക്കലും വ്യത്യസ്ത ജീവിത സന്ദർഭങ്ങൾ അവതരിപ്പിക്കലും ഈ പുസ്തകത്തിലൂടെ നിർവ്വ ഹിക്കുന്നു. കേരളീയ ദൃശ്യകലകളിൽ പഠനവും പ്രയോഗവും ആവിഷ്കാ രങ്ങളും നടത്തുന്ന ആനി ജോൺസൺ ആണ് പുസ്തക രചന നിർവ്വ ഹിച്ചിരിക്കുന്നത്. കേരളീയ സാംസ്കാരിക നവോത്ഥാനത്തിന്റെ ശില്പി കളിലൊരാളായ കലാമണ്ഡലം കൃഷ്ണൻ നായരുടെ ജീവചരിത്രം പ്രസി ദ്ധീകരിക്കാൻ കഴിഞ്ഞതിൽ സന്തോഷമുണ്ട്. കഥകളി ചരിത്ര പഠന ങ്ങൾക്ക് ഇതൊരു വഴികാട്ടിയാവും എന്ന് വിശ്വസിക്കുന്നു.

പ്രദീപ് പനങ്ങാട്
എഡിറ്റർ
നവകേരള ശില്പികൾ

ആമുഖം

കേരളത്തിന്റെ തനത് ക്ലാസിക്കൽ കലാരൂപമായ കഥകളിക്ക് തന്റെ പുരുഷായുസ്സ് കടംകൊടുത്ത പ്രതിഭാധനനായിരുന്നു കലാമണ്ഡലം കൃഷ്ണൻ നായർ. ദാരിദ്ര്യത്തിന്റെ കനൽ വഴികൾ കടന്ന്, വാടാത്ത വട വൃക്ഷമായി ആ ജീവിതം പടർന്നു പന്തലിച്ചു. മാനവികതയായിരുന്നു അദ്ദേഹത്തിന്റെ നിലപാടുതറ. ആസ്വാദകർക്കുവേണ്ടി എന്നും നില കൊണ്ട അദ്ദേഹം ജനപക്ഷത്തുനിന്ന കലാകാരനായിരുന്നു. അദ്ദേഹ ത്തിന്റെ ജീവിതത്തിലൂടെയുള്ള ഒരു യാത്രയാണ് *കലാമണ്ഡലം കൃഷ്ണൻ നായർ* എന്ന ഈ പുസ്തകം. പ്രസാദാത്മകമായ ഒരു ഭൂത കാലത്തിന്റെ തിരുശേഷിപ്പുകളാണ് അദ്ദേഹത്തിന്റെ വേഷങ്ങൾ.

കഥകളി ഭ്രാന്തന്മാരുടെ ആവേശമായി മാറിയ കൃഷ്ണൻ നായരെപ്പോലെ ആസ്വാദകന്മാരെ ഇത്രമേൽ വശീകരിച്ച കലാകാരന്മാർ കഥകളി രംഗത്ത് വിരളമാണ്. കഥകളിയുടെ ചരിത്രത്താളുകൾ മറിച്ചു നോക്കുമ്പോൾ വിസ്മൃതിയിലാണ്ടുപോയ കുറേ ആചാര്യന്മാരെ നമുക്ക് കാണാം. പ്രേക്ഷകർ, കൃഷ്ണൻ നായർ പക്ഷവും മറുപക്ഷവുമായി തിരിഞ്ഞ് മത്സരിച്ച് കഥകളി നടത്തിയ കാലം. മനോഘടനയും തിയറ്റർ സ്വഭാവവും ഇത്രമേൽ സൂക്ഷ്മമായി അപഗ്രഥിച്ച നടന്മാർ കുറവാണ്. പാത്രബോധത്തിന്റെ മൂർത്തിമദ്ഭാവമാണ് കൃഷ്ണൻ നായർ. *ഹരിശ്ച ന്ദ്രചരിതം, രുഗ്മാംഗദചരിതം, നളചരിതം* തുടങ്ങിയ കഥകളുടെ അവത രണത്തിലൂടെയാണ് കൃഷ്ണൻ നായർ കഥകളി രംഗത്ത് ചിരപ്രതിഷ്ഠ നേടിയത്. കേരളത്തിനകത്തും പുറത്തും അദ്ദേഹം തന്റെ തേരോട്ടം നട ത്തി. പച്ച, കത്തി, താടി, മിനുക്ക് തുടങ്ങി ചെയ്ത എല്ലാ വേഷങ്ങളിലും തന്റെ കൈയൊപ്പുചാർത്തി. വേഷപ്പകർച്ചകൊണ്ടും പ്രതിഭകൊണ്ടും കലാ മണ്ഡലം കൃഷ്ണൻ നായർ പകരം വയ്ക്കാനില്ലാത്ത കലാകാരനായി രുന്നു.

ഐക്യ കേരള രൂപീകരണത്തിനുശേഷം നിലവിൽ വന്ന സഖാവ് ഇ എം എസ് നമ്പൂതിരിപ്പാട് മന്ത്രിസഭയുടെ സുപ്രധാന തീരുമാനങ്ങ ളിൽ ഒന്നാണ് കേരളകലാമണ്ഡലം കേരള സർക്കാർ ഏറ്റെടുക്കുകയെ ന്നത്. ഈ സുപ്രധാന തീരുമാനം നടപ്പിലാക്കുന്നതിലൂടെ കേരള സർക്കാർ കൈവരിച്ചത് വേററ്റുപോയേക്കാവുന്ന ക്ലാസിക്കൽ കലാരൂപങ്ങളെ കേര ളത്തിന്റെ മണ്ണിൽ ഉറപ്പിച്ചു നിർത്തുക എന്ന ചരിത്രപരമായ ഒരു നിയോ ഗമാണ്. കല്പിത സർവ്വകലാശാലയായി കലാമണ്ഡലം സാംസ്കാരിക കേരളത്തിന്റെ തലയെടുപ്പോടെ നില്ക്കുന്നുണ്ടെങ്കിൽ അത് ഇടതുപക്ഷ പുരോഗമന സംഘടനകളുടെ സംഭാവന ഒന്നുകൊണ്ടുമാത്രമാണ്.

ഈ ഗ്രന്ഥരചനയുടെ സമയത്ത് എനിക്കാവശ്യമായ മാർഗ്ഗനിർദ്ദേശം നല്കിയ എല്ലാ സുമനസ്സുകളെയും ഈ അവസരത്തിൽ ഓർക്കുന്നു. കലാമണ്ഡലം കൃഷ്ണൻ നായരുടെ കുടുംബാംഗങ്ങൾ, ശിഷ്യന്മാരായ മാർഗ്ഗി വിജയകുമാർ, ദാമോദര പിഷാരടി ആശാൻ, ശശി തമ്പുരാൻ, സഹ പ്രവർത്തകനും കൂട്ടുവേഷക്കാരനുമായ നെല്ലിയോടു വാസുദേവൻ നമ്പൂ തിരി, വാരണംകോട്ട് മനയ്ക്കലെ ഇപ്പോഴത്തെ തമ്പുരാൻ കൃഷ്ണൻ നമ്പൂതിരി തുടങ്ങി നിരവധിപേർ നിസ്വാർത്ഥമായി സഹകരിച്ചതുകൊ ണ്ടാണ് ഇതെഴുതിത്തീർക്കാൻ സാധിച്ചത്.

ആട്ടവിളക്കിന്റെ മങ്ങിയ വെളിച്ചത്തിൽ തേച്ച് അരങ്ങത്തു വന്ന അറി യുന്നതും അറിയപ്പെടാത്തതുമായ എല്ലാ കഥകളി കലാകാരന്മാർക്കുമായി ഈ ഗ്രന്ഥം സമർപ്പിക്കുന്നു.

ബാല്യകാലവും കഥകളി അഭ്യാസവും

ആനന്ദവർദ്ധനൻ, ധന്യലോകത്തിൽ പ്രതിഭയെ നിർവചിക്കുന്നത് 'നവനവോന്മേഷ ശാലിനീ പ്രജ്ഞാ പ്രതിഭാ'. ഈ നിർവ്വചനം എന്തു കൊണ്ടും അന്വർത്ഥമാക്കുന്ന വ്യക്തിത്വമായിരുന്നു കലാമണ്ഡലം കൃഷ്ണൻനായരുടേത്. കഴിഞ്ഞ നൂറ്റാണ്ടിലെ കേരളത്തിലെ സാമൂഹിക ജീവിതത്തിന്റെ പരിമിതികളും ആകുലതകളും സാമൂഹിക ബന്ധങ്ങളും പതിഞ്ഞതാണ് അദ്ദേഹത്തിന്റെ ജീവിതം. നാട്ടുവഴികളിലൂടെ നടന്ന് കഥ കളിയെ ലോകവഴികളിലൂടെ നയിച്ച പ്രതിഭയാണ് കലാമണ്ഡലം കൃ ഷ്ണൻനായർ. യാഥാസ്ഥിതിക ബോധത്തിൽ അഭിരമിച്ച കാഴ്ചക്കു ട്ടത്തിന് കൃഷ്ണൻ നായർ, പുതിയ ആസ്വാദക ജാലകം തുറന്നു നല്കി. കഥകളി ശീലങ്ങളിൽ വിപ്ലവകരമായ മാറ്റങ്ങൾ വരുത്തിയ ഈ നടൻ, വ്യക്തിജീവിതത്തിൽ ഉടുത്തുകെട്ടും മുഖത്തെഴുത്തുമില്ലാതെ ജീവിച്ചു.

ശ്രേഷ്ഠവും സമ്പന്നവുമായ കഥകളി രംഗത്ത് ജ്വലിച്ചുനിന്നിരുന്ന സൂര്യതേജസ്സായിരുന്നു കലാമണ്ഡലം കൃഷ്ണൻ നായർ. പകരം വയ്ക്കാ നില്ലാത്ത പ്രതിഭ. ഏത് നാഴികൊണ്ട് അളന്നാലും ആ പ്രതിഭ തിട്ടപ്പെടു ത്തുക അസാദ്ധ്യം. അദ്ദേഹത്തിന് മുൻപും പിൻപും ഇതുപോലൊരു നടൻ ഉണ്ടായിരുന്നില്ല. നാം കല്പിച്ചു നല്കുന്ന വിശേഷണങ്ങളും അലങ്കാര ങ്ങളും ഒന്നും പോരാതെ വരും ഈ മഹാനടന്. ആസ്വാദനലോകത്തെ മുഴുവൻ അടിമകളാക്കി, അരങ്ങിൽ സ്വപ്നങ്ങളുടെ വിപണനം സാദ്ധ്യ മാക്കി, പുതിയേടത്ത് കൃഷ്ണൻ നായർ എന്ന കലാമണ്ഡലം കൃഷ്ണൻ നായർ. അദ്ധ്യാപകൻ, ഗ്രന്ഥകർത്താവ്, നടൻ എന്നിങ്ങനെ നീളുന്നു കൃഷ്ണൻ നായരുടെ പ്രവർത്തനമണ്ഡലം. കൃഷ്ണൻ നായർക്ക് കലാ പ്രവർത്തനവും ജീവിതവും രണ്ടായിരുന്നില്ല. പ്രതികൂല സാഹചര്യങ്ങ ളോടും വിധിയോടും പടവെട്ടി അദ്ദേഹം നേടിയത് പുതിയ ആകാശങ്ങൾ ആയിരുന്നു. കഠിനാദ്ധ്വാനത്തിന്റെ വഴിയിലൂടെ വന്നുചേർന്നതായിരുന്നു

എല്ലാനേട്ടങ്ങളും.

ദാരിദ്ര്യത്തിന്റെ പരകോടിയിൽനിന്നും കഠിനാദ്ധ്വാനത്തിലൂടെയും നിശ്ചയദാർഢ്യത്തിലൂടെയും ഇന്ത്യയിലെ പരമോന്നത സിവിലിയൻ ബഹുമതികളിൽ ഒന്നായ പത്മശ്രീ വാങ്ങുന്നതുവരെയുള്ള കൃഷ്ണൻ നായരുടെ ജീവിതകഥ, കഥകളിയുടെയും കേരളീയ സംസ്കാരത്തി ന്റെയും ചരിത്രം കൂടിയാണ്.

കുടുംബചരിത്രം

പുതിയേടത്ത് വീട്ടിൽ മാധവി അമ്മയുടെയും കാഞ്ഞിരംകോട്ട് നാരാ യണൻ നായരുടെയും മകനായിട്ടാണ് 1914 മാർച്ച് 27 ന് കൃഷ്ണൻ ജനി ച്ചത്. കുട്ടിക്കാലത്ത് കുഞ്ഞിക്കിട്ടൻ, കിട്ടൻ എന്നീ വിളിപ്പേരുകൾ ഉണ്ടാ യിരുന്നു. മാധവി അമ്മയുടെ രണ്ടാമത്തെ ഭർത്താവാണ് നാരായണൻ നായർ. ആദ്യ ഭർത്താവ് ഒരു നമ്പ്യാർ ആയിരുന്നു എന്നല്ലാതെ അദ്ദേഹ ത്തിന്റെ പേരോ മറ്റ് വിശദാംശങ്ങളോ ലഭ്യമല്ല. ആ വിവാഹ ബന്ധത്തിൽ മാധവി അമ്മയ്ക്ക് ഒരു മകനുണ്ട്. തുടർന്ന് മാധവിയമ്മയുമായുള്ള ബന്ധം നമ്പ്യാർ ഉപേക്ഷിക്കുകയും മറ്റൊരു വിവാഹം കഴിക്കുകയും ചെയ്തു. ഏതാണ്ട് നാലരവർഷം കഴിഞ്ഞാണ് കാഞ്ഞിരംകോട്ട് നാരായണൻ നായർ മാധവിയമ്മയ്ക്ക് പുടവ കൊടുക്കുന്നത്. കൃഷ്ണന്റെ ജനനത്തി നുശേഷം ഒരു അനിയനെക്കൂടി പ്രസവിച്ചു മാധവിയമ്മ. അധികം കഴി യുന്നതിന് മുൻപ് തന്നെ നാരായണൻ നായർ മാധവിയമ്മയെ ഉപേക്ഷിച്ച് തറവാടായ കാഞ്ഞിരംകോട്ടേക്ക് തിരിച്ചുപോയി. ആ കാലത്ത് നിലനി ന്നിരുന്ന സാമൂഹിക വ്യവസ്ഥയുടെ ഇരയായിരുന്നു മാധവിയമ്മ. സ്ത്രീകൾക്ക് ഒരു സുരക്ഷിതത്ത്വവും ഉണ്ടായിരുന്നില്ല അന്നത്തെ സാമൂ ഹിക വ്യവസ്ഥയിൽ. ഏത് സ്ത്രീയേയും പുടവകൊടുത്ത് കൂടെ പൊറു പ്പിക്കാം, എപ്പോൾ വേണമെങ്കിലും ഉപക്ഷിക്കാം, എത്ര വിവാഹം വേണ മെങ്കിലും കഴിക്കാം. ആകെയുള്ള ചെലവ് ഒരു പുടവ മാത്രം. അതാണ് നാട്ടുനടപ്പ്. കാഞ്ഞിരംകോട്ട് നാരായണൻ നായർ കൃഷ്ണന്റെ അമ്മയെ കൂടാതെ ഏഴ് വിവാഹം കഴിച്ചിരുന്നു. അതിലൊന്നും മക്കൾ ഉണ്ടായിരു ന്നില്ല. വാരണംകോട്ട് തറവാടിന്റെ കാരണവരായിരുന്നു നാരായണൻ നായർ.

കൃഷ്ണന്റെ അമ്മ മാധവിയമ്മ വെളുത്ത് പൊക്കം കുറഞ്ഞ ഒരു സ്ത്രീയായിരുന്നു. ചുരുണ്ട മുടിയുള്ള മാധവിയമ്മയെ കണ്ട ഒരു ചെറിയ ഓർമ്മ കൃഷ്ണൻ നായരുടെ മൂത്തമകൾ ശ്രീദേവിക്കുണ്ട്. "കിട്ടാ," എന്നാ യിരുന്നു അവർ കൃഷ്ണനെ വിളിച്ചിരുന്നത്. "കിട്ടാ, നീ ഏടാ പോയിനി?" "ആ എണ്ണയേടുത്തു? അത് നീ ഏട വെച്ചിനി?" തുടങ്ങി മലബാർ ശൈലി യിലായിരുന്നു അവർ സംസാരിച്ചിരുന്നത്. അപൂർവ്വമായ ഒരു ബന്ധമാ യിരുന്നു അമ്മയും മകനും തമ്മിൽ ഉണ്ടായിരുന്നത്. അമ്മനുടെ കണ്ണീരി ന്റെയും വിയർപ്പിന്റെയും വില ആ മകൻ ശരിക്കും അറിഞ്ഞിരുന്നു. ദാരി ദ്ര്യത്തിന്റെ തൊട്ടിലിലായിരുന്നു ആ ബാല്യം.

കലാമണ്ഡലം കൃഷ്ണൻ നായർ

ജന്മഗ്രാമം

പ്രകൃതി രമണീയ മായിരുന്നു ചെറുതാഴം എന്ന കൃഷ്ണന്റെ ജന്മഗ്രാമം. ഒരിക്കൽ ഈ ഗ്രാമം പട്ടാളക്കാരുടെ ക്യാമ്പും ഇടത്താവളവും ആയിരുന്നു. ടിപ്പു സുൽത്താൻ പയ്യന്നൂർ ക്ഷേത്രം ആക്രമിച്ച കാലത്ത് ഈ പ്രദേശം ഇടത്താവളമായി ഉപയോഗിച്ചതായി പറയുന്നുണ്ട്. ഒരു വശത്ത് വിശാലമായ പാടങ്ങളും മറുവശത്ത് കോട്ടെക്കുന്ന് എന്ന കുന്നും മറ്റ് ഏത് മലബാറിലെ ഗ്രാമത്തെപ്പോലെയും ചെറുതാഴത്തെ സുന്ദരമാക്കുന്നു. മൺകട്ടകൊണ്ട് കെട്ടിയ ഭിത്തിയോടുകൂടിയതായിരുന്നു കൃഷ്ണന്റെ വീട്. വാതിലിനും ചുമരിനും

വലിയ ഉറപ്പൊന്നും ഇല്ല. പടിഞ്ഞാറ്റ, അടുക്കള, ഒരു ചായ്പ് ഇത്രയുമാണ് വീട്ടിലെ സൗകര്യം. ഈ പരിമിതമായ സൗകര്യത്തിൽ അമ്മ, അമ്മൂമ്മ, അമ്മയുടെ ജ്യേഷ്ഠത്തി (വല്യമ്മ), അമ്മാവൻ കുമാരൻ, കൃഷ്ണൻ, അനുജൻ ഇത്രയും അംഗങ്ങൾ പുതിയേടത്ത് വീട്ടിൽ കഴിഞ്ഞിരുന്നു. രോഗവും ദാരിദ്ര്യവുമായിരുന്നു ആകെ ഉള്ള കൂട്ട്. അമ്മൂമ്മ, കൃഷ്ണന് ഓർമ്മയുള്ള നാൾ മുതൽ കിടപ്പായിരുന്നു. അവർക്ക് എത്ര വയസ്സുണ്ട് എന്ന് ആർക്കും അറിയില്ല. വല്യമ്മയ്ക്കും അസുഖമാണ്, ഏക്കം (ആസ്തമ) വല്യമ്മയും മിക്കവാറും ദിവസങ്ങളിൽ കിടപ്പുതന്നെയാണ്. വീട്ടിൽ അടുപ്പു പുകയണമെങ്കിൽ മാധവിയമ്മ ജോലിക്കു പോകണം. അമ്മാവൻ വന്നാൽ വന്നു, പോയാൽ പോയി എന്ന സ്ഥിതിയാണ്. വീട്ടിലെ സ്ഥിതി ഇതായതുകൊണ്ട് ജ്യേഷ്ഠൻ മൂന്നാം ക്ലാസിൽ പഠിപ്പുനിർത്തി. പയ്യന്നൂർ കൊക്കാനിശ്ശേരിയിൽ (ഇന്നത്തെ പയ്യന്നൂർ ടൗൺ ഉൾപ്പെടുന്ന പ്രദേശം) ഒരു വീട്ടിൽ അടുക്കള ജോലിക്കുപോയി. അന്നു ജ്യേഷ്ഠന് പതിനൊന്ന് വയസ്സായിരുന്നു പ്രായം. കൂലി കിട്ടുന്ന അഞ്ച് രൂപ ചെലവാക്കാതെ അമ്മയുടെ കൈയിൽ എത്തിക്കുമായിരുന്നു. ഞാറുനടുന്ന കാലത്തും കൊയ്ത്തുകാലത്തും അമ്മയ്ക്ക് ജോലി ഉണ്ടാകും. മുറാൻ (കൊയ്ത്ത്) പോയാൽ നെല്ലായിട്ടാണ് കൂലി കിട്ടിയിരുന്നത്. ഒരു കൊയ്ത്തുകാലത്ത്

എട്ടു പത്ത് പറനെല്ല് കൂലിയായി കിട്ടും. ആറംഗങ്ങൾ ഉള്ള ഒരു കുടും ബത്തിന് ഇതുകൊണ്ട് എന്താവാൻ? അമ്മൂമ്മയുടെയും വല്യമ്മയുടെയും രോഗത്തിന് ചികിത്സിക്കണം ഒപ്പം ഇത്രയും വയറും നിറയ്ക്കണം, തീരെ പട്ടിണി ആകുന്ന ഘട്ടത്തിൽ വാരണംകോട്ട് മനയ്ക്കൽ ചെന്ന് സഹായം അഭ്യർത്ഥിക്കും. മനയ്ക്കൽനിന്ന് അരിയും അത്യാവശ്യം സാധനങ്ങളും നല്കും. പല ആപത്ഘട്ടങ്ങളിലും സഹായത്തിനെത്തിയത് വാരണം കോട്ട് മനയാണ്.

വാരണംകോട്ട് മന ആ പ്രദേശത്തെ നാട്ടുപ്രമാണിമാരാണ്. മന യ്ക്കൽ എത്ര നെല്ല് വാരമായയും പാട്ടമായയും വരും എന്നതിന് ഒരു കണ ക്കുമില്ല. എല്ലാ ദിവസവും ഊട്ടുപുരയിൽ സമൃദ്ധമായ സദ്യ ഉണ്ടാകും. വഴിയാത്രക്കാർക്കും നമ്പൂതിരിമാർക്കും സന്ന്യാസിമാർക്കും എന്നും ഭക്ഷണം കൊടുക്കും. ഇത് കഴിഞ്ഞ് കുട്ടികൾക്കും നാട്ടുകാർക്കും വിള മ്പും. ഇതാണ് വാരണംകോട്ടെ രീതി. ദാനധർമ്മാദികൾക്കും പാണ്ഡിത്യ ത്തിനും പേരുകേട്ട മനയാണ് വാരണംകോട്ട്.

മനക്കരുത്തിന്റെയും ശക്തിയുടെയും പ്രതീകമായിരുന്നു കൃഷ്ണന്റെ അമ്മ. വളരെക്കാലമായി രോഗബാധിതയായി കിടന്നിരുന്ന വല്യമ്മ കൃഷ്ണന് ആറ് വയസ്സായപ്പോൾ മരിച്ചു. മാധവിയമ്മ വാവിട്ടു നിലവിളി ച്ചു. അമ്മയുടെ നിലവിളി കേട്ട് കൃഷ്ണനും അനുജനും അമ്മയ്ക്കൊപ്പം കരഞ്ഞു. അവർ കരഞ്ഞത് വിശപ്പുകൊണ്ടാണ്. തലേദിവസംതൊട്ട് ആ വീട്ടിലെ അടുപ്പ് പുകഞ്ഞിരുന്നില്ല. കുട്ടികളുടെയും മാധവിയമ്മയുടെയും നിലവിളികേട്ട് അയൽക്കാർ ഓടിക്കൂടി. ചേച്ചി മരിച്ചവിവരം അവരോട് പറഞ്ഞ മാധവിയമ്മ ഒരുനിമിഷം ധൈര്യം വീണ്ടെടുത്ത് ചേച്ചിയുടെ മൃത ദേഹവും അസുഖം ബാധിച്ചുകിടക്കുന്ന അമ്മയെയും അവിടെ ഉപേക്ഷി ച്ചിട്ട് ശവദാഹത്തിന്റെ സഹായത്തിനായി വാരണംകോട്ടേയ്ക്ക് പോയി. വിശന്നുകരയുന്ന അനിയനെ എടുത്തും കൃഷ്ണന്റെ കൈ പിടിച്ചുമാണ് മാധവിയമ്മ വീട്ടിന്റെ പടിയിറങ്ങിയത്. വിശപ്പ്, അടക്കാൻ കുട്ടികൾക്ക് എന്തെങ്കിലും അവിടെ നിന്ന് വാങ്ങിക്കൊടുക്കണം. ഒപ്പം ശവദാഹ ത്തിനുള്ള സഹായം ചോദിക്കണം എന്ന ഉദ്ദേശത്തോടെയാണ് അവർ പുറപ്പെട്ടത്. പാതിവഴി എത്തിയപ്പോൾ തന്നെ കുട്ടികൾ തീർത്തും അവ ശരായി. കരയാൻപോലും വയ്യാത്ത അവസ്ഥയിലായി അവർ. പുല, തീണ്ടൽ, വാലായ്മ തുടങ്ങിയ ദുരാചാരങ്ങൾ കൊടികുത്തി വാണിരുന്ന കാലമായിരുന്നു അത്. താഴ്ന്ന ജാതിക്കാരുടെ വീട്ടിൽനിന്ന് നായർ സമു ദായക്കാർ ഒന്നും കഴിക്കുകയില്ല. പോരാത്തതിന് ചേച്ചി മരിച്ച പുലയും ദുരാചാരങ്ങൾ വിശപ്പിനു മുൻപിൽ വഴിമാറി. മാധവിയമ്മ ഒരു മാരാർ സ്ത്രീയുടെ വീട്ടിൽ ചെന്ന് കുട്ടികൾക്ക് ഇത്തിരി കഞ്ഞിവെള്ളം കൊടു ക്കണം എന്ന് അപേക്ഷിച്ചു. ഈ സമയത്ത് പുറത്തുവെച്ച് ഒരു പട്ടി കൃഷ്ണനെ കടിക്കുകയും ചെയ്തു. കൃഷ്ണന്റെ മുറിവിൽനിന്നും രക്തം വാർന്ന് ഒലിക്കാൻ തുടങ്ങി. മാധവിയമ്മ ചില പച്ചിലമരുന്നുകൾ പറിച്ച് ഉള്ളം കൈയിലിട്ട് തിരുമ്മി അതിന്റെ ചാറ് മുറിവായിൽ ഒഴിച്ചുകൊടു

ത്തു. ആ വീട്ടിൽ നിന്ന് ഒരു തിരിശ്ശീല വാങ്ങി കടിയേറ്റ ഭാഗം കെട്ടിവെ
ച്ചു. അപ്പോഴേക്കും ചോരയുടെ ഒഴുക്ക് ഒന്നു ശമിച്ചു. കുളത്തിന്റെ വറ്റും
വെള്ളവും മാരാത്തി കുട്ടികൾക്ക് കൊടുത്തു. സ്വന്തം ചേച്ചിയുടെ ശവം
വീട്ടിൽ കിടത്തി വിശന്നുകരയുന്ന കുട്ടികളെയും കൂട്ടി നാഴികകൾതാണ്ടി
കോട്ടേക്കുന്ന് കയറി വാരണംകോട്ട് എത്തി അവിടുന്ന് ശവദാഹത്തിനുള്ള
സഹായവും രണ്ടുമൂന്നു ദിവസം കഴിയാനുള്ള അരിയും വാങ്ങി വീട്ടിൽ
തിരിച്ചെത്തി. അപ്പോഴെല്ലാം അമ്മൂമ്മ വെള്ളത്തിനുവേണ്ടി നിലവിളിച്ച്
കരയുകയായിരുന്നു. അമ്മയ്ക്ക് വെള്ളം കൊടുത്ത് സഹോദരിയുടെ ശവ
ദാഹത്തിനു വേണ്ട ഒരുക്കങ്ങൾ ചെയ്തു അവർ. അപ്പോഴേക്കും ചേച്ചി
മരിച്ചിട്ട് നേരത്തോട് നേരം ആയിരുന്നു. അടുത്ത വീട്ടിലെ സുമനസ്സുക
ളുടെ സഹായത്തോടെ കൃഷ്ണന്റെ വല്യമ്മയുടെ ശരീരം വീട്ടിന്റെ
തെക്കെമൂലയിൽ കുഴിച്ചിട്ടു. മാവുവെട്ടി വിധിയാംവണ്ണം ശവദാഹം നട
ത്താനുള്ള പാങ്ങ് ആ കുടുംബത്തിന് അന്നില്ലായിരുന്നു. ഈ മരണത്തിന്റെ
പതിനാറ് കഴിയുന്നതിന് മുൻപ് അമ്മൂമ്മയും മരിച്ചു. പരിയാരത്തുള്ള
കൃഷ്ണന്റെ അമ്മയുടെ അച്ഛന്റെ വീട്ടിൽ വിവരങ്ങൾ അറിയിച്ചത് അനു
സരിച്ച് അവിടെനിന്ന് ആളുകൾ വന്ന് സഹായിക്കുകയും വാരണംകോട്ട്
മനയ്ക്കൽനിന്ന് സഹായം കിട്ടുകയും ചെയ്തതുകൊണ്ട് നാട്ടാചാരപ്ര
കാരം ചിതയൊരുക്കി അമ്മൂമ്മയുടെ മൃതദേഹം ദഹിപ്പിച്ചു. കാരണവ
ന്മാർ പലരും സഹകരിച്ചില്ല. കൊക്കാനിശ്ശേരിയിൽ ജോലിക്ക് പോയ
ചേട്ടൻ പുല കഴിയുന്നതുവരെ അമ്മയ്ക്ക് സഹായമായി വീട്ടിൽ ഉണ്ടാ
യിരുന്നു. പുല കഴിഞ്ഞ് ജ്യേഷ്ഠനും ജോലിക്ക് പോയതോടെ കൃഷ്ണനും
അമ്മയും അനുജനും തനിച്ചായി, പുതിയേടത്ത് വീട്ടിൽ. മരണം വീണ്ടും
പടികയറി വന്നു. ഇത്തവണ അനുജനുവേണ്ടിയായിരുന്നു വരവ്. കൊടും
ദാരിദ്ര്യംമൂലം കൃത്യമായി ഭക്ഷണം ഇല്ലാതെ ഗ്രഹണിപിടിക്കുകയും
രോഗം മൂർച്ഛിച്ച് അനുജൻ മരിക്കുകയും ചെയ്തു. ഇളയമകന്റെ മരണം
മാധവിയമ്മയ്ക്ക് വലിയ ആഘാതമായി. വല്യമ്മയെ കിടത്തിയതിന് തൊട്ട
ടുത്ത് ഒരു കുഴി കൃഷ്ണന്റെ അനുജനുവേണ്ടിയും ഒരുക്കി. ദുരിതവും
പട്ടിണിയും ആ കുടുംബത്തെ വേട്ടയാടിക്കൊണ്ടേയിരുന്നു. വീട് ഓല
മേഞ്ഞ് പുതയ്ക്കാൻ കഴിയാതെ വന്നതുകൊണ്ട് ആ ഇടവപ്പാതിയിൽ
വീടിന്റെ ചുമർ ഇടിഞ്ഞുവീണു. അമ്മയും കൃഷ്ണനും വീടിന്റെ അകത്ത്
ഉറങ്ങുമ്പോഴായിരുന്നു ഈ അപകടം. ഭാഗ്യത്തിന് മൺകട്ടകൾ ഇടിഞ്ഞു
വീണത് വീടിന്റെ പുറത്തേക്കായതുകൊണ്ട് അകത്തു കിടന്നുറങ്ങിയ
കൃഷ്ണനും അമ്മയും രക്ഷപ്പെട്ടു. ചുവര് ഇടിഞ്ഞുവീണ സ്ഥാനത്ത് മര
ത്തിന്റെ ഊന്നുകൊടുത്ത് ആ വീട്ടിൽ തന്നെ അമ്മയും മകനും താമസി
ച്ചു. ചുമര് അടച്ചു കെട്ടുവാനുള്ള പൈസ അവർക്ക് സ്വപ്നം കാണു
വാൻപോലും കഴിയില്ലായിരുന്നു. ചുമര് ഇടിഞ്ഞു വീണതോടുകൂടി കെട്ടു
റപ്പുള്ള ഒരു മുറിപോലും ആ വീട്ടിൽ ഇല്ലാതായി. മാധവിയമ്മ കൂലി
പണിക്കുപോയി കിട്ടുന്നതുകൊണ്ട് കഷ്ടിച്ച് കഴിഞ്ഞുകൂടുക മാത്രമാണ്
അവർ ചെയ്തത്. മിക്കവാറും പട്ടിണിയാണ്.

ഹരിഃശ്രീ

കൃഷ്ണന് എട്ടു വയസ്സ് തികഞ്ഞു. പള്ളിക്കൂടത്തിൽ പോയി പഠി ക്കാനുള്ള സാഹചര്യം ഉണ്ടായില്ല. വീടിന്റെ അവസ്ഥയും അമ്മയുടെ കഷ്ടപ്പാടും വിദ്യാഭ്യാസത്തെക്കുറിച്ച് ഓർക്കുവാൻ പറ്റുന്നതരത്തിലാ യിരുന്നില്ല. അമ്മൂമ്മയും വല്യമ്മയും അനുജനും മരിച്ചതോടെ അമ്മയും മകനും തീർത്തും ഒറ്റപ്പെട്ടു. ഈ ഒറ്റപ്പെടൽ കൃഷ്ണന്റെ പഠനത്തെക്കുറി ച്ചോർക്കാൻ അമ്മയെ പ്രേരിപ്പിച്ചു.

അന്ന്, ആ പ്രദേശത്ത് ഉണ്ടായിരുന്നത് വാരണംകോട്ട് മനയുടെ മേൽനോട്ടത്തിൽ നടന്നിരുന്ന ഒരു പ്രൈമറി സ്കൂൾ മാത്രമായിരുന്നു. കോട്ടേക്കാട് കുന്നിന്റെ തെക്കെ അറ്റത്തായിരുന്നു ആ സ്കൂൾ. ബാക്കി ഉള്ള സ്കൂളുകൾ അതിലും അകലെയായിരുന്നു. വാരണംകോട്ട് മന യ്ക്കലെ സ്കൂളിൽ ചേർക്കാൻ കൃഷ്ണനെയുംകൊണ്ട് മാധവിയമ്മ ചെന്നു. പുസ്തകം, സ്ലേറ്റ്, പെൻസിൽ, ഫീസ് ഇതിനെല്ലാം കാശ് വേണ മെന്ന് പ്രധാന അദ്ധ്യാപകൻ പറഞ്ഞു. പക്ഷേ, മാധവിയമ്മയുടെ കൈയിൽ ഒരു നയാപൈസപോലും ഇല്ലായിരുന്നു. പ്രധാന അദ്ധ്യാപ കൻ ഒരു ഉപായം പറഞ്ഞുകൊടുത്തു: "വാരണംകോട്ട് മനയ്ക്കൽ ചെന്ന് സങ്കടം പറഞ്ഞാൽ വേണ്ടസഹായം ചെയ്യും." വീണ്ടും മാധവിയമ്മ വാര ണംകോട്ട് മനയ്ക്കൽ എത്തി. വലിയ എഴുന്നള്ളിയേടത്തിന്റെ ഭാര്യ നാരാ യണിക്കുട്ടിയമ്മയ്ക്ക് മാധവിയമ്മയോട് വലിയ സ്നേഹമായിരുന്നു. അവർ മാധവിയമ്മയെ വിളിച്ചിരുന്നത് കുഞ്ഞാതി എന്നായിരുന്നു. "ഓൻ നല്ല ചെക്കനാണ്. ഓനെ നീ ഇസ്കൂളിൽ ചേർക്കണം. അത് ഞാൻ എഴുന്ന ള്ളിയേടത്തിനോട് പറയാം." നാരായണിക്കുട്ടിയമ്മ കുഞ്ഞാതിക്ക് ഉറപ്പുനല്കി. വയറു നിറച്ച് ഭക്ഷണം കൊടുത്തു. കൊണ്ടുപോകാൻ അരിയും മറ്റ് സാധനങ്ങളും ചെക്കന്റെ തലയ്ക്കൽ വെച്ചുകൊടുത്തു. ഇട വപ്പാതി തകർത്തു പെയ്യുകയായിരുന്നു. ആ വീട്ടിൽ എങ്ങനെ കിടന്നുറ ങ്ങുമെന്ന ഭയം അവർക്ക് രാത്രിയാകുമ്പോൾ വല്ലാതെ കൂടിവരുമായിരു ന്നു. ചുമര് വീണ് പോയതുകൊണ്ട് പടിഞ്ഞാറ്റയിൽ കിടക്കാൻ വയ്യ. ചായ്പ് ആണെങ്കിൽ ചോർന്ന് ഒലിക്കുന്നതും ഒരിടത്ത് ചോരുമ്പോൾ മറ്റൊരിടത്ത് പോയി കിടക്കും. അങ്ങനെ നേരം വെളുപ്പിക്കുകയായിരുന്നു പതിവ്. പിറ്റേദിവസം വാരണം കോട്ട് എത്തി, വലിയ എഴുന്നള്ളിയേട ത്തിനെ മുഖം കാണിച്ചു. 'ചെക്കനെ നാളെ സ്കൂളിൽ ചേർക്കാൻ വേണ്ട കാര്യങ്ങൾ ചെയ്യാം' എന്ന് തമ്പുരാൻ ഉറപ്പുനല്കി. മാധവിയമ്മയും കൃഷ്ണനും ഊട്ടുപുരയിൽ നിന്നും ഭക്ഷണം കഴിച്ചാണ് തിരിച്ചുപോയ ത്. മാധവിയമ്മ ഏറെ സന്തോഷിച്ച ദിവസമായിരുന്നു അന്ന്.

പിറ്റേദിവസം അതിരാവിലെ എഴുന്നേറ്റ് കുളിച്ച് പട്ടുകോണകവും അതിൻമേൽ ഒറ്റത്തോർത്തും ഉടുത്ത് വാരണംകോട്ട് മനയ്ക്കലെ അമ്പല ത്തിൽ തൊഴുത് കൃഷ്ണനും അമ്മയും സ്കൂളിൽ എത്തി. പ്രധാന അദ്ധ്യാ പകൻ രണ്ടുപേരെയും ഹാർദ്ദമായിത്തന്നെ സ്വീകരിച്ചു. കൃഷ്ണന് ഒരു

സ്ലേറ്റും പെൻസിലും പുസ്തകവും കൊടുക്കാൻ കല്പന ആയതായി അദ്ദേഹം പറഞ്ഞു. കരുവാളിച്ച് ക്ഷീണിച്ച മാധവിയമ്മയുടെ മുഖം പ്രസ ന്നമായി. ഒരു നിർവൃതി കൃഷ്ണൻ ആ മുഖത്ത് കണ്ടു. മാധവിയമ്മ മുണ്ടിന്റെ കോന്തലയ്ക്കൽ കെട്ടിവെച്ചിരുന്ന വെറ്റിലയും പാക്കും എടുത്ത് കിട്ടന്റെ കൈയിൽ കൊടുത്ത് പ്രധാന അദ്ധ്യാപകനെ തൊട്ടുനമസ്കരി ക്കാൻ പറഞ്ഞു. ഇത് നല്ല ദിവസമാണ് ഇന്നുതന്നെ ഹരിശ്രീ കുറിക്കാം എന്ന് പറഞ്ഞതനുസരിച്ച് മണ്ണിൽ ഹരിശ്രീ കുറിച്ച് കൃഷ്ണൻ വിദ്യാ ഭ്യാസം തുടങ്ങി. ക്ലാസ് മുറിയിൽ ബെഞ്ചും ഡെസ്ക്കും ഒന്നുമില്ല. നല്ല വെളുത്ത പുഴിമണൽ വിരിച്ച തറയിലാണ് കുട്ടികൾ ഇരിക്കുന്നത്. കൃഷ്ണൻ, കുട്ടികളുടെ കൂട്ടത്തിൽ ഇരുന്നു.

വലിയ കുഴപ്പമൊന്നുമില്ലാതെ ഒന്നാം ക്ലാസ് കടന്നുകൂടി. രണ്ടാം ക്ലാസിലെത്തിയപ്പോഴേക്കും ഒരുപാട് കൂട്ടുകാരെ കിട്ടി കൊച്ചുകിട്ടന്. അവ രുമായുള്ള കളിയായിരുന്നു പഠനത്തെക്കാൾ പ്രധാനം. പഠിക്കാതിരിക്കു മ്പോൾ അമ്മ ശകാരിക്കുമെങ്കിലും കൂട്ടുകാർ കളിക്കാൻ വിളിക്കുമ്പോൾ അവരോടൊപ്പം പോകും. അങ്ങനെ രണ്ടാം ക്ലാസും കിട്ടൻ പാസായി. തന്നെക്കാളും മുതിർന്ന ഗോവിന്ദൻ എന്ന ഒരു കൂട്ടുകാരൻ ഉണ്ടായിരുന്നു കൃഷ്ണന്. ഗോവിന്ദൻ നല്ലപോലെ പഠിക്കും. അതുകൊണ്ട് തന്നെ അദ്ധ്യാ പകർക്ക് ഗോവിന്ദനെ വലിയ ഇഷ്ടമായിരുന്നു. കിട്ടന് പഠിക്കാൻ ഫീസും പുസ്തകവും വാരണംകോട്ട് നിന്ന് കൊടുത്തിരുന്നു എങ്കിലും ഭക്ഷണം ഒരു പ്രശ്നമായിരുന്നു അവന്. കൂട്ടുകാരൻ ഗോവിന്ദന്റെ അച്ഛൻ 'സ്വാമി' വാരണംകോട്ട് മനയ്ക്കലെ ഊട്ടുപുരയിലെ അരിവെപ്പുകാരനായിരുന്നു. മകന്റെ കൂട്ടുകാരനായതുകൊണ്ട് കൃഷ്ണനോട് വലിയ സ്നേഹമായി രുന്നു സ്വാമിക്ക്. കുട്ടികൾക്കും നാട്ടുകാർക്കും അവസാനമായിരുന്നു പന്തി എങ്കിലും കൃഷ്ണൻ ഗോവിന്ദന്റെ കൂടെ ഊട്ടുപുരയിൽ എത്തുന്നതുകാ രണം പന്തിക്ക് കാത്തുനിൽക്കേണ്ടിവരാറില്ല. കിട്ടന്റെ പഠിപ്പും ഉച്ചയൂണും വാരണംകോട്ട് നിന്ന് നടന്നുപോകുന്നതുകൊണ്ട് മാധവിയമ്മയ്ക്ക് വലിയ ആശ്വാസമായിരുന്നു.

കൃഷ്ണന്റെ പത്താം പിറന്നാൾ അമ്മ ഗംഭീരമായിത്തന്നെ ആഘോ ഷിച്ചു. അമ്പലത്തിൽ പോയി നിവേദ്യ ചോറും പായസവും വാങ്ങി. പല യിടത്തും ഓടിനടന്ന് നാലുകൂട്ടം കറികൾക്കുള്ള വകയും അവർ ഒപ്പി ച്ചു. പടിഞ്ഞാറ്റെയിൽ അന്നേദിവസം മാധവിയമ്മ രാവിലെ തൊട്ട് രാത്രി വരെ ഒരുവിളക്ക് കത്തിച്ചുവെച്ചു. മൂന്നാംക്ലാസിൽ കൃഷ്ണൻ പഠിപ്പു തുടർന്നു. ആ വർഷം ക്ലാസിൽ പലപ്പോഴും അവൻ പോയില്ല. പഠിക്കാൻ അത്ര മോശമൊന്നും ആയിരുന്നില്ല എങ്കിലും കളി അവന് ഒരു ഭ്രാന്താ യിരുന്നു. കൂട്ടുകാരെക്കണ്ടാൽ എല്ലാം മറക്കുന്ന സ്വഭാവം അവനുണ്ട്. അമ്മ പാടത്ത് പണിക്ക് പോകുമ്പോൾ കഞ്ഞികൊണ്ടുകൊടുക്കുവാനും സഹായിക്കുവാനും അവൻ പോകുമായിരുന്നു. അങ്ങനെ ആ വർഷം ഹാജർ വളരെ കുറവായതുകൊണ്ട് കൃഷ്ണനെ തോല്പിച്ചു. തോറ്റതിൽ കൃഷ്ണന്റെ അഭിമാനം, വ്രണപ്പെട്ടു. ഇനി സ്കൂളിൽ പോകുന്നില്ല എന്നു

പറഞ്ഞ് കളിയുമായി കൂടി. വിവരം അറിഞ്ഞ വാരണംകോട്ട് വാഴുന്നോർ കൃഷ്ണന് രണ്ട് അടികൊടുത്ത് സ്കൂളിൽ എത്തിക്കാൻ പ്രധാന അദ്ധ്യാ പകനോട് പറഞ്ഞു. അദ്ദേഹം ഒരാളെ അയച്ചു എങ്കിലും കൃഷ്ണൻ സ്കൂളിൽ വന്നില്ല. പിറ്റേ ദിവസം പ്രധാന അദ്ധ്യാപകൻ നേരിട്ട് കൃഷ്ണന്റെ വീട്ടിലെത്തി. കൃഷ്ണൻ അദ്ദേഹത്തെ കണ്ടപ്പോൾ ഒളിച്ചു. പിന്നെ അനുനയിപ്പിച്ച് വിളിച്ച് സ്കൂളിലേക്ക് കൂട്ടിക്കൊണ്ടുപോയി. ആ വർഷം ഒരു അവധിപോലും എടുക്കാൻ സമ്മതിച്ചില്ല. അങ്ങനെ കൃഷ്ണൻ നാലാം ക്ലാസിലേക്ക് പാസായി.

കഥകളി പഠനം

കൃഷ്ണൻ നാലാം ക്ലാസിൽ പഠിക്കുന്ന കാലത്ത് വാരണംകോട്ട മനയിൽ കളിക്കോപ്പും മറ്റു കളിസാമാനങ്ങളും ഉണ്ടാക്കാൻ തുടങ്ങി. വള്ളൂ വനാട്ടിൽ നിന്നും ആളുകളെ കൊണ്ടുവന്നാണ് കോപ്പുപണി നടത്തിയി രുന്നത്. വലിയ കഥകളി ഭ്രാന്തനായിരുന്ന പുതിയ മഠത്തിൽ അധികാരി എഴുന്നള്ളിയേടത്തിന്റെ മേൽനോട്ടത്തിലായിരുന്നു കോപ്പുപണി. ഈ കാലത്ത് ചന്തുപ്പണിക്കരാശാനെയും അമ്പുപ്പണിക്കരാശാനെയും മന യ്ക്കൽകൊണ്ടുവന്ന് ചൊല്ലിയാടുന്ന പതിവുണ്ടായിരുന്നു. കളിയോഗം ആണ് ആദ്യം തുടങ്ങുന്നത് എന്ന് പറഞ്ഞിരുന്നു എങ്കിലും കോപ്പ് നിർമ്മാണം ആണ് ആദ്യം നടന്നത്. കോപ്പ് നിർമ്മാണം അത്രകേമമായി ത്തന്നെ വാരണംകോട്ടുനടന്നു. തുടർന്ന് കളിയോഗവും ആരംഭിച്ചു. ചന്തു പ്പണിക്കർ, അമ്പുപ്പണിക്കർ, ചിങ്ങൻ പണിക്കർ എന്നിവരാണ് പ്രധാനി കൾ. ചന്തുപ്പണിക്കരുടെ കീഴിൽ അഭ്യാസം പൂർത്തിയാക്കിയ ശിഷ്യന്മാ രെയും കളിയോഗത്തിലേക്ക് കൊണ്ടുവന്നു. കോടോത്തു കളിയോഗവും തളിപ്പറമ്പ് കളിയോഗവും സന്ദർശിച്ച് അതിന്റെ ന്യൂനതകൾ തീർത്തായി രുന്നു വാരണംകോട്ട് കളിയോഗം തുടങ്ങിയത്. ചന്തുപ്പണിക്കർ തന്നെ യായിരുന്നു പ്രധാനി.

കൊയ്ത്തു കഴിഞ്ഞ പാടത്തുടെ ആട്ടപ്പെട്ടിയും തലയിലേറ്റി വരുന്ന കഥകളി സംഘങ്ങൾ സർവ്വസാധാരണമായിരുന്നു അന്നത്തെ കാലത്ത്. കുട്ടികൾ ആർപ്പുവിളികളോടും ബഹളത്തോടുംകൂടി ഇത്തരം കളിപ്പെട്ടി കളെ അമ്പലപ്പറമ്പുവരെ അനുഗമിക്കുക പതിവാണ്. കൊച്ചുകൃഷ്ണനും ഈ കൂട്ടത്തിൽ ഉണ്ടാവാറുണ്ട്. ഒരുനാൾ വാരണംകോട്ട് മനയ്ക്കൽവെച്ച് ഒരു വേഷം അണിഞ്ഞ് ഒരുങ്ങുന്നതും അരങ്ങത്ത് വരാൻ നിൽക്കുന്നതും കൃഷ്ണൻ കണ്ടു. ഏത് വേഷമാണെന്നോ ഏത് കഥയാണെന്നോ അവന് അറിയില്ല. മുതിർന്ന ഒരു കാരണവരോട് ചോദിച്ച് കഥ അവൻ മനസ്സിലാ ക്കി. ബാലിവിജയം ആയിരുന്നു കഥ. ചന്തുപ്പണിക്കരുടെ രാവണനും കരു ണാകരൻ നായരുടെ ബാലിയും അമ്പുപ്പണിക്കരുടെ നാരദനുമാണ് അര ങ്ങത്ത് വന്നത്. ബാലിവിജയം കഥ കാരണവർ വിവരിച്ചുകൊടുത്തതു കൊണ്ട് അവന് ആട്ടം ശരിയ്ക്കും മനസ്സിലായി. ചന്തുപ്പണിക്കരുടെ വേഷം

ആ കൊച്ചുമനസ്സിൽ പതിഞ്ഞു. കഥയല്ലാതെ മുദ്രകൾ ഒന്നും അറിഞ്ഞു കൂടാത്ത കുഞ്ഞുമനസ്സിൽ ആ രാത്രി അരങ്ങേറിയ കഥകളി ഉണ്ടാക്കിയ സ്വാധീനം അത്രമേൽ വലുതായിരുന്നു. കളികഴിഞ്ഞ് അണിയറയിലേക്ക് പോയ കളിക്കാർക്കൊപ്പം കൃഷ്ണനും പോയി. വേഷം അഴിക്കുന്നതും ചുട്ടിമാറ്റുന്നതുമെല്ലാം അവൻ സസൂക്ഷ്മം കൗതുകത്തോടെ നോക്കിനി ന്നു. ചന്തുപ്പണിക്കരോട് എന്തെന്നില്ലാത്ത ഒരാരാധന അവന്റെ മനസ്സിൽ വളർന്നു. ബാലിവിജയം കണ്ടപ്പോൾ എപ്പഴോ അവൻ മനസ്സിൽ കുറിച്ചി ട്ടുണ്ടാകണം കഥകളിയാണ് തന്റെ നിയോഗം എന്ന്.

പിറ്റേദിവസം കൃഷ്ണന് പുതിയ അദ്ധ്യയനവർഷം ആരംഭിക്കുക യാണ്. നാലാം ക്ലാസിലെ ആദ്യ ദിവസം ആരംഭിച്ചത് ഉറക്കച്ചടവോടെ ആയിരുന്നു. കൃഷ്ണന്റെ മനസ്സിൽ ഇന്നലെ അരങ്ങിൽ വിസ്മയം തീർത്ത വേഷങ്ങൾ മിന്നിമറഞ്ഞു. മറ്റുകുട്ടികൾ ഇന്നലെ കണ്ട കഥകളിയിലെ അലർച്ചയും കരണം മറിച്ചിലും അട്ടഹാസവും എല്ലാം ക്ലാസിൽ അനുക രിക്കുമ്പോൾ കൃഷ്ണൻ മാത്രം വേറൊരുലോകത്ത് വിഹരിച്ചു.

വാരണംകോട്ട് കഥകളി അഭ്യാസം ആരംഭിക്കുന്നു എന്ന ശ്രുതി നാ ട്ടിൽ പരന്നു. കൃഷ്ണൻ അവന്റെ ആഗ്രഹം അമ്മയോട് പറഞ്ഞു. ഈ സമയത്ത് കൊക്കാനിശ്ശേരിയിൽ ജോലിക്കുപോയ ചേട്ടൻ വീട്ടിൽ ഉണ്ടാ യിരുന്നു. അക്കാലത്ത് ചെറുപ്പക്കാർ കടലുകടന്ന് പേർഷ്യൻ ഗൾഫ് രാജ്യ ങ്ങളിൽ ജോലിയും ഭാഗ്യവും അന്വേഷിച്ച് പോകുമായിരുന്നു. കൃഷ്ണന്റെ ജ്യേഷ്ഠൻ കൊക്കാനിശ്ശേരിയിലെ ജോലി മതിയാക്കി സിംഗപ്പൂരിൽ പോകാൻ നാട്ടിൽ വന്നിരിക്കുന്ന സമയമായിരുന്നു അത്. വീടിന് അടു ത്തുള്ള ഒരാൾ സിംഗപ്പൂരിൽ പോകാൻ സഹായിക്കാം എന്ന് ചേട്ടന് ഉറപ്പ് നല്കിയതിന്റെ അടിസ്ഥാനത്തിലാണ് ചേട്ടൻ വന്നത്. അമ്മ കൃഷ്ണന്റെ ആഗ്രഹം ചേട്ടനോട് പറഞ്ഞു. ചേട്ടന് ഒട്ടും സമ്മതം ആയിരുന്നില്ല കൃഷ്ണന്റെ കഥകളി പഠനം. കൃഷ്ണൻ വാശിപിടിച്ച് കരഞ്ഞപ്പോൾ ചേട്ടൻ അവനെ അടിക്കുകകൂടി ചെയ്തു. മാധവിയമ്മയ്ക്ക് ആണെങ്കിൽ ഒരുപാട് തെറ്റിദ്ധാരണകളായിരുന്നു, കഥകളി പഠനത്തെക്കുറിച്ച് ഉണ്ടാ യിരുന്നത്. കഥകളി പഠനസമയത്ത് ശിക്ഷണ നടപടികൾ അതികഠിന മാണെന്നും എല്ലുകൾ അടിച്ചും ചവിട്ടിയും നുറുക്കും എന്ന് മറ്റ് പലരെ യുംപോലെ അമ്മയും വിശ്വസിച്ചിരുന്നു. അതുകൊണ്ട് തന്നെ മാധവിയ മ്മയ്ക്ക് മകൻ കഥകളി പഠിക്കാൻ പോകുന്നത് ഒട്ടും ഇഷ്ടമല്ലായിരുന്നു. ദിവസങ്ങൾ നീണ്ടു. ചേട്ടൻ ഏഴിമല റെയിൽവേ സ്റ്റേഷനിൽനിന്നും വണ്ടി കയറി സിംഗപ്പൂരിൽ പോകാനായി പുറപ്പെട്ടു. കപ്പലിലാണ് യാത്ര എന്ന റിയാം. അത് എവിടെ നിന്നാണ് എന്നൊന്നും കൃഷ്ണനും അമ്മയ്ക്കും അറിയില്ലായിരുന്നു. ചേട്ടൻ വണ്ടികയറിപ്പോയപ്പോൾ കൃഷ്ണന് സങ്കടം അടക്കാൻ കഴിഞ്ഞില്ല. അവൻ വാവിട്ടു കരഞ്ഞു. അമ്മയ്ക്കും ഒട്ടും സഹി ക്കാൻ പറ്റിയില്ല.

അമ്മയ്ക്ക് എതിർപ്പ് ഉണ്ടായിട്ടും കഥകളി എന്ന മോഹം കൊച്ചു കൃഷ്ണൻ ഉപേക്ഷിച്ചില്ല. വാരണംകോട്ട് അമ്പലത്തിൽ എന്നും പോയി

തൊഴാറുള്ളതുകൊണ്ട് ശാന്തിക്കാരൻ വെള്ളിയോട് എമ്പ്രാശനുമായി കൃഷ്ണന് നല്ല സൗഹൃദമായിരുന്നു. അദ്ദേഹം കൃഷ്ണന്റെ അടുത്ത് എന്നും വിശേഷങ്ങൾ ചോദിക്കും. ശാന്തിക്കാരൻ എമ്പ്രാശന് മനയ്ക്കൽ വലിയ സ്വാധീനം ആണ്. എഴുന്നള്ളിയേടത്തുമാരുമായി നല്ല ബന്ധമു ണ്ടായിരുന്നു അദ്ദേഹത്തിന്. അതുകൊണ്ട് കൃഷ്ണൻ, എമ്പ്രാശനോട് അവന്റെ ആഗ്രഹം പറഞ്ഞു. 'വാരണംകോട്ട് കഥകളി അഭ്യാസം തുട ങ്ങുന്നു എന്നറിഞ്ഞു എനിക്കും കഥകളി പഠിക്കണം. അതിനുവേണ്ട സഹായം അവിടുന്ന് ചെയ്തുതരണം.' "നിന്നെ കണ്ടാലും കഥകളി പഠി ക്കണ്ട ചെക്കനാണെന്നുതോന്നും മുഖവും കണ്ണുംനന്ന്." ഈ വാക്കുകൾ കൃഷ്ണന് കൂടുതൽ ഉത്സാഹമാണ് ഉണ്ടാക്കിയത്. എന്നെക്കൊണ്ട് ആവു ന്നവിധം ഞാൻ നിന്നെ സഹായിക്കാം എന്ന് എമ്പ്രാശൻ ഉറപ്പു നല്കി. പിന്നെ അമ്മയുടെ സമ്മതം വാങ്ങുക എന്ന കടമ്പയാണ് കൃഷ്ണന്റെ മുമ്പിലുള്ളത്. അമ്മ പഴയ പല്ലവി തന്നെ പാടി. "ഞാൻ മൂന്നെണ്ണത്തിനെ പെറ്റു. ഒരുത്തൻ നാടുവിട്ടുപോയി. എവിടെയാണെന്ന് അറിയില്ല. ഒരു ത്തൻ ചത്തുപോയി. ഇപ്പോ ഒരുത്തന് കഥകളി പഠിക്കണോലും. നീ കൂടെ പോയാൽ പിന്നെ ഞാൻ ജീവിച്ചിരുന്നിട്ട് എന്ത് കാര്യം കൃഷ്ണാ." അമ്മ യുടെ ന്യായങ്ങൾ കൃഷ്ണന് മുൻപിൽ നിരത്തി. കൃഷ്ണൻ കഥകളി പഠിക്കണം എന്ന നിർബ്ബന്ധത്തിൽ ഉറച്ചുനിന്നു.

പതിനൊന്ന് വയസ്സുകാരന്റെ മനസ്സിൽ ഒരു കഥകളി നടനോടും ആ വേഷത്തോടും തോന്നിയ ആരാധനയാണ് അവന്റെ ഓരോ ജീവാണു വിലും പടർന്നുകയറിയിരിക്കുന്നത്. ഇതവന്റെ തിരിച്ചറിവാണ്. ഈ തിരി ച്ചറിവിനു മുൻപിൽ അമ്മ വഴങ്ങി. അച്ഛൻ സമ്മതിക്കുകയാണെങ്കിൽ നീ പൊയ്ക്കോ എന്ന് അമ്മ അവസാനം പറഞ്ഞു.

അച്ഛൻ താമസിക്കുന്നത് സഹോദരിയുടെ കൂടെയാണ്. പഴയങ്ങാ ടിക്കടുത്തുള്ള അതിയേടത്താണ് സഹോദരിയുടെ വീട്. രണ്ട് സഹോദ രിമാരാണ് അദ്ദേഹത്തിനുള്ളത്. രണ്ടാമത്തെ സഹോദരി ചെറുതാഴത്താണ് താമസം. കൃഷ്ണനും അമ്മയും ദാരിദ്ര്യത്തിന്റെ പടുകുഴിയിൽ കഴിയു മ്പോഴും അച്ഛൻ സമ്പൽ സമൃദ്ധിയിലായിരുന്നു. അച്ഛൻ കൃഷ്ണനെ വിളി ച്ചിരുന്നത് 'കുഞ്ഞിക്കിട്ടാ' എന്നായിരുന്നു.

കൃഷ്ണൻ അതിയേടത്ത് എത്തി. അച്ഛനോട് വന്നകാര്യം പറഞ്ഞു. 'അച്ഛൻ സമ്മതിക്കുകയാണെങ്കിൽ കഥകളി പഠിച്ചോളാൻ അമ്മ പറഞ്ഞു. അച്ഛന്റെ സമ്മതം വാങ്ങാനാണ് ഞാൻ വന്നത്.' "എനിക്ക് പഠിക്കുന്ന തിൽ വിരോധം ഒന്നുമില്ല. പക്ഷേ, ചെലവൊന്നും ഞാൻ വഹിക്കില്ല. "അച്ഛന്റെ മറുപടി കേട്ടപ്പോൾ കൃഷ്ണന് വലിയ സന്തോഷമായി. അച്ഛന് വലിയ ഇഷ്ടമായിരുന്നു കൃഷ്ണനെ. അന്ന് കൃഷ്ണനെ അച്ഛൻ തിരിച്ച യച്ചില്ല. അച്ഛന്റെ സ്നേഹവാത്സല്യങ്ങൾ ഏറ്റുവാങ്ങി അച്ഛന്റെ കൂടെയാണ് അവൻ കിടന്നത്. അച്ഛന്റെ കൈയിൽനിന്നും നെയ്കൂട്ടിക്കുഴച്ച ഉരുള വാങ്ങി ഉണ്ടും എവിടെയോ വെച്ച് നിഷേധിക്കപ്പെട്ട അച്ഛന്റെ സ്നേഹവും വാത്സല്യവും അവൻ അന്ന് അനുഭവിച്ചു. മുമ്പ് കാണുമ്പോഴൊക്കെ ചില്ലറ

പൈസയോ ഒന്നോരണ്ടോ തോർത്തോ അച്ഛൻ കൃഷ്ണന് കൊടുക്കുമാ
യിരുന്നു. പിറ്റേ ദിവസം പോരാൻ നേരത്ത് കൃഷ്ണന് അച്ഛൻ കൈയിൽ
കരുതി വെച്ചിരുന്ന രണ്ട് കോടിമുണ്ടും ഒരു രൂപയും കൊടുത്തു. ഏതാണ്ട്
പാതിവഴിയോളം കൃഷ്ണന്റെ കൂടെ നടന്നു കാഞ്ഞിരംകോട്ടെ കാരണ
വർ.

കൃഷ്ണൻ വെള്ളിയോട് തിരുമേനിയെയും കൂട്ടി നാരായണൻ എഴു
ന്നള്ളിയേടത്ത് താമസിക്കുന്ന വടക്കെ മഠത്തിൽ പോയി മുഖം കാണി
ച്ചു. സദാനേരം മുറുക്കിചുവപ്പിച്ചിരിക്കുന്ന ആളാണ് എഴുന്നള്ളിയേടത്ത്
മുറുക്കാൻ വായിൽ വെച്ചുകൊണ്ട് ഇവരോട് "ചന്തുപ്പണിക്കരാശാൻ നാളെ
വരും അദ്ദേഹം വേണമല്ലോ, കഥകളി പഠിക്കുന്ന ചെക്കന്മാരെ നിശ്ചയി
ക്കാൻ. ചന്തുപ്പണിക്കർ പറഞ്ഞാൽ ഇവനേയും എടുക്കാം." ഇത് കേട്ട
പ്പോൾ കൃഷ്ണന് പരിഭ്രമവും അങ്കലാപ്പും കൂടി. 'നീ നാളെവാ' എന്നു
പറഞ്ഞ് വെള്ളിയോട് കൃഷ്ണനെ യാത്രയാക്കി.

പിറ്റേന്ന് രാവിലെതന്നെ കൃഷ്ണൻ വാരണംകോട്ട് എത്തി. അച്ഛൻ
കൊടുത്ത മുണ്ടും ഉടുത്താണ് കൃഷ്ണൻ വന്നത്. വാരണംകോട്ട് മുറ്റ
ത്തുനിറയെ കുട്ടികളും രക്ഷിതാക്കളുമാണ്. ഈ ആൾക്കൂട്ടത്തിൽ
കൃഷ്ണൻ തിരഞ്ഞത് വെള്ളിയോട് തിരുമേനിയെയാണ്. പക്ഷേ, അവിടെ
യൊന്നും അദ്ദേഹത്തെ കണ്ടില്ല. കൃഷ്ണന് വീണ്ടും പരിഭ്രമം കൂടി. നാരാ
യണൻ എഴുന്നള്ളിയേടത്ത് എഴുന്നള്ളി ചാരുകസേരയിൽ ഇരിക്കുകയാ
യിരുന്നു, അപ്പോൾ അദ്ദേഹത്തിന്റെ അടുത്ത് രണ്ടാം മുണ്ട് കക്ഷ
ത്തിൽവെച്ച് വാപൊത്തി ചന്തുപ്പണിക്കരാശാൻ നില്ക്കുന്നു. എഴുന്നള്ളി
യേടത്തിന്റെ ചില ചോദ്യങ്ങൾക്ക് മറുപടി പറയുകയായിരുന്നു അദ്ദേഹം.
ഈ സമയത്തെല്ലാം കൃഷ്ണൻ മുറ്റത്ത് മാറിനിന്ന് വെള്ളിയോട് തിരുമേ
നിയെ അന്വേഷിക്കുകയായിരുന്നു. കുറച്ചു കഴിഞ്ഞ് വെള്ളിയോടു തിരു
മേനിയുടെ തലവെട്ടം കണ്ടപ്പോഴാണ് കൃഷ്ണൻ ശ്വാസം നേരെ വീണ
ത്. അപ്പോഴേക്കും കുട്ടികളുടെ തെരഞ്ഞെടുപ്പ് തുടങ്ങിയിരുന്നു. മന
യ്ക്കലെ വാല്യക്കാരൻ കുട്ടികളെ ഓരോരുത്തരെയുമായി ചാരുകസേര
യിൽ കിടക്കുന്ന അധികാരി എഴുന്നള്ളിയേടത്തിന്റെയും അടുത്തുനി
ല്ക്കുന്ന ചന്തുപ്പണിക്കരാശാന്റെയും മുൻപിൽ നിർത്തും. ചന്തുപ്പണിക്കർ
ഓരോരുത്തരെയും സൂക്ഷ്മമായി പരിശോധിക്കും. തെരഞ്ഞെടുക്കുന്ന
വരോട് അവിടെ നില്ക്കാൻ പറയും. അല്ലാത്തവരെ അപ്പോൾത്തന്നെ
തിരിച്ചയയ്ക്കും. അങ്ങനെ കൃഷ്ണന്റെ ഊഴം എത്തി. അവന്റെ നെഞ്ചി
ടിപ്പ് വല്ലാതെ കൂടി. ചന്തുപ്പണിക്കർ വേണ്ട എന്നുപറഞ്ഞാൽ തന്റെ
സ്വപ്നം പൊലിയും. പതിനൊന്നാമനായിട്ടാണ് കൃഷ്ണൻ ചന്തുപ്പണി
ക്കരുടെ മുൻപിൽ എത്തിയത്. ചന്തുപ്പണിക്കർ കൃഷ്ണനെ സസൂക്ഷ്മം
നിരീക്ഷിച്ചു. പിന്നീട് എഴുന്നള്ളിയേടത്തിനോട് പറഞ്ഞു. ഇവൻ തരക്കേ
ടില്ല. കണ്ണും മുഖവും കൊള്ളാം. എന്തായാലും ഇവനെക്കൂടി എടുക്കാം.
അപ്പോഴാണ് കൃഷ്ണന് സമാധാനം ആയത്. അങ്ങനെ തെരഞ്ഞെടുപ്പ്
കഴിഞ്ഞു. ചന്തുപ്പണിക്കർ കളരിയുടെ കണക്ക് കാര്യസ്ഥനായ ഗോവിന്ദ

ക്കുറിപ്പിനെ ഏല്പിച്ചിട്ടാണ് പോയത്. കളരിയുടെ പണി വളരെ പെട്ടെന്ന് പൂർത്തിയായി. മിഥുനമാസത്തിലെ ദ്വിതീയ നാളിൽ പുലർച്ചെ എഴുന്ന ള്ളിയേടത്തുമാരും സ്ഥലത്തെ സ്ഥാനീയരായ മറ്റ് വ്യക്തികളും കുട്ടികളും മാതാപിതാക്കളും എത്തി. കളരിയിൽ വിളക്ക് വെച്ചു. ചന്തുപ്പണിക്കരാ ശാന്റെ കൂടെ അദ്ദേഹത്തിന്റെ ശിഷ്യനായ നാരായണൻ നായരാണ് സഹാ യിയായി എത്തിയത്. കളരിയിൽ കൂടിയ പ്രമാണിമാരുടെ മുൻപിൽവച്ച് ഓരോ കുട്ടികളെയും വിളിച്ച് എണ്ണയും കച്ചയും കൊടുത്തു. കച്ചയും മെഴുക്കും കൊടുക്കുക എന്നത് കഥകളി പഠനത്തിലെ ഒരു പ്രധാന ചട ങ്ങാണ്. പ്രായത്തിൽ കൂടുതൽ വളർച്ച ഉണ്ടായിരുന്നതുകൊണ്ട് കൃഷ്ണ നെയാണ് ഒന്നാമതായി പേരുവിളിച്ചത്. കൃഷ്ണൻ കച്ചയും എണ്ണയും വാങ്ങി തമ്പുരാന്മാരെ എല്ലാവരെയും വണങ്ങി. എല്ലാറ്റിനും കൂട്ടും തുണയും സഹായവുമായി ഈ പതിനൊന്നുകാരന് അമ്മ മാത്രമായിരു ന്നു. അവൻ അമ്മയുടെ കാലിൽ സാഷ്ടാംഗം പ്രണമിച്ചു. അവനെ പിടിച്ച് എഴുന്നേല്പിക്കുമ്പോൾ ആ കൈകൾ വിറയാർന്നിരുന്നു. കണ്ണുകൾ നിറ ഞ്ഞിരുന്നു.

കളരിയിലെ ചിട്ടകൾ

ആദ്യം കച്ചകെട്ടൽ പിന്നെ വിളക്ക് കുമ്പിടൽ എന്നതാണ് പ്രമാണം. ഗുരുനാഥൻ നാരായണൻ നായർ പിന്നെ ശിഷ്യർ എന്ന ക്രമത്തിലാണ് വിളക്ക് കുമ്പിടുന്നത്. അഞ്ച് തവണ കുമ്പിടണം എന്നാണ് ശാസ്ത്രം. പിന്നത്തെ പടിയാണ് 'തധിത്തത്ത' ചവിട്ടൽ. നാരായണൻ നായർ കാണിച്ചു കൊടുക്കും. കുട്ടികൾ ചെയ്യും. കൊച്ചുകുട്ടികൾ ആയതുകൊ ണ്ടുതന്നെ അത്ര എളുപ്പമല്ല. കൃത്യമായ താളം ആവശ്യമാണ് ഇതിന്. ആ താളം ഹൃദ്യമാക്കി വരുന്നതേ ഉണ്ടായിരുന്നുള്ളൂ കുട്ടികൾ. പിന്നെ യാണ് തിരുമ്മ്. ആദ്യ ദിവസം കാര്യമായ രീതിയിൽ തിരുമ്മ് ഉണ്ടായില്ല. ഒന്നു തടവി വിടുക മാത്രമാണ് ചെയ്തത്. കൈവീശുക, കാൽ വീശുക തുടങ്ങിയ ചടങ്ങാണ് പിന്നീട് തുടർന്ന് ഉഴിച്ചിൽ. മുക്കാൽ മണിക്കൂറോളം വരും ഉഴിച്ചിൽ. അതുകഴിഞ്ഞ് വാകപ്പൊടി തേച്ചുള്ള കുളിയും. ഊണും ഊണിനു പ്രത്യേക ഊട്ടുപുരയും ദേഹണ്ണക്കാരനെയും ഒരുക്കിയിരുന്നു. ഊണുകഴിഞ്ഞ് കളരിയിൽ ഗുരുനാഥന് അഭിമുഖമായിരുന്ന് മുദ്രകൾ പഠിച്ചു തുടങ്ങും. കൃഷ്ണൻ ആദ്യം കാണിച്ച മുദ്ര ബ്രഹ്മാവിന്റേതാണ്. പിന്നെ ശിവൻ, വിഷ്ണു തുടങ്ങിയ മുദ്രകളും പഠിച്ചു. ഇതാണ് കളരി യിലെ അഭ്യസന രീതി. ക്ലാസു കഴിയുന്നതോടെ ഗുരുനാഥൻ ഓരോരു ത്തരെയും വിളിച്ച് അവർ കളരിയിൽ ചെയ്യേണ്ട ജോലികൾ വീതിച്ചു കൊടുക്കും. കളരി അടിച്ചു വാരുക. പരിസരം വൃത്തിയാക്കുക കളരി യിലെ വിളക്ക് ഒരുക്കുക തുടങ്ങി ഓരോ ജോലി ഓരോരുത്തരെയും ഏല്പിക്കും. പിന്നീട് നാരായണൻ നായർ സാരോപദേശ കഥകളും ഗുരു ഭക്തി, ഗുരുശിഷ്യബന്ധം തുടങ്ങിയവയെക്കുറിച്ചും കുട്ടികളെ പറഞ്ഞു മനസ്സിലാക്കും. സന്ധ്യക്ക് കാലും മുഖവും കഴുകി ഭസ്മം തൊട്ട് കളരി

യിൽ വന്ന് നാമം ജപിക്കും. പിന്നെയാണ് കണ്ണുസാധകം ചെയ്യുന്നത്. അതിനുശേഷം ഭക്ഷണം കഴിച്ച് കളരിയിൽ പായ് വിരിച്ച് കിടന്നുറങ്ങും.

രണ്ടാമത്തെ ദിവസം വെളുപ്പിന് തന്നെ അഭ്യാസം ആരംഭിച്ചു. കച്ച കെട്ടി ചാടലോടെ ആയിരുന്നു രണ്ടാമത്തെ ദിവസത്തെ അഭ്യാസം തുട ങ്ങിയത്. കാലിന്റെ പടം തൊഴുതുവരുന്ന രീതിയിലുള്ള ചാടൽ ആയി രുന്നു അഭ്യസിച്ചിരുന്നത് കുമ്പിടൽ, കാലുസാധകം എന്നിവയും അഭ്യ സിച്ചുതുടങ്ങി. രാവിലെ തുടങ്ങുന്ന അഭ്യാസം രാത്രി ഒൻപത് മണിവരെ നീളും. പിന്നീടുള്ള ദിവസങ്ങളിൽ ഉഴിച്ചിലും രാവിലെ തുടങ്ങുമായിരു ന്നു. ഉച്ചയ്ക്ക് ഒരു മണിക്കൂർ വിശ്രമസമയം അനുവദിച്ചിരുന്നു. എല്ലാ ദിവസവും കഞ്ഞിയിലും കാപ്പിയിലും ഒഴിച്ചു കഴിക്കാൻ നെയ്യ് കൊടു ത്തിരുന്നു. നെയ്യ് അവരവർ സൂക്ഷിച്ച് ഉപയോഗിക്കണം എന്നതായിരുന്നു വ്യവസ്ഥ. പതിനഞ്ച് ദിവസം കഴിഞ്ഞപ്പോഴേക്കും ദിവസവും രാവിലെ മൂന്നരമണിക്ക് അഭ്യാസം തുടങ്ങും. അതുകൊണ്ട് രാവിലെ രണ്ട് മണിക്ക് തന്നെ എഴുന്നേല്ക്കണം. നിലവിളക്കിൽ നീട്ടി തിരിയിട്ട് കളരിയുടെ നടു വിൽ കത്തിച്ചുവെക്കും വെളിച്ചത്തിനായി. പിന്നെ പ്രാഥമിക കർമ്മങ്ങൾക്ക് പുറത്ത് പോകുമ്പോഴും ഒരു തിരി കത്തിച്ചാണ് പോകുന്നത്. പതിനഞ്ച് ദിവസം കഴിഞ്ഞപ്പോൾ കച്ചകെട്ടലും മെഴുക്കിടലും സ്വന്തമായി ചെയ്യാം എന്ന അവസ്ഥയായി. അങ്ങനെ എല്ലാവരും ഗുരുനാഥന്റെ സഹായമി ല്ലാതെ ചെയ്തു തുടങ്ങി. അഭ്യാസരീതിയിൽ പലതും കളരിപ്പയറ്റിന്റേതു കൂടി ആയിരുന്നു. ചില ചാട്ടങ്ങൾ കളരിപ്പയറ്റിൽ നിന്നാണ് കഥകളി കടം കൊണ്ടത്. കഥകളി കളരിപ്പയറ്റുമായുള്ള ബന്ധം തെളിയിക്കുന്നതാണ്, ഇവ. പിന്നെ 'ധി ത ത ത' എന്ന് പതിഞ്ഞ കാലത്തിൽ തുടങ്ങി ഓരോരു ത്തരും ഒന്നാംകാലം, രണ്ടാംകാലം, മൂന്നാംകാലം, നാലാംകാലം എന്നി ങ്ങനെ ആരോഹണ അവരോഹണ ക്രമത്തിൽ ചവിട്ടണം. താളം ചവിട്ടു മ്പോൾ പറഞ്ഞുവേണം ചവിട്ടാൻ. ചുഴിപ്പ്, കരണം മറിയുക എന്നിവയും പരിശീലിക്കണം. വല്ല പിഴവും പറ്റിയാൽ താളം പിടിക്കുന്ന പുലിമുട്ടി കൊണ്ട് അരയ്ക്ക് താഴെ എവിടെ വേണമെങ്കിലും അടികിട്ടാം. കഷ്ടിച്ച് അഞ്ചു മണിക്കൂറിൽക്കുറവാണ് ഉറക്കം. കളരിയിൽ വൈകി എത്തിയാൽ പുലിമുട്ടി പ്രയോഗം ഉണ്ടാകും. ഓണക്കാലത്ത് പത്ത് ദിവസം അവധി കിട്ടും. ഓണപ്പുടവയായി ഒരു മുണ്ടും തോർത്തും എഴുന്നള്ളിയേടത്ത് എല്ലാ കുട്ടികൾക്കും കൊടുക്കും. അഭ്യാസം പുരോഗമിക്കുന്നമുറയ്ക്ക് ഒരു പാട്ടുകാരനെയും മദ്ദളക്കാരനെയും ചെണ്ടക്കാരനെയും ആശാൻമാ രായി നിയമിച്ചു. മദ്ദളത്തിന് കൃഷ്ണമ്മാരാർ, ചെണ്ട ഗോവിന്ദമാരാർ, പാട്ട് ചമ്പക്കുളം നാരായണൻ നായർ എന്നിവരായിരുന്നു. ഓണം കഴിഞ്ഞ് അഞ്ച് മാസത്തോളം ഇത്തരത്തിൽ അഭ്യാസം തുടർന്നു. അതിനുശേഷം ചൊല്ലിയാട്ടം ആരംഭിച്ചു. എല്ലാദിവസവും രാത്രിയിൽ ചെണ്ടയും മദ്ദളവും ഇല്ലാതെ പുലിമുട്ടിയിൽ കൊട്ടിയാണ് ചൊല്ലിയാടുന്നത്. തുടർന്ന് ഓരോ കഥ ചൊല്ലിയാടാൻ തുടങ്ങും. തിരശ്ശീല പിടിച്ച് വേഷം ഇല്ലാതെ കച്ച കെട്ടിയാണ് ചൊല്ലിയാടുന്നത്. കത്തി, താടി മുതലായ തിരനോക്കുവേ

ഷങ്ങൾക്കും തിരനോട്ടം. ഇരുന്നാട്ടം, അലർച്ച എന്നിവയും ശീലിക്കും. ചൊല്ലിയാട്ടം കഴിഞ്ഞാൽ കുറച്ചുദിവസം അവധി കിട്ടും. ചില ദിവസവും കൃഷ്ണൻ വീട്ടിൽപോകും. കൃഷ്ണന്റെ വീട്ടിലെ ബുദ്ധിമുട്ട് അറിയാവു ന്നതുകൊണ്ട് കളരിയിൽത്തന്നെ താമസിക്കാൻ അനുവദിച്ചിരുന്നു. വാര ണംകോട്ടെ കുട്ടികളുടെ കാര്യം നോക്കാൻ കൃഷ്ണനെയാണ് എഴുന്ന ള്ളിയേടത്ത് ചുമതലപ്പെടുത്തിയിരുന്നത്.

അരങ്ങേറ്റം

അരങ്ങേറ്റം അടുക്കാറായി. അതിന്റെ പിരിമുറുക്കം കൃഷ്ണനിലും ഉണ്ടായി. കളരി തുടങ്ങുമ്പോൾ പതിമൂന്ന് കുട്ടികൾ ഉണ്ടായിരുന്നു എങ്കിലും ഇപ്പോൾ അത് ഒൻപത് പേരായി ചുരുങ്ങി. അഭ്യസനത്തിന്റെ കാഠിന്യം സഹിക്കവയ്യാതെ പലരും ഗുരുനാഥനോടുപോലും പറയാതെ യാണ് പോയത്. രണ്ടാംവർഷത്തിലും കളരി വേണമെന്ന് മനയ്ക്കൽ നിന്ന് തീരുമാനമായി. രണ്ടാം വർഷം ആദ്യം ആയിരുന്നു കൃഷ്ണന്റെ അര ങ്ങേറ്റം. കല്യാണസൗഗന്ധികത്തിലെ കൃഷ്ണൻ ആയിരുന്നുവേഷം. നാരായണൻകുട്ടി എഴുന്നള്ളിയേടത്തായിരുന്നു കൃഷ്ണന്റെ വേഷം നിശ്ച യിച്ചത്. കൃഷ്ണനാണെങ്കിൽ അതുവരെ കുട്ടിത്തരം സ്ത്രീവേഷങ്ങളാണ് പഠിച്ചിരുന്നത്. എഴുന്നള്ളിയേടത്തിന്റെ കല്പനപ്രകാരം അരങ്ങേറ്റത്തി നുള്ള ഭാഗം കൃഷ്ണൻ പഠിക്കാൻ തുടങ്ങി. വാരണംകോട്ടെ നടുമുറ്റ ത്തുവെച്ചായിരുന്നു അരങ്ങേറ്റം. മനയ്ക്കലെ എഴുന്നള്ളിയേടത്തുമാരും അന്തർജ്ജനങ്ങളും ധാരാളം നമ്പൂതിരിമാരും മറ്റു കുട്ടികളുടെ രക്ഷാ കർത്താക്കളും കൃഷ്ണന്റെ അച്ഛനും അമ്മയും എല്ലാം കളികാണാൻ എത്തിയിരുന്നു. നാരായണൻ നായർ ധർമ്മപുത്രർ, മറ്റൊരു വിദ്യാർത്ഥി പാഞ്ചാലി, അടുക്കാടൻ കൃഷ്ണൻ നായർ ആദ്യത്തെ ഭീമൻ, ചന്തുപ്പ ണിക്കർ രണ്ടാമത്തെ ഭീമൻ, അച്ചുപ്പണിക്കരുടെ ജഡാസുരൻ ഇത്രയുമാ യിരുന്നു വേഷം. കളരിയിൽ പഠിപ്പിച്ചതും ചൊല്ലിയാടിച്ചതുമെല്ലാം തെറ്റു കൂടാതെ അരങ്ങത്ത് ചെയ്യാൻ കൃഷ്ണന് സാധിച്ചു. കഥാപാത്രത്തെ ഉൾക്കൊണ്ട് അഭിനയിക്കാനുള്ള പക്വത കൃഷ്ണന് അന്ന് ആയിരുന്നില്ല. വേഷം കണ്ടിട്ട് "നിന്നെ എനിക്ക് തിരിഞ്ഞിട്ടേയില്ല" അമ്മ അവനോടു പറഞ്ഞു. കൈ കണ്ടിട്ടാണ് നീയാണ് എന്ന് മനസ്സിലായത്. അമ്മയുടെ മുഖത്ത് ഒരു സംതൃപ്തി അവൻ കണ്ടു. ജീവിതത്തിൽ ഇന്നുവരെ സ്വസ്ഥത എന്തെന്ന് അറിഞ്ഞിട്ടില്ലാത്ത അവരുടെ മുഖത്ത് വിജയഭാവം. ഈ നേട്ടം അവർക്കുമാത്രം അവകാശപ്പെട്ടതാണ് എന്ന് കൃഷ്ണന് അറി യാം. ആ മനസ്സിന്റെ ഇരമ്പൽ അവന് കേൾക്കാമായിരുന്നു. പുറമേയ്ക്ക് ശാന്തമായിരുന്നു ആ ഭാവം. അമ്മയുടെ മുഖത്തെ സംതൃപ്തി അവന് വല്ലാത്ത ഊർജ്ജം പകർന്നു.

കളിയോഗം പിരിച്ചുവിട്ടുകഴിഞ്ഞാൽ പിന്നെ കളിയോഗക്കാർ വീട്ടിൽ പോകാറാണു പതിവ്. പക്ഷേ, കൃഷ്ണൻ വീട്ടിൽ പോകാറില്ല. പോയാൽ

തന്നെ അധികം നില്ക്കാറില്ല. അമ്മയെക്കണ്ട് ഒരുദിവസം അമ്മയുടെ കൂടെ കഴിഞ്ഞ് പിറ്റേദിവസം വാരണംകോട്ടെത്തും. എഴുന്നള്ളിയേട ത്തിനും പടിയിലമ്മയ്ക്കും (എഴുന്നള്ളിയേടത്തിന്റെ വേലി) കൃഷ്ണനെ വലിയ കാര്യമായിരുന്നു. കൃഷ്ണനെ ഒരിക്കലും ഒരുവാല്യക്കാരനായി അവർ കണ്ടിരുന്നില്ല. മനയ്ക്കലെ കുട്ടികളും കൃഷ്ണനെ അതുപോലെ യായിരുന്നു കണ്ടിരുന്നത്. അവന് ആദ്യമായി ഒരു ഷർട്ട് കിട്ടുന്നത് ഈ കാലത്താണ്. ഒരു മുറിക്കെ ഷർട്ട്. ആ ഷർട്ടുമിട്ടുകൊണ്ട് അവൻ അമ്മ യെകാണാൻ പോയി. നാട്ടിൽ ഗമയിൽ തെക്കോട്ടും വടക്കോട്ടും നടന്നു. ആദ്യ വർഷത്തെ കഥകളി സീസൺ കഴിഞ്ഞായിരുന്നു വാരണംകോട്ട് കളിയാട്ടം. നാട്ടിലാകെ ഉൽസവപ്രതീതി. മനസ്സിൽ പരദേവതയെ കുടി യിരുത്തി നാടിന്റെയും വീടിന്റെയും ഐശ്വര്യത്തിനുവേണ്ടി സകലരും പ്രാർത്ഥിക്കുന്നകാലം. കൃഷ്ണന് ഇത് അവധിക്കാലത്തെ ഒരു പഠനക്ലാസ് ആയിരുന്നു. തെയ്യക്കാരുടെ താളവും അവരുടെ ചലനങ്ങളും അവൻ മന സ്സിലാക്കി. അഭിനയത്തിന്റെ ചടുലതാളവും വശ്യസൗന്ദര്യവും അവനി ലേക്ക് ആവാഹിക്കപ്പെട്ടത് ഈ കളിയാട്ടക്കാലത്തെ ഉത്സവപറമ്പിൽ നിന്നും കാവുവട്ടങ്ങളിൽ നിന്നുമാണ്. പിന്നെയും നാലുമാസത്തോളം കളിയോഗം നടന്നു. എങ്കിലും കാര്യമായ പ്രതിഫലം ഒന്നും കിട്ടിയില്ല. അരങ്ങിൽ വെച്ച് ആരെങ്കിലും നല്കുന്ന സമ്മാനത്തുക മാത്രമായിരുന്നു കൈയിലുണ്ടായിരുന്നത്. അതാണെങ്കിൽ അരരൂപ, കാൽ രൂപ എന്നി ങ്ങനെ ആയിരുന്നു. അവന് മറ്റു ചെലവുകൾ ഒന്നും ഇല്ലാതിരുന്നതു കൊണ്ട് മിച്ചം വെക്കുന്ന പൈസ എല്ലാം അമ്മയെ ഏല്പിക്കും.അത് അവർക്ക് വലിയൊരു ആശ്വാസമായിരുന്നു.

നാരായണൻ കുഞ്ഞി എഴുന്നള്ളിയേടത്താണ് കൃഷ്ണനിലെ കലാ കാരനെ ആദ്യം തിരിച്ചറിഞ്ഞത്. ചന്തുപ്പണിക്കരോട് കൃഷ്ണന്റെ കാര്യ ത്തിൽ പ്രത്യേകം താല്പര്യം എടുക്കണം എന്ന് അദ്ദേഹം ആവശ്യപ്പെ ട്ടു. അവന്റെ മുഖത്ത് ഭാവങ്ങൾ വരുന്നുണ്ടെന്നും നല്ല വേഷപ്പകർച്ച ഉണ്ടെന്നും സ്ത്രീവേഷങ്ങളിൽ അവൻ ശോഭിക്കുന്നുണ്ടെന്നും ചന്തുപ്പ ണിക്കരോട് അദ്ദേഹം പറഞ്ഞു. "അവന്റെ കാര്യത്തിൽ ഞാൻ ശ്രദ്ധവ ച്ചോളാം" എന്ന് ചന്തുപ്പണിക്കർ ഉറപ്പുനല്കി. അടുത്ത മിഥുനത്തിൽ അഭ്യാസം ആരംഭിക്കാം എന്ന് ധാരണയായി. കഴിഞ്ഞ വർഷത്തെ മൂന്നു കുട്ടികൾ മാത്രമേ അവശേഷിക്കുന്നുള്ളൂ.

പുതിയ അദ്ധ്യയന കാലം

അടുത്ത അദ്ധ്യയനവർഷം കൂടുതൽ നിഷ്ഠയോടെ കണ്ണുസാധ കവും അഭ്യാസവും ആരംഭിച്ചു. അഞ്ചുകുട്ടികൾ കൂടി പുതുതായി വന്നു, അഭ്യാസം മുറയ്ക്ക് പുരോഗമിച്ചപ്പോൾ കൃഷ്ണന് രണ്ടാംതരം ഇടത്തരം വേഷങ്ങളും ചുരുക്കം ചില ആദ്യാവസാന സ്ത്രീവേഷങ്ങളും ചെയ്യാ റായി. കൂടാതെ കുട്ടിത്തരം, ഇടത്തരം പുരുഷവേഷങ്ങളും ഈസമയത്ത് ചൊല്ലിയാടി. നരകാസുരവധത്തിലെ ലളിത ചൊല്ലിയാടുന്ന ദിവസം. "നൂനം സഹിക്കാവതല്ല നാളീകായതാക്ഷ," എന്ന ഭാഗം കൃഷ്ണന് തെറ്റി. ചന്തുപ്പണിക്കരാശാന് ദേഷ്യം വരുകയും കൃഷ്ണന്റെ കുടുമയിൽ പിടിച്ച് ചുഴറ്റി എറിയുകയും ചെയ്തു. ദൂരെ തെറിച്ചു വീണ കൃഷ്ണന്റെ ബോധം നഷ്ടപ്പെട്ടു. ചന്തുപ്പണിക്കരുടെ സഹായി നാരായണൻ നായർ ഓടിച്ചെന്ന് കൃഷ്ണനെ എടുത്ത് മുഖത്ത് വെള്ളം തളിച്ചു. അപ്പോഴേക്കും കൃഷ്ണന് ബോധം വന്നു. കുട്ടികൾക്ക് പിഴച്ചാൽ നിയന്ത്രണം വിടുന്ന സ്വഭാവക്കാ രനാണ് ചന്തുപ്പണിക്കരാശാൻ. ഒരു ദാക്ഷണ്യവുമില്ലാതെ ശിക്ഷിക്കുമാ യിരുന്നു അദ്ദേഹം. ഇന്ന് കൃഷ്ണന്റെ ഊഴമായി എന്നു മാത്രമേ ഉള്ളൂ. ആശാന്റെ കൈയുടെ ചൂടറിയാത്തവർ ആ കളരിയിൽ ആരുമില്ല. സംഭവം നാരായണൻ കുട്ടി എഴുന്നള്ളിയേടത്തിന്റെ ചെവിയിലെത്തി. അദ്ദേഹം കളരിയിൽ വന്ന് ചന്തുപ്പണിക്കരെ ശാസിച്ചു. "ഇത്തരത്തിൽ കുട്ടികളെ ശിക്ഷിച്ച് എന്തെങ്കിലും സംഭവിച്ചാൽ ആര് ഉത്തരം പറയും." എന്ന് അദ്ദേഹം ചോദിച്ചു. അതുകൊണ്ട് കളരിയും അഭ്യാസവും ഒന്നുംവേണ്ട എല്ലാം നിർത്തുകയാണെന്ന് പറഞ്ഞ് അദ്ദേഹം തിരിച്ചു പോയി. ഈ സമ യത്ത് ബോധം വീണ കൃഷ്ണനെ ഗുരുനാഥൻ അടുത്തുവിളിച്ച് ആശ്വ സിപ്പിച്ചു. അദ്ദേഹത്തിന്റെ സാന്ത്വനംകൂടി ആയപ്പോൾ കൃഷ്ണൻ എല്ലാ നിയന്ത്രണവും വിട്ടുകരഞ്ഞു. 'നീ പോയി വല്ലതും കഴിക്ക' എന്ന് പറഞ്ഞ്

കലാമണ്ഡലം കൃഷ്ണൻ നായർ

ചന്തുപ്പണിക്കർ കൃഷ്ണനെ അയച്ചു. കൃഷ്ണൻ നേരെ എഴുന്നള്ളിയേട
ത്തിന്റെ അടുത്തേക്കാണ് പോയത്. തെറ്റ് എന്റെതാണെന്നും കളരി നിർത്ത
രുതെന്നും അവൻ അഭ്യർത്ഥിച്ചു. കളരി നിർത്തിയാൽ തന്നെപ്പോലുള്ള പാവം
കുട്ടികൾ കഷ്ടത്തിലാവുമെന്നും കൃഷ്ണൻ കരഞ്ഞു പറഞ്ഞു. എഴുന്ന
ള്ളിയേടത്ത് ചന്തുപ്പണിക്കരെ വിളിച്ച് മേലിൽ ഇത്തരം സംഭവങ്ങൾ ഉണ്ടാ
കരുതെന്ന് ശാസനാരൂപത്തിൽ പറഞ്ഞ് കളരി ആരംഭിക്കാൻ നിർദ്ദേശിച്ചു.

കഴിഞ്ഞ വർഷത്തെ കുട്ടികളായി കൃഷ്ണനെ കൂടാതെ കളരിയിലു
ള്ളത് ശങ്കരനും ചന്തുവുമാണ്. ചന്തുവിന് താളബോധം കുറവാണ് എന്ന്
പറഞ്ഞ് അവനെ പറഞ്ഞുവിട്ടു. കൃഷ്ണന് പതിനാല് വയസ്സായി ചൊല്ലി
യാട്ടം പുരോഗമിച്ചുകൊണ്ടിരുന്നു. പക്ഷേ, കഷ്ടകാലം കൃഷ്ണനെ വിട്ടു

പോയില്ല. ഒരു ദിവസം ചൊല്ലിയാടിക്കൊണ്ടിരിക്കെ കൃഷ്ണന്റെ കാലിന്റെ എല്ലുപൊട്ടി. നിലവിളിച്ചുകരയുന്ന കൃഷ്ണനെ നാരായണൻ നായർ എടുത്ത് വാരണംകോട്ട് മനയ്ക്കലെ ഉമ്മറത്ത് കിടത്തി. പ്രാണൻ പോകുന്ന വേദനയിൽ അവൻ അലറി വിളിച്ചു. എഴുന്നള്ളിയേടത്ത് ഒരു കത്ത് കൊടുത്ത് കാര്യസ്ഥനെ ചന്തൻ എന്ന വൈദ്യരുടെ അടുത്തേക്ക യച്ചു. ചന്തൻ എല്ലുരോഗങ്ങൾക്ക് ചികിത്സിക്കുന്ന വൈദ്യൻ ആയിരുന്നു. അത്യാവശ്യം ചികിത്സയ്ക്ക് ആവശ്യമുള്ള മരുന്നുകളുമായി എത്തി ചികിത്സ ആരംഭിച്ചു. തിരിശ്ശീലയും മുളംചീളും കൊണ്ട് പൊട്ടിയ എല്ല് പിടിച്ചിട്ട് കെട്ടിയ ശേഷം പച്ചിലമരുന്ന് ധാരയായി ഒഴിച്ചു. പോകുന്നതി നുമുൻപ് വൈദ്യർ വാരണംകോട്ട് അധികാരിയോട് 'ഇത് അടിയൻ ശരി യാക്കിത്തരാം' എന്നുപറഞ്ഞു. രണ്ടുദിവസം കഴിഞ്ഞ് വൈദ്യർ വീണ്ടും വന്നാണ് യഥാർത്ഥ ചികിത്സ തുടങ്ങിയത്. ഈ സമയത്തെല്ലാം കൃഷ്ണന്റെ അമ്മയും വാരണംകോട്ടാണ് താമസിച്ചത്. രണ്ട് മാസം എടുത്തു കാൽ തറയിൽ തൊടുന്ന അവസ്ഥയിലെത്താൻ. പൂർണ്ണമായി സുഖപ്പെടാൻ ആറുമാസം വേണ്ടിവന്നു. എഴുന്നള്ളിയേടത്ത് ചന്തൻ വൈദ്യർക്ക് ഒരേക്കർ സ്ഥലം കരം ഒഴിവാക്കി എഴുതിക്കൊടുത്തു. അസുഖം വന്ന് കിടന്ന സമയം മുഴുവൻ വാരണംകോട്ട് മനയുടെ പൂർണ്ണ സംരക്ഷണത്തിലായിരുന്നു കൃഷ്ണൻ. കാൽ സുഖം പ്രാപിച്ചു. ഒരുവിധം കളരിയിൽ അഭ്യസിക്കാം എന്ന അവസ്ഥയായി. അതാവരുന്നു അടുത്ത ഇടിത്തീ. വാരണംകോട്ട് കളിയോഗം നിർത്തി. അപ്പോഴേക്കും കൃഷ്ണന് വയസ്സ് പതിനഞ്ചായി.

മയ്യഴിയിൽ വാചാലകൃഷ്ണൻ ആയിടയ്ക്കാണ് ഒരു കളിയോഗം ആരംഭിച്ചത്. പ്രധാന ആശാനായി നിശ്ചയിച്ചിരുന്നത് കാവുങ്കൽ ശങ്കര പ്പണിക്കരെ ആയിരുന്നു. വെള്ളിനേഴി നാരായണപ്പണിക്കരടക്കും മറ്റ് ചില വെള്ളിനേഴിക്കാരായിരുന്നു ആ സംഘത്തിൽ ഉണ്ടായിരുന്നത്. കൃഷ്ണന് ഈ കളിയോഗത്തിലേക്ക് ക്ഷണം കിട്ടി. എഴുന്നള്ളിയേടത്തിന്റെ അനു ഗ്രഹത്തോടും അനുവാദത്തോടും കൂടി കൃഷ്ണൻ മയ്യഴി കളിയോഗ ത്തിൽ ചേർന്നു. സ്ത്രീവേഷവും വല്ലപ്പോഴും വീണുകിട്ടുന്ന പുരുഷവേ ഷവും ആണ് കൃഷ്ണൻ കെട്ടാറ്. ഈ കളിയോഗത്തിന്റെ വക ഒരു കളി കടത്തനാട്ടു കോവിലകത്ത് വെച്ചുനടന്നു. കോവിലകത്തെ വലിയ തമ്പു രാന് നരകാസുരവധത്തിലെ ലളിതയുടെ വേഷം കാണണമെന്ന് അതി യായ മോഹം. ഈ വേഷം ചൊല്ലിയാടുമ്പോഴായിരുന്നു ഗുരുനാഥൻ കൃഷ്ണനെ ചുഴറ്റി എറിഞ്ഞ് ബോധംകെട്ട സംഭവം ഉണ്ടായത്. അതു കൊണ്ടുതന്നെ കൃഷ്ണന്റെ ജീവിതത്തിൽ ഒരുപാട് പ്രാധാന്യമുള്ള ഒരു ഭാഗമാണ് നരകാസുരവധത്തിലെ ലളിത. ആദ്യകാലത്ത് കൃഷ്ണന്റെ പ്രധാന വേഷങ്ങളിൽ ഒന്നായിരുന്നു ഇത്. കടത്തനാടൻ കോവിലകത്തെ തമ്പുരാന് ലളിതയുടെ വേഷം ഏറെ ഇഷ്ടപ്പെട്ടു. ഗുരുനിന്ദ കാണിച്ചിട്ടി ല്ലാത്തതുകൊണ്ടും ഗുരുവിന്റെ അനുഗ്രഹംകൊണ്ടും ആ വേഷം അര ങ്ങത്ത് ഭംഗിയായി അവതരിപ്പിക്കാൻ കൃഷ്ണന് കഴിഞ്ഞു. സംതൃപ്ത

നായ തമ്പുരാൻ അരങ്ങത്തുവെച്ച് ഒരുറുപ്പിക സമ്മാനമായി നല്കി. നന്നായി വരണം എന്ന് പറഞ്ഞ് തലയിൽ കൈവച്ച് അനുഗ്രഹിച്ചു.

മൂന്നുമാസത്തോളം ഈ കളിയോഗവുമായി കൃഷ്ണൻ സഹകരിച്ചു. ഈ സമയത്ത് എട്ട് ഉറുപ്പികയായിരുന്നു കൃഷ്ണന്റെ ശമ്പളം. പതിഞ്ഞ പദമുള്ള വേഷങ്ങൾക്കൊപ്പം സ്ത്രീവേഷവും ആയിരുന്നു കൃഷ്ണൻ അക്കാലത്ത് ചെയ്തിരുന്നത്. കടലാടി ഉത്സവത്തോടനുബന്ധിച്ച് അഞ്ചു ദിവസം കൃഷ്ണന് വേഷം ഉണ്ടായിരുന്നു. ഈ കളികാണാൻ ഗുരുനാ ഥൻ ചന്തുപ്പണിക്കരാശാനും എത്തിയിരുന്നു. സുന്ദരബ്രാഹ്മണൻ, സന്താനഗോപാലത്തിലെ ബ്രാഹ്മണൻ, ബാലി വിജയത്തിലെ നാരദൻ, ദുർവ്വാസാവ് തുടങ്ങി നിരവധി വേഷങ്ങൾ ചന്തുപ്പണിക്കരും അന്നവിടെ അവതരിപ്പിച്ചു. ചന്തുപ്പണിക്കരുടെ വേഷങ്ങൾ ഒന്നിനൊന്നു മെച്ചപ്പെട്ട വയായിരുന്നു. ചിറയ്ക്കൽ തമ്പുരാൻ നിർദ്ദേശിച്ചതുകൊണ്ട് കടലാടി അമ്പലത്തിലെ നാലാം ഉത്സവത്തിന് കൃഷ്ണൻ നരകാസുരവധത്തിലെ ലളിതയാണ് കെട്ടിയത്. വേഷം കഴിഞ്ഞ് കൃഷ്ണനെ ചിറയ്ക്കൽ തമ്പു രാൻ വിളിപ്പിച്ചു. തമ്പുരാൻ കൃഷ്ണനെ അഭിനന്ദിച്ചു. വള്ളത്തോളും മുകു ന്ദരാജാവും വന്നിട്ടുണ്ടെന്നും കൃഷ്ണനെ അവർക്ക് കാണണമെന്നും പറ ഞ്ഞു. കൃഷ്ണൻ അവരുടെ മുൻപിൽ എത്തി രണ്ടുപേരും കൃഷ്ണനോട് കഥകളി വിദ്യാഭ്യാസം സംബന്ധിച്ച കാര്യങ്ങൾ ചോദിച്ചറിഞ്ഞു. തുടർന്നു പഠിക്കാൻ താല്പര്യമുണ്ടോ എന്ന് വള്ളത്തോൾ കൃഷ്ണനോട് ചോദി ച്ചു. താല്പര്യമുണ്ടെന്ന് കൃഷ്ണൻ മറുപടി കൊടുത്തു. വാരണംകോട്ടെ മനയ്ക്കലെ ആശ്രിതനാണ് എന്ന കാര്യവും സംസാരത്തിനിടയിൽ കൃഷ്ണൻ അറിയിച്ചു. വാരണംകോട്ടെ കളിയോഗം നിർത്തിയ സാഹച ര്യത്തിൽ കൊച്ചിരാജ്യത്ത് കലാമണ്ഡലം എന്നൊരു സ്ഥാപനം ഉണ്ടെന്നും അവിടെ പഠിക്കാൻ വരുമോ എന്നും രണ്ടുപേരും കൃഷ്ണനോട് ചോദിച്ചു. കൃഷ്ണൻ സമ്മതം മൂളി. മനയ്ക്കലെ അനുവാദം വാങ്ങണമെന്നും അവൻ പറഞ്ഞു. വള്ളത്തോളും മുകുന്ദരാജാവും ചിറയ്ക്കൽ വന്നത് കലാമണ്ഡ ലത്തിന്റെ ധനശേഖരണാർത്ഥം നടത്തുന്ന ഭാഗ്യക്കുറി ടിക്കറ്റ് വില്ക്കാ നാണ്. ഈ കൂടിക്കാഴ്ച കൃഷ്ണന്റെ ജീവിതത്തിലെ വലിയ ഒരു വഴി ത്തിരിവായി. കേട്ടവരെല്ലാം ഈ ക്ഷണം ലഭിച്ചത് ഭാഗ്യമാണെന്നു പറഞ്ഞു.

കളിയോഗത്തിന്റെ ആ വർഷത്തെ കളികഴിഞ്ഞു. ശമ്പളമായി കിട്ടിയ 24 രൂപയും സമ്മാനമായി കിട്ടിയ 70 രൂപയും കൃഷ്ണന്റെ കൈയിൽ ഉണ്ടായിരുന്നു. കൃഷ്ണൻ വാരണംകോട്ട് പോയി വിവരങ്ങൾ പറഞ്ഞു. കളിയോഗം പിരിച്ചുവിട്ട കാര്യം പറഞ്ഞപ്പോൾ മനയ്ക്കൽ താമസിക്കാൻ നിർബ്ബന്ധിച്ചു. കൃഷ്ണൻ അത് സമ്മതിച്ചു. അനുവാദം വാങ്ങി അമ്മയെ കാണാനായി പോയി.

സിംഗപ്പൂരിൽ പോയ ചേട്ടന്റെ ഒരുവിവരവും ലഭിക്കാതെ വിഷമിച്ചി രിക്കുന്ന അമ്മയോട് കൃഷ്ണൻ കലാമണ്ഡലത്തിൽ പഠിക്കാൻ പോകുന്ന കാര്യം പറഞ്ഞപ്പോൾ അമ്മയ്ക്ക് സങ്കടം ഇരട്ടിച്ചു. അനുവാദം വാങ്ങാൻ കൃഷ്ണൻ അച്ഛന്റെ വീട്ടിലേക്ക് പോയി. ഈ യാത്രാമധ്യേ അവന്റെ മന

സ്സിനെ അലോസരപ്പെടുത്തിയത് അമ്മയുടെ ദുരിതവും ഒറ്റപ്പെടലുമാണ്. 'ഞാൻ കലാമണ്ഡലത്തിൽ പഠിക്കാൻ പോയാൽ അമ്മ തീർത്തും ഒറ്റ പ്പെടും' എന്ന് അവൻ ഭയന്നു. ഈ സമയത്ത് അച്ഛൻ വീട്ടിൽ വന്ന് താമ സിക്കുകയാണെങ്കിൽ അമ്മയ്ക്ക് ഒരു കൂട്ടും ആശ്വാസവും ആകും എന്ന് കൃഷ്ണന് തോന്നി. അച്ഛനോട് ഈ വിഷയം അവതരിപ്പിക്കാൻ മകനെന്ന രീതിയിൽ പരിമിതി ഉള്ളതുകാരണം. അച്ഛന്റെ മൂത്തസഹോദരിയോട് പറഞ്ഞു. കൃഷ്ണന്റെ വല്യമ്മയ്ക്കും ഇതേ അഭിപ്രായമാണ് ഉള്ളത്. "നാളെ ഒരുകാലത്ത് ഇവന് ഒരു ഗ്ലാസ് വെള്ളമെടുത്തുകൊടുക്കാൻ ആരു മുണ്ടാകില്ല." വല്യമ്മ പറഞ്ഞു. ഏഴ് മംഗലം കഴിച്ചു. നിന്റെ അച്ഛന് ആകെ നീ ഒരുത്തനെ മോനായിട്ടുള്ളൂ. ഓൻ നിന്റെ അമ്മേന്റെ ഒപ്പം ആണ് നിക്കേണ്ടത്. ഞാനിനി എത്രകാലം." വല്യമ്മ അച്ഛനോട് വിവരം പറഞ്ഞു എങ്കിലും അദ്ദേഹം മറുപടി ഒന്നും പറഞ്ഞില്ല. പിറ്റേ ദിവസം പുറപ്പെ ടാൻ നേരം അച്ഛൻ കൃഷ്ണനോടു പറഞ്ഞു. "നീ നിന്റെ അമ്മേന്റെ വിവരം അറിഞ്ഞിട്ടുപര. എന്നിട്ട് വേണ്ടത് ചെയ്യാം." തിരിച്ചെത്തിയ കൃഷ്ണൻ അമ്മയെ വളരെ അധികം നിർബ്ബന്ധിച്ചു. "നീ പോവുവല്ലേ. വരുവാണെ ങ്കിൽ വന്നോട്ട്." മാധവി അമ്മ അരസമ്മതം മൂളി. പിറ്റേദിവസം കൃഷ്ണൻ അച്ഛന്റെ വീട്ടിൽ പോയി സഹോദരിയോടു വിവരം പറഞ്ഞു. ഇരുവരും കൂടി അതിയേടത്ത് താമസിക്കുന്ന മൂത്തസഹോദരിയെക്കണ്ട് കാര്യം അറി യിച്ചു. അവരുടെ ഭർത്താവ് അംശാധികാരിയായിരുന്നു. നല്ല പ്രായം ഉണ്ടാ യിരുന്നു അദ്ദേഹത്തിന്, കഥകളി കമ്പക്കാരനായ അദ്ദേഹം കഥകളിയെ ക്കുറിച്ചും കലാമണ്ഡലത്തെ കുറിച്ചും ദീർഘനേരം സംസാരിച്ചു. വന്ന കാര്യം കൃഷ്ണനും വല്യമ്മയും പറഞ്ഞപ്പോൾ "കുഞ്ഞാതിയും നാരാ യണനും ലോഹ്യായിറ്റ് കയിയെന്നെയാണ് വേണ്ടത്." അവർ ഒരേ സ്വര ത്തിൽ പറഞ്ഞു. കാര്യങ്ങൾ ഇത്രയുമായ സ്ഥിതിക്ക് ഒന്നുംവെച്ചുനീട്ടേണ്ട നാളെത്തന്നെ ആകട്ടെ എന്ന് എല്ലാവരും തീരുമാനിച്ചു. കൃഷ്ണൻ വീട്ടി ലേക്ക് ഓടി കാഞ്ഞിരംകോട്ട്കാരെ സ്വീകരിക്കാനുള്ള മോടി ഒന്നും പു തിയേടത്ത് വീടിനില്ല. വീടിന്റെ സ്ഥിതി വളരെ പരിതാപകരമായിരുന്നു. ഇരിക്കാൻ കസേരയോ പായയോ പോലും ഇല്ലായിരുന്നു. കൃഷ്ണന്റെ ഉത്സാഹത്തിന് ഒരു കുറവും ഉണ്ടായിരുന്നില്ല. വരുന്നവർക്ക് ഇരിക്കാൻ അടുത്തവീട്ടിൽ നിന്ന് രണ്ട് കസേരയും പായും കൃഷ്ണൻ കടം വാങ്ങി. വീടും പരിസരവും അടിച്ചുവൃത്തിയാക്കി. ഉച്ചയുണ്ണിന് സദ്യയുടെ സാധ നങ്ങൾ എല്ലാം വാങ്ങാൻ വേണ്ട ഏർപ്പാട് ചെയ്തു. കളിച്ചുകിട്ടിയ പൈസ അമ്മയുടെ കൈയിൽ ഉണ്ടായിരുന്നതുകൊണ്ട് ഒന്നിനും ബുദ്ധിമുട്ടില്ലാ യിരുന്നു.

ആ വീട് ഒരുങ്ങുകയാണ്. അമ്മയ്ക്ക് അച്ഛൻ പുടവ കൊടുക്കുന്ന തിന് മകൻ മുൻകൈ എടുക്കുന്നു എന്ന സമാനതകളില്ലാത്ത അപൂർവ്വ തയ്ക്ക്. അവിടെ എല്ലാം കൃഷ്ണന്റെ കാർമ്മികത്വത്തിലും മേൽനോട്ട ത്തിലുമാണ് നടന്നത്. പതിനഞ്ചു വയസ്സുകാരന്റെ പ്രായത്തെക്കാളും കൂടിയ പക്വത അവനുണ്ടായിരുന്നു. അമ്മയോടുള്ള അളവറ്റ കരുതലും

വാത്സല്യവും കാരണം അമ്മയുടെ ഒറ്റപ്പെടൽ അവന് ഒരിക്കലും താങ്ങാ
വുന്ന ഒന്നായിരുന്നില്ല. വാരണംകോട്ട് മനയ്ക്കൽ ഉള്ളവരും നാട്ടുകാരും
കൃഷ്ണന്റെ പ്രവർത്തിയെ അഭിനന്ദിച്ചു. മാസങ്ങൾ കടന്നുപോയി
അച്ഛനും അമ്മയും വീട്ടിലും കൃഷ്ണൻ വാരണംകോട്ടുമായി കഴിച്ചുകൂട്ടി.
കലാമണ്ഡലത്തിൽനിന്ന് അറിയിപ്പൊന്നും ലഭിച്ചില്ല.

സ്റ്റാൻഹാർഡി

ഇന്ത്യൻ സംസ്കാരത്തെയും കലയെയും കുറിച്ച് പഠിക്കാൻ എത്തിയ
വിദേശ വനിതയാണ് സ്റ്റാൻഹാർഡി. അവരുടെ പര്യടനത്തിന്റെ പ്രധാന
ഉദ്ദേശം ക്ഷേത്രശില്പങ്ങൾ, നൃത്തരൂപം എന്നിവയെക്കുറിച്ച് പഠിക്കുകയും
അവ ഫിലിമിൽ പകർത്തുകയുമാണ്. ഇവർ കഥകളിയെക്കുറിച്ച് കേട്ടറി
ഞ്ഞാണ് കേരളത്തിൽ എത്തിയത്. കേരളത്തിൽ വന്ന് കരുണാകര
മേനോൻ എന്ന ഗുരുനാഥനെ കണ്ടെത്തി കഥകളിയെക്കുറിച്ച് അടുത്ത
റിയുകയും മുദ്രകളും ചൊല്ലിയാട്ടവും ഫിലിമിൽ ആക്കുകയുമാണ് ഉദ്ദേ
ശം. ആശാൻ കാണിച്ചുകൊടുക്കുന്നത് ചെയ്യാൻ രണ്ട് ശിഷ്യരെ അവർക്ക്
ആവശ്യമുണ്ട്. ആ ശിഷ്യരെ അന്വേഷിച്ച് അവർ എത്തിയത് വാരണം
കോട്ട് മനയ്ക്കലാണ്. തമ്പുരാനോട് കാര്യം പറഞ്ഞപ്പോൾ കൃഷ്ണ
നെയും മാരാൻ ശങ്കരനെയും അയയ്ക്കാം എന്ന് തമ്പുരാൻ സമ്മതിച്ചു.
അതനുസരിച്ച് കൃഷ്ണൻ അനുവാദം വാങ്ങാൻ അമ്മയുടെ അടുത്തെ
ത്തി. അമ്മയുടെപ്രാരാബ്ധത്തിന് ഒരു കുറവും വന്നിട്ടില്ല. അമ്മ കൃഷ്ണന്
മുൻപിൽ സങ്കടങ്ങൾ നിരത്തി. "അച്ഛനുണ്ടെന്നെയുള്ളൂ പണായിട്ടോ
സഹായയായിട്ടോ ഒന്നൂല്ല." അച്ഛന് ഇപ്പോഴും സഹോദരിമാരും മക്കളു
മാണ് പ്രധാനം. എന്തായാലും വീട്ടിലൊരാളായി എന്നുമാത്രം." അമ്മ
കൃഷ്ണന് പോകാനുള്ള സമ്മതം കൊടുത്തു. മാസത്തിൽ ഒരു തവണ
എങ്കിലും വന്ന് എന്നെ കാണണം എന്ന് അവർ പറഞ്ഞു., പിറ്റെ ദിവസം
തൊട്ട് യാത്ര ആരംഭിച്ചു. ഒരു വാനിലായിരുന്നു യാത്ര. കൃഷ്ണനും, ശങ്ക
രനും കരുണാകരമേനോനും മദാമ്മയും കൂടാതെ ഒരു ഡ്രൈവർകൂടി
ഉണ്ടായിരുന്നു സംഘത്തിൽ. തലശ്ശേരിയിലാണ് ആദ്യം താമസിച്ചത്. താമ
സവും ചുറ്റുപാടും കൃഷ്ണന് നന്നെ ഇഷ്ടപ്പെട്ടു. അരങ്ങത്ത് കെട്ടിയാടാ
നല്ല സ്റ്റാൻഹാർഡി കഥകളി പഠിക്കുന്നത് മറിച്ച് കഥകളിയുടെ എല്ലാവ
ശങ്ങളും മനസ്സിലാക്കുകയാണ് ഉദ്ദേശം. കരുണാകരമേനോന്റെ അഭ്യസനം
തുടങ്ങിയതോടുകൂടി വളരെ സജീവമായി ക്യാമ്പ്. ആദ്യം കൃഷ്ണനെയും
ശങ്കരനെയും പഠിപ്പിക്കും. പിന്നെ ആ പദം തന്നെ പലകുറി പാടി അഭിന
യിച്ച് കാണിക്കും. ശങ്കരനും കൃഷ്ണനും ചെയ്യുന്ന പല പോസുകളും
അവർ ഫിലിമിൽ പകർത്തും. കഥകളി പദം പാടുകയും ചെണ്ടകൊട്ടു
കയും ചെയ്യുമായിരുന്നു അവർ. ഒന്നരമാസത്തോളം തലശ്ശേരിയിൽ താമ
സിച്ചുകൊണ്ട് ഈ അഭ്യസനം തുടർന്നു. ഇവരുടെ അടുത്തലക്ഷ്യം തമി
ഴ്നാടും മൈസൂറും ആണ്. കൃഷ്ണനും ശങ്കരനും കൂടെ വരണമെന്ന്
അവർ ആവശ്യപ്പെട്ടു. വീട്ടിൽ പോയി അനുവാദം വാങ്ങാൻ ഒരാഴ്ചത്തെ

അവധിയും അവർക്ക് കൊടുത്തു. വീട്ടിൽ പോകാൻ നേരം കൃഷ്ണന്റെ കൈയിൽ 200 രൂപ കൊടുത്തു. അവന്റെ ജീവിതത്തിൽ ഇത്രയും തുക ആദ്യമായാണ് ഒരുമിച്ചുകാണുന്നത്. തലശ്ശേരിയിൽനിന്ന് തീവണ്ടിയിലാണ് വീട്ടിലേക്ക് പോയത്. ഏഴിമല റെയിൽവേ സ്റ്റേഷനിൽ ഇറങ്ങി വാരണം കോട്ടേക്കും പിന്നെ വീട്ടിലേക്കും പോയി. അച്ഛന്റെ നിർദ്ദേശപ്രകാരം 100 രൂപ ബാങ്കിൽ നിക്ഷേപിക്കാൻ തീരുമാനിച്ചു. പിറ്റെദിവസം കൃഷ്ണനും അച്ഛനും തളിപ്പറമ്പിൽ പോയി 100 രൂപ ബാങ്കിൽ നിക്ഷേപിച്ചു. കൃഷ്ണന്റെ ആദ്യത്തെ സമ്പാദ്യമായിരുന്നു ഇത്. ബാക്കി തുക ചെല വിനും മറ്റുമായി അമ്മയെ ഏല്പിച്ചു. അഞ്ചാറുദിവസം വാരണകോട്ടും അമ്മയുടെ അടുത്തും കഴിഞ്ഞശേഷം കൃഷ്ണൻ തലശ്ശേരിയിലേക്ക് പോയി. അപ്പോഴേക്കും ശങ്കരനും എത്തിയിരുന്നു. പിറ്റെദിവസം അവർ യാത്ര തിരിച്ചു. കന്യാകുമാരി, ശുചീന്ദ്രം എന്നിവിടങ്ങളിലാണ് ആദ്യം പോയത്. ഇവിടങ്ങളിലെ ക്ഷേത്രങ്ങളുടെയും ഗോപുരങ്ങളുടെയും ശില്പ ങ്ങളുടെയും മുന്നിൽ മുദ്രപിടിച്ചു നില്ക്കണം. സ്റ്റാൻഹാർഡി അതെല്ലാം ഫിലിമിൽ പകർത്തും. മുദ്രയും പോസും തീരുമാനിക്കുന്നത് അവർ തന്നെ യായിരുന്നു. കന്യാകുമാരിയിൽ നിന്ന് നേരെ മൈസൂറിലേക്കാണ് പോയ ത്. അവിടെ നിന്ന് ശ്രാവണബൽഹോളയിലേക്കും പിന്നീട് മദ്രാസിലേക്കും പോയി. രണ്ടരമാസം നീണ്ടു ആ യാത്ര. കൃഷ്ണൻ ഇത്രയും നീണ്ടകാലം അമ്മയെയും വീടും നാടും വിട്ട് നിന്നിട്ടില്ല. അതുകൊണ്ടുതന്നെ വല്ലാതെ അസ്വസ്ഥനായിരുന്നു. നാട്ടിലേക്ക് വിടാൻ ഒട്ടും താല്പര്യമുണ്ടായിരുന്നില്ല അവർക്ക്. പോരാൻ നേരത്ത് 500 രൂപ പ്രതിഫലമായി അവർ കൃഷ്ണന് കൊടുത്തു. വീട്ടിലെത്തി അച്ഛന്റെയും അമ്മയുടെയും കൂടെ കഴിച്ചുകൂട്ടി കൃഷ്ണൻ. 100 രൂപ അമ്മയെ ഏല്പിച്ച് ബാക്കി 400 രൂപ ബാങ്കിൽ നിക്ഷേ പിച്ചു. അമ്മ അപ്പോഴും കൂലിപ്പണിക്ക് പോകുമായിരുന്നു. ഇനി അമ്മ കൂലിപ്പണിക്ക് പോകേണ്ടതില്ല എന്ന് കൃഷ്ണൻ പറഞ്ഞു. അമ്മയ്ക്ക് വേണ്ടത് ഞാൻ എത്തിച്ചുകൊള്ളാം എന്ന് അവൻ ഉറപ്പു നല്കി. അപ്പോ ഴേക്കും ആത്മവിശ്വാസം വന്നിരുന്നു അവൻ. പതിനാറു വയസ്സുകാരനായ അവന് അന്ന് 500 രൂപയുടെ ബാങ്ക് ബാലൻസ് ഉണ്ടായിരുന്നു. വീണ്ടും തലശ്ശേരിയിൽ പോയി സംഘത്തോടൊപ്പം ചേർന്നു ഫോട്ടോപിടിത്തവും ചൊല്ലിയാട്ടവുമായി കൃഷ്ണൻ ഒന്നരമാസത്തോളം അവർക്കൊപ്പം ചെല വഴിച്ചു. വീട്ടിൽ വരാൻ നേരത്ത് നല്ലൊരു സമ്പാദ്യം അവന്റെ കൈയിൽ ഉണ്ടായിരുന്നു. ഈ കാലത്താണ് കൃഷ്ണൻ ജപം തുടങ്ങുന്നതും ഭക്തി യുടെ മാർഗ്ഗത്തിലേക്ക് തിരിയുന്നതും. കരുണാകരമേനോൻ ഇതിന് ഒരു നിമിത്തമായി എന്നുമാത്രം. കുളിയും ജപവും കഴിഞ്ഞാൽ മാത്രമേ ഭക്ഷണം കഴിക്കൂ എന്ന നിഷ്ഠ ഈ കാലത്താണ് കൃഷ്ണന് ഉണ്ടായത്. അത് അദ്ദേഹം മരിക്കുന്നതുവരെ തുടരുകയും ചെയ്തു.

തലശ്ശേരിയിൽനിന്ന് നാട്ടിൽ വന്ന് രണ്ടുമാസം കഴിഞ്ഞിട്ടാണ് കലാ മണ്ഡലത്തിൽനിന്നും കത്ത് കിട്ടിയത്. വാരണംകോട്ട് നിന്ന് അനുവാദം വാങ്ങി ഗുരുനാഥനായ ചന്തുപ്പണിക്കരുടെ അനുഗ്രഹം വാങ്ങാൻ അദ്ദേ

ഹത്തിന്റെ നാടായ തൃക്കരിപ്പൂരിലേക്ക് പോയി. അന്വേഷിച്ച് ചന്തുപ്പണി
ക്കരുടെ വീട് കണ്ടെത്തി. പ്രഗത്ഭനായ നടനും അദ്ധ്യാപകനുമായ ചന്തു
പ്പണിക്കർ ജീവിക്കാൻ വേണ്ടി ചായക്കട നടത്തുന്ന കാഴ്ചയാണ്
അവിടെ കാണാൻ കഴിഞ്ഞത്. ആ വിനീത ശിഷ്യന് താങ്ങാൻ കഴിയുന്ന
തിനും അപ്പുറത്തായിരുന്നു ആ കാഴ്ച. ജീവിതയാഥാർത്ഥ്യങ്ങൾ അതിന്റെ
ദംഷ്ട്രങ്ങൾ എടുത്ത് നമുക്ക് നേരെ നീട്ടുമ്പോൾ പകച്ചു നില്ക്കുകയല്ലാതെ
മറ്റു മാർഗ്ഗങ്ങൾ ഇല്ലല്ലോ! ഒരു കലാകാരന് ജീവിക്കാൻ വേണ്ടി ചായ
ക്കട നടത്തേണ്ടിവരുന്നു എന്ന യാഥാർത്ഥ്യം തിരിച്ചറിയുകയായിരുന്നു
കൃഷ്ണൻ ആ യാത്രയിൽ.

ഒരു സങ്കോചവും കൂടാതെ ചന്തുപ്പണിക്കർ കൃഷ്ണനോടു പറഞ്ഞു.
"കഴിഞ്ഞ രണ്ടു പതിറ്റാണ്ട് കഥകളിക്ക് വേണ്ടി ജീവിച്ചവനാണ് ഞാൻ.
എനിക്കൊരു കുടുംബം ഉണ്ട്. അവർക്ക് വിശപ്പുണ്ട്. ഇത് ഞാൻ മനസ്സി
ലാക്കണം. അത് മനസ്സിലാക്കിയില്ലെങ്കിൽ ഞാൻ കലാകാരനല്ല. കൃഷ്ണന്
സങ്കടം സഹിക്കാവുന്നതിന് അപ്പുറമായിരുന്നു. അവൻ വന്ന കാര്യം ഒരു
വിധത്തിൽ ആശാനോട് പറഞ്ഞു. "നീ എന്റെ പ്രിയ ശിഷ്യനാണ്.
മോരിലെ വെണ്ണപോലെ നീ എന്നും മുകളിൽ നില്ക്കും." "കഥകളി എന്റെ
മനസ്സിലുണ്ട് എന്റെ ബോധത്തിലും, അത് നശിക്കില്ല. അവസരം വരും
അതുവരെ ഞാൻ കാത്തിരിക്കും. ഇത് ജീവിതമാണ്, ജീവിക്കാൻ പണം
വേണം മൂന്നാൽ വയറു കഴിയണം. ഇതൊന്നും ഓർത്ത് നീ വിഷമിക്ക
രുത്" എന്നു പറഞ്ഞ് തലയിൽ കൈവെച്ച് അനുഗ്രഹിച്ചു. കൃഷ്ണൻ
ഗുരുനാഥന്റെ കാലിൽ സാഷ്ടാംഗം പ്രണമിച്ചു.

കലാമണ്ഡലത്തിലേക്ക്

വള്ളത്തോളിന്റെ നിയന്ത്രണത്തിലും മേൽനോട്ടത്തിലുമുള്ള
പുകൾപ്പെറ്റ കലാമണ്ഡലത്തിലേക്കാണ് കൃഷ്ണന്റെ യാത്ര. മുളങ്കുന്നത്
കാവ് റെയിൽവേസ്റ്റേഷനിൽ ഇറങ്ങി കൃഷ്ണൻ കലാമണ്ഡലത്തിൽ
എത്തി. (അക്കാലത്ത് അമ്പലപുരത്തുള്ള മുകുന്ദരാജാവിന്റെ ബംഗ്ലാവി
ലായിരുന്നു കലാമണ്ഡലം പ്രവർത്തിച്ചിരുന്നത്) അവിടെ ആശാന്മാരാരും
എത്തിയിരുന്നില്ല. കാര്യസ്ഥൻ രാമക്കുറുപ്പ് കൃഷ്ണനെയും കൂട്ടി വള്ള
ത്തോളിന്റെ വീട്ടിലേക്ക് പോയി. അന്നുതൊട്ട് കൃഷ്ണൻ ആ വീട്ടിലെ
ഒരംഗമായി മാറി. ഏത് പ്രതിസന്ധി ഘട്ടത്തിലും താങ്ങും തണലുമായി
വള്ളത്തോളും ഭാര്യ മാധവി അമ്മയും കൃഷ്ണന്റെ ഒപ്പം ഉണ്ടായിരുന്നു.
ദൃഢമായ ഒരു ബന്ധത്തിന്റെ തുടക്കമായിരുന്നു അത്.

ക്ലാസുകൾ ആരംഭിച്ച് ദിവസങ്ങൾ കഴിഞ്ഞാണ് ശ്രീനിവാസ ബംഗ്ലാ
വിലേക്ക് കലാമണ്ഡലം മാറ്റിയത്. കൃഷ്ണൻ അടക്കം അഞ്ച് കുട്ടികളാ
യിരുന്നു അന്ന് കഥകളി പഠിക്കാൻ ഉണ്ടായിരുന്നത്. കവളപ്പാറ നാരായ
ണൻ നായരും കുഞ്ചുക്കുറുപ്പാശാനും ആയിരുന്നു അദ്ധ്യാപകർ.
വിദ്യാർത്ഥികൾ എല്ലാംതന്നെ മുൻപ് കച്ചകെട്ടിയിട്ട് ഉള്ളവരായതിനാൽ
പ്രത്യേകം ചടങ്ങ് ഒന്നും കൂടാതെ ക്ലാസുകൾ ആരംഭിച്ചു. ക്ലാസുകൾ

മുറയ്ക്ക് നടന്നു. ഉഴിച്ചിൽ, അഭ്യാസം, ചൊല്ലിയാട്ടം എന്നിവയ്ക്ക് പുറമെ സാഹിത്യ ക്ലാസുകളും കൂടി ഉണ്ടായിരുന്നു. കുട്ടിക്കൃഷ്ണമാരായായിരുന്നു സാഹിത്യ ക്ലാസ് എടുത്തിരുന്നത്. ഗുരുഗോപിനാഥായി അറിയപ്പെട്ട ഗോപിനാഥപിള്ളയും ആനന്ദശിവരാമായി അറിയപ്പെട്ട ശിവരാമനും ഈ കാലത്താണ് കലാമണ്ഡലത്തിൽ വരുന്നത്. കുട്ടികൾ പരസ്പരം നല്ലബന്ധവും സൗഹൃദവും സൂക്ഷിച്ചുപോന്നു. അതുകൊണ്ട് തന്നെ വളരെ ഊഷ്മളമായ പഠനാന്തരീക്ഷവും കലാമണ്ഡലത്തിൽ നിലനിന്നു. പട്ടിക്കാംതൊടി രാവുണ്ണി മേനോൻ ആശാനും കലാമണ്ഡലത്തിൽ എത്തി. പാട്ടുകാരനായി കുട്ടൻ മുത്താൻ ഭാഗവതരെയും വെങ്കിടചാമിയെയും നിയമിച്ചു. ക്ലാസുകൾ പുരോഗമിക്കുന്ന മുറയ്ക്ക് സംഗീതം, മദ്ദളം തുടങ്ങിയ വിഭാഗങ്ങളും ആരംഭിച്ചു. പക്ഷേ, സ്ഥലപരിമിതികൊണ്ട് വല്ലാതെ ബുദ്ധി മുട്ടുകയായിരുന്നു അന്ന് കലാമണ്ഡലം. അദ്ധ്യാപകരും വിദ്യാർത്ഥികളും അടക്കം മുപ്പതിൽ കൂടുതൽ ആളുകൾ അന്ന് കലാമണ്ഡലത്തിൽ ഉണ്ടായിരുന്നു. ഇവരുടെ ഭക്ഷണത്തിനും ശമ്പളത്തിനുമായി ഭീമമായ തുക ഓരോ മാസവും കണ്ടെത്തണമായിരുന്നു. ലോട്ടറി ടിക്കറ്റ് വഴി കിട്ടിയ തുക നിലമ്പൂർ തമ്പുരാനെ ഏല്പിച്ചിരുന്നു. അതിലൊരു നിശ്ചിത തുക മാസംതോറും വരുമാനമായി കിട്ടുമായിരുന്നു. ബാക്കി ഉള്ള തുകയ്ക്കും മുമ്പോട്ടുള്ള പ്രവർത്തനത്തിനും വള്ളത്തോളും മുകുന്ദരാജാവും വീടുകൾ തോറും കയറി പണം പിരിക്കും. ഇവർ വരുന്നതറിഞ്ഞ് പലരും ഒളിച്ച സംഭവങ്ങൾപോലും ഉണ്ടായിട്ടുണ്ട്. പക്ഷേ, ഇവർക്ക് രണ്ടുപേർക്കും പണം പിരിക്കുന്നതിൽ ഒരു നാണക്കേടും തോന്നിയിട്ടില്ല. ചെയ്യുന്നത് മഹത്തായ കാര്യമാണ് എന്ന ബോദ്ധ്യം ഉള്ളതുകൊണ്ട് ഈനിഷ്കാമകർമ്മം അവർ തുടർന്നു.

മൈസൂർ രാജാവിന്റെ കൊട്ടാരത്തിൽ കലാമണ്ഡലം സംഘത്തിന്റെ കഥകളി നടത്താൻ ക്ഷണം ലഭിച്ചു. കഥ ചുരുക്കി വേണം എന്ന് ആദ്യം തന്നെ നിഷ്ക്കർഷിച്ചിരുന്നു. മുകുന്ദരാജാവും ഏലിയങ്ങാട് തമ്പുരാനും ആയിരുന്നു സംഘത്തിന്റെ ചുമതല. കഥ ഉത്തരാസ്വയംവരമാണെന്ന് നിശ്ചയിച്ചിരുന്നു. ആദ്യാവസാനക്കാരനായി രാവുണ്ണിമേനോനും പാട്ടിന് വെങ്കിടകൃഷ്ണഭാഗവതരുമായിരുന്നു. 'മേദിനിപാലവീരന്മാരെ' എന്ന ദുര്യോധനന്റെ പദം വെങ്കിടകൃഷ്ണഭാഗവതർ മുറിയടന്തയിൽ മുറുകിയ കാലത്തിൽ പാടി തുടങ്ങിയപ്പോൾ മറ്റു മാർഗ്ഗങ്ങൾ ഇല്ലാതെ രാവുണ്ണി മേനോൻ കൈകൊട്ടിക്കളിയുടെ രൂപത്തിൽ ആടി. ഇത് വലിയ പ്രശ്നത്തിന് കാരണമായി. ഏലിയങ്ങാട്ട് തമ്പുരാനും മുകുന്ദരാജാവും രാവുണ്ണി മേനോനോട് കയർത്ത് സംസാരിക്കുകയും കലാമണ്ഡലത്തിന് അപമാനം വരുത്തിവച്ചു എന്ന് പറയുകയും ചെയ്തു. കലാമണ്ഡലത്തിൽ തിരിച്ചെത്തിയതിനുശേഷം വള്ളത്തോളും മുകുന്ദരാജാവുംകൂടി ആലോചിച്ച് രാവുണ്ണി മേനോനെ കലാമണ്ഡലത്തിൽനിന്നും പുറത്താക്കി. രാവുണ്ണി മേനോൻ പോയശേഷം കുഞ്ചുക്കുറുപ്പാശാനും കവളപ്പാറ ആശാനും കൂടിയാണ് ക്ലാസുകൾ ക്രമീകരിച്ചത്. രാവുണ്ണി മേനോൻ എതിരെ വിലക്ക്

തന്നെ ഏർപ്പെടുത്തി. കലാമണ്ഡലത്തെ ശ്രേഷ്ഠമായ ഒരു വേദിയിൽ അപമാനിച്ചു എന്ന ഗുരുതരമായ കുറ്റമാണ് രാവുണ്ണിമേനോനെതിരെ ചാർത്തിയത്. അതുകൊണ്ടുതന്നെ കലാമണ്ഡലത്തിൽനിന്ന് ആരും അദ്ദേ ഹത്തിന്റെ കളി കാണാൻ പോവുകയോ കളിക്ക് സഹകരിക്കുകയോ ചെയ്യ രുത് എന്ന് വിലക്കി. ഇതൊന്നുമറിയാതെ ഒരുദിവസം കൃഷ്ണൻ കളിക്ക് പോയപ്പോൾ രാവുണ്ണി ആശാനെ കാണുകയും സംസാരിക്കുകയും ചെയ്തു. ഈ വിവരം അറിഞ്ഞ് വള്ളത്തോൾ കൃഷ്ണനെ ശരിക്കും ശാസി ച്ചു. രാവുണ്ണിയുമായി ബന്ധം പുലർത്തിയാൽ നിന്റെ സ്ഥാനം പടിക്ക് പുറത്തായിരിക്കും എന്ന് അദ്ദേഹം പറഞ്ഞു. രാവുണ്ണിയാശാന് പകരക്കാ രൻ ആര് എന്ന ചിന്ത വളരെ സജ്ജീവമായി. ചന്തുപ്പണിക്കരുടെ പേര് പരിഗണിച്ചു എങ്കിലും അദ്ദേഹം ആസമയത്ത് വേങ്ങയിൽ നായ നാർമാരുടെ കളിയോഗം നടത്തുകയായിരുന്നതിനാൽ അമ്പുപ്പണിക്കരാ ശാനെ നിയമിക്കാൻ തീരുമാനിച്ചു. വള്ളത്തോളിന്റെ കത്തുമായി അമ്പു പ്പണിക്കരെ ക്ഷണിക്കാൻ പോയത് കൃഷ്ണനായിരുന്നു. അമ്പുപ്പണിക്കർ പ്രധാന അദ്ധ്യാപകനായി കുറച്ചുകാലം മാത്രമേ കലാമണ്ഡലത്തിൽ ഉണ്ടായിരുന്നുള്ളു അതിനുശേഷം കുഞ്ചുക്കുറുപ്പാശാൻ പ്രധാന അദ്ധ്യാ പകനായി.

കലാമണ്ഡലം സംഘത്തിന്റെ ആദ്യ വിദേശയാത്ര ഈ സമയത്താ യിരുന്നു. കുഞ്ചുക്കുറുപ്പ്, കവളപ്പാറ എന്നീ ആദ്യവസാന വേഷക്കാരോ ടൊപ്പം കൃഷ്ണനും ഉണ്ടായിരുന്നു. വള്ളത്തോളിന്റെ നിർദ്ദേശപ്രകാരം വിദേശത്ത് അവതരിപ്പിക്കാൻ കൃഷ്ണൻ പൂതനാമോഷം പരിശീലിച്ചു. മുകുന്ദരാജാവും വള്ളത്തോളുമാണ് സംഘത്തെ നയിച്ചിരുന്നത് പക്ഷേ, യാത്രവളരെ ക്ലേശകരവും അപകടം നിറഞ്ഞതുമായിരുന്നു. കപ്പൽ കാറ്റിലും കോളിലും അകപ്പെട്ട് ജീവൻ കൈയിൽപ്പിടിച്ചായിരുന്നു, അങ്ങോ ട്ടുള്ള യാത്ര. ഒരു രാത്രി മുഴുവൻ മരണത്തെ അവർ മുഖാമുഖം കണ്ടു. ഭാഗ്യം കൊണ്ടു മാത്രമാണ് അവിടെ എത്തിച്ചേരാൻ കഴിഞ്ഞത്. ഒന്നര മാസക്കാലം റംഗൂണിലും പരിസരപ്രദേശങ്ങളിലും സംഘം യാത്രചെ യ്തു. 20 ഓളം വേദികളിൽ കഥകളി അവതരിപ്പിച്ചു. കൃഷ്ണന് തന്റെ വേഷത്തെക്കുറിച്ച് നല്ല അഭിപ്രായം ഉണ്ടാക്കിയെടുക്കാൻ ഈ യാത്ര കൊണ്ട് സാധിച്ചു. കൃഷ്ണന് ഒരു തങ്കമെഡൽ കിട്ടി. ആദ്യമായി കിട്ടുന്ന ഉപഹാരമായിരുന്നു അത്. ഇത്തരത്തിൽ പ്രശംസയും അഭിനന്ദനവും കിട്ടി യപ്പോൾ കൃഷ്ണൻ പഠനത്തെ കൂടുതൽ ഗൗരവതരമായും ശാസ്ത്രീയ മായും സമീപിക്കുവാൻ തുടങ്ങി. ഇത്തരം ശാസ്ത്രീയമായ പഠനത്തിന് ഏറ്റവും യോജിച്ച ഗുരുനാഥൻ രാവുണ്ണി മേനോനാണ് എന്ന് കൃഷ്ണന് നന്നായി അറിയാം. അതുകൊണ്ട് അദ്ദേഹത്തെ തിരിച്ചുകൊണ്ടുവരാനുള്ള ശ്രമങ്ങൾ കൃഷ്ണൻ ആരംഭിച്ചു. വള്ളത്തോളിന്റെ ഭാര്യ മാധവിയമ്മയെ കണ്ട് കൃഷ്ണൻ കാര്യം പറഞ്ഞു. "ഞാൻ പറയാം. എങ്കിലും കൃഷ്ണനും പറയണം.' എന്ന് മാധവിയമ്മ പറഞ്ഞു. ഇതനുസരിച്ച് കൃഷ്ണൻ പറ യാൻ പുറപ്പെട്ടപ്പോൾതന്നെ വള്ളത്തോൾ വല്ലാതെ ക്ഷോഭിക്കുകയും

കൃഷ്ണനോട് കയർത്തു സംസാരിക്കുകയും ചെയ്തു. പക്ഷേ, കൃഷ്ണൻ ശ്രമം ഉപേക്ഷിച്ചില്ല.

രാവുണ്ണി മേനോനെ തിരിച്ചുകൊണ്ടുവരാനുള്ള ശ്രമം കൃഷ്ണൻ തുടർന്നുകൊണ്ടിരുന്നു. കോപ്പൻ നായരുടെ സഹായവും കൃഷ്ണൻ ഇതി നായി തേടി. ഇവർ രണ്ടുപേരും വള്ളത്തോളിനെക്കണ്ട് വീണ്ടും വിഷയം അവതരിപ്പിച്ചു. പ്രതികരണം പ്രതികൂലമായിരുന്നു. വള്ളത്തോളിന് കുട്ടി കളുടെ മനസ്സായിരുന്നു. ചില കാര്യങ്ങളിൽ ചിലപ്പോൾ പിണക്കം കാണി ക്കുമെങ്കിലും ആരോടും സ്ഥിരമായി വിരോധമോ വിദ്വേഷമോ ഉള്ള വ്യക്തിയായിരുന്നില്ല വള്ളത്തോൾ. ഇത് നന്നായി അറിയാവുന്നതുകൊണ്ട് കൃഷ്ണൻ ശ്രമം തുടർന്നുകൊണ്ടേയിരുന്നു. നിരന്തരം ഈ ആവശ്യം കൃഷ്ണൻ പലവഴിക്കും വള്ളത്തോളിന്റെ മുൻപിൽ എത്തിച്ചു. അദ്ദേഹ ത്തിന്റെ മനസ്സ് അലിഞ്ഞു. അദ്ദേഹം ഏലിയങ്ങാട്ട് തമ്പുരാനും മുകുന്ദ രാജാവുമായി സംസാരിച്ചു. രാവുണ്ണിമേനോനെ തിരിച്ചു കൊണ്ടുവരുവാൻ തീരുമാനമായി. അടുത്ത ദിവസം രാവുണ്ണിമേനോന്റെ കളി തൃശൂരിൽ ഉണ്ടെന്നും കൃഷ്ണനെ കളിസ്ഥലത്തേക്ക് വിടാനും വള്ളത്തോൾ നിർദ്ദേ ശിച്ചു. കൃഷ്ണൻ രാവുണ്ണിമേനോനെ കണ്ട് കലാമണഡലത്തിലേക്ക് തിരിച്ചു വരാൻ ആവശ്യപ്പെട്ടതായി പറഞ്ഞപ്പോൾ രാവുണ്ണിമേനോൻ ആദ്യം വിശ്വസിച്ചില്ല. കൃഷ്ണൻ കളിപറയുന്നു എന്നുമാത്രമാണ് അദ്ദേഹം വിചാരിച്ചത്. പിറ്റേദിവസം രാവിലെതന്നെ അവർ കലാമണ്ഡലത്തിൽ എത്തി. അപ്പോഴാണ് മറ്റ് കുട്ടികളും അദ്ധ്യാപകരും വിവരം അറിയുന്നത്, അന്നേ ദിവസം രാവുണ്ണി മേനോന്റെ കളി കലാമണ്ഡലത്തിൽ വെച്ച് നട ത്തി. കളി കഴിഞ്ഞ് വേദിയിൽവെച്ച് വള്ളത്തോൾ ഒരു മുണ്ട് സമ്മാന മായി കൊടുത്തപ്പോൾ രാവുണ്ണി മേനോന്റെ കണ്ണ് നിറഞ്ഞൊഴുകുന്നു ണ്ടായിരുന്നു. തുടർന്ന് വള്ളത്തോളുമായി ദീർഘനേരം സംസാരിക്കുകയും തിരിച്ചുവരണമെന്ന് ഔദ്യോഗികമായി അദ്ദേഹത്തോട് വള്ളത്തോൾ ആവ ശ്യപ്പെടുകയും ചെയ്തു. രാവുണ്ണിമേനോൻ കലാമണ്ഡലത്തിന് മുതൽക്കൂ ട്ടാവുമെന്ന് കൃഷ്ണന് നന്നായി അറിയാമായിരുന്നു. മാത്രവുമല്ല അദ്ദേ ഹത്തെ പറഞ്ഞയയ്ക്കുക വഴി കലാമണ്ഡലത്തിന് ഉണ്ടായിരുന്ന ചീത്ത പ്പേരും ഇതോടുകൂടി മാറിക്കിട്ടി. അങ്ങനെ കൃഷ്ണന്റെ ശ്രമം ഫലം കണ്ടു. രാവുണ്ണിമേനോനും വള്ളത്തോളും തമ്മിലുള്ള അഭിപ്രായവ്യത്യാസം തീരുകയും അദ്ദേഹം കലാമണ്ഡലത്തിൽ വന്ന് പരിപാടി അവതരിപ്പി ക്കുകയും ചെയ്ത് പോയിട്ട് നാളുകൾ ഏറെയായി. വീണ്ടും ഉഴിച്ചിൽ തുടങ്ങാനുള്ള സമയമായി. രാവുണ്ണിമേനോനെ തിരിച്ച് വിളിച്ചുകൊണ്ടുള്ള കത്ത് അയച്ചിരുന്നില്ല. കൃഷ്ണൻ കാര്യസ്ഥൻ രാമക്കുറുപ്പിനെ കണ്ട് കത്ത യപ്പിച്ചു. ഉഴിച്ചിലിന് മുൻപ് ആശാൻ എത്തി. കൂടെ സഹായി തിച്ചൂരാ മനും ഉണ്ടായിരുന്നു. ഈ സമയത്ത് കലാമണ്ഡലത്തിൽ പത്ത് വിദ്യാർത്ഥി കൾ ഉണ്ടായിരുന്നു. സാമ്പത്തികമായി വളരെയേറെ ബുദ്ധിമുട്ടിയാണ് കലാമണ്ഡലം മുൻപോട്ട് പോയത്. പതിവുപോലെ വള്ളത്തോളും മകുന്ദ രാജാവും പിരിവും സംഭാവനയുമായി കാര്യങ്ങൾ തടസ്സം വരാതെ കൊണ്ടുപോയി.

ഈ സമയമായപ്പോഴേക്കും കൃഷ്ണൻ രണ്ടാംതരം വേഷങ്ങളും ചുരുക്കം ചില ആദ്യാവസാന വേഷങ്ങളും ചൊല്ലിയാടാൻ തുടങ്ങിയിരുന്നു. രാവുണ്ണിമേനോൻ കൃഷ്ണന്റെ കാര്യത്തിൽ പ്രത്യേകം ശ്രദ്ധ ചെലുത്തിയിരുന്നു. പക്ഷേ രാവുണ്ണിമേനോന് മറ്റ് ആശാന്മാരുടെ ചലനങ്ങളോ സമ്പ്രദായമോ ഉൾപ്പെടുത്തുന്നത് അത്ര താല്പര്യമുണ്ടായിരുന്നില്ല. ഈ കാര്യത്തിന് പലപ്പോഴും അദ്ദേഹം കൃഷ്ണനെ ശകാരിച്ചിട്ടുമുണ്ട്. കൃഷ്ണൻ എല്ലാ ആശാന്മാരുടെ ശൈലിയും പരീക്ഷിക്കുമായിരുന്നു.

കൃഷ്ണൻ എട്ട് കൊല്ലം രാവുണ്ണിമേനോൻ ആശാന്റെയടുത്ത് കഥ കളി അഭ്യസിച്ചു. ചിട്ട, പാത്രബോധം, അഭിനയം പക്വത എന്നീ ഗുണ ങ്ങൾ നോക്കുമ്പോൾ ഇത്രയും ഉന്നതനായ ഒരു അദ്ധ്യാപകനെ കാണാൻ പ്രയാസമാണ്. ഒറ്റനോട്ടത്തിൽ അഹങ്കാരിയാണോ എന്നുപോലും സംശ യിച്ചു പോകുന്ന ഭാവമാണ് മേനോന്റേത്. അടുക്കുമ്പോഴാണ് ആ വ്യക്തി ത്വത്തെ കൂടുതൽ മനസ്സിലാക്കുവാൻ കഴിയുന്നത്. ആരാധനയോടെ ആ അഭിനയം പലപ്പോഴും കൃഷ്ണൻ നോക്കി നിന്നിട്ടുണ്ട്. കൃഷ്ണനെ ഒരു നടനാക്കുന്നതിൽ വലിയ പങ്ക് വഹിച്ചിട്ടുണ്ട്. ആശാന്റെ കീഴിലുള്ള അഭ്യസനം.

അഭിനയത്തിന്റെ മികവ് കൂട്ടാനും കഥാപാത്രത്തെകൂടുതൽ ജന കീയമാക്കുന്നതിനും ശൈലീ മാറ്റങ്ങൾ ആകാം എന്ന പക്ഷക്കാരനായി രുന്നു കൃഷ്ണൻ നായർ. പല ഗുരുക്കന്മാരുടെ കീഴിലും അഭ്യസിച്ച കൃഷ്ണൻ നായർ ഗുരുക്കന്മാരുടെ എല്ലാം നല്ല വശങ്ങളും സ്വാംശീക രിച്ച് അരങ്ങിൽ ഗുണപരമായ മാറ്റങ്ങൾ കൊണ്ടുവരാൻ ശ്രമിച്ചിരുന്നു. ഗുരുനാഥന്മാരിൽ പ്രധാനിയായ കുഞ്ചുക്കുറുപ്പാശാൻ അഭിനയ തികവും മികവും നിറഞ്ഞ ഗുരുനാഥൻ ആയിരുന്നു. ജന്മാർജ്ജിതമായ ഒരു സിദ്ധി അദ്ദേഹത്തിനുണ്ടായിരുന്നു. അദ്ദേഹവുമായുള്ള കൂട്ടുവേഷം ചെയ്യുമ്പോൾ കൃഷ്ണന് പല കാര്യങ്ങളും ഗ്രഹിക്കാൻ സാധിച്ചു. ക്ലാസ് മുറിയിൽ നിന്നും ലഭിക്കാത്ത പല പാഠങ്ങളും അരങ്ങത്ത് നിന്ന് കൃഷ്ണൻ നേടി യെടുത്തു. നടൻ പൂർണ്ണതയിലെക്കെത്താൻ ഇത്തരം അനുഭവങ്ങൾ കൂടിയേ തീരൂ. ഒരു അരങ്ങത്ത് ചെയ്തതിൽനിന്നും തികച്ചും വ്യത്യസ്ത മായിട്ടായിരിക്കും അതേ കഥാപാത്രം അടുത്ത അരങ്ങിൽ അവതരിപ്പി ക്കുന്നത്. ഇത്തരത്തിൽ കഥാപാത്രത്തെ മാറ്റിമാറ്റി ചെയ്യാനുള്ള കഴിവ് അരങ്ങ് പരിചയംകൊണ്ടും മനോധർമ്മംകൊണ്ടും മാത്രമേ സാദ്ധ്യമാകൂ.

തൊഴിലിന്റെ മഹത്ത്വം അറിയുന്ന കലാകാരൻ

കഥകളി കലാകാരൻ നടനായി അരങ്ങത്ത് തന്റെ കഴിവ് തെളിയി ക്കണമെങ്കിൽ അതിനു പിന്നിലുള്ള അദ്ധ്വാനം വളരെ വലുതാണ്. ഉറക്കം ഒഴിഞ്ഞും പുളിമുട്ടിയുടെ അടികൊണ്ടും പട്ടിണികിടന്നും അവൻ സ്വായ ത്തമാക്കുന്ന കലയുടെ മഹത്ത്വം സാധാരണജനങ്ങൾ എത്രകണ്ട് മന സ്സിലാക്കിയിരുന്നു എന്ന ചിന്ത കൃഷ്ണനെ വല്ലപ്പോഴുമെങ്കിലും അലട്ടി യിരുന്നു. അരങ്ങത്ത് വേഷം നന്നായാൽ, കൈയടിക്കുമ്പോഴും അവർ

ഇതിനു പിന്നിലെ അദ്ധ്വാനം മനസ്സിലാക്കിയിട്ടല്ല കൈയടിക്കുന്നത് എന്നത് സത്യം മാത്രമാണ്. ബാല്യകാലത്ത് അനുഭവിച്ച പട്ടിണിയും ദാരി ദ്ര്യവും ജീവിതത്തെ കരുതലോടെ നേരിടാൻ കൃഷ്ണനെ പ്രാപ്തനാ ക്കിയിരുന്നു.

തിരുവിതാംകൂർ മഹാറാണിയുടെ മകളുടെ പുളികുടി (ഗർഭകാലത്ത് നടത്തുന്ന ചടങ്) അടിയന്തിരത്തോട് അനുബന്ധിച്ച് പൂജപ്പുര കൊട്ടാ രത്തിൽവെച്ച് നളചരിതം കഥകളി നടന്നു. കൃഷ്ണൻ നായരായിരുന്നു നളൻ. ആ കാലത്ത് കൃഷ്ണൻ നായർ ആലുവയിലാണ് താമസം. കളി കഴിഞ്ഞ് പ്രതിഫലമായി കൃഷ്ണൻ നായർക്ക് നല്കിയത് ഇരുപത് രൂപ മാത്രമായിരുന്നു. അദ്ദേഹത്തിന് ആലുവയിൽനിന്ന് തിരുവനന്തപുരത്തേക്ക് വണ്ടിക്കൂലി രണ്ടുവഴിക്കുമായി പതിനഞ്ച് രൂപയിൽ കൂടുതൽ വരുമായി രുന്നു. കളികഴിഞ്ഞ് പോരാൻ നേരത്ത് അമ്മ മഹാറാണി കൃഷ്ണനോടു പറഞ്ഞു: "വേഷം നന്നായിട്ടുണ്ട്." ഒന്നും പറയാതെ തലകുനിച്ചു നിന്ന കൃഷ്ണന്റെ ശരീരഭാഷയിൽനിന്ന് അമ്മ മഹാറാണി കാര്യം ഗ്രഹിച്ചു. കൃഷ്ണൻ നായർക്ക് നൂറ് രൂപ കൊടുക്കാൻ ഏർപ്പാട് ചെയ്തു. ഒപ്പം ഉണ്ടായിരുന്ന മറ്റെല്ലാ കലാകാരന്മാർക്കും അന്ന് പ്രതിഫലം കൂട്ടിക്കൊ ടുത്തു. കൃഷ്ണൻ നായരുടെ പ്രവൃത്തി ഉചിതമായി എന്ന് അമ്മ മഹാ റാണിതന്നെ പിന്നീട് സമ്മതിക്കുകയും ചെയ്തു.

ഇത്തരത്തിൽ ഒരു സംഭവം ഒരു ശിവരാത്രിക്കാലത്ത് ഓച്ചിറ പര ബ്രഹ്മ ക്ഷേത്രത്തിൽ വെച്ച് നടന്നു. കൃഷ്ണന്റെ ഭീമനും നെല്ലിയോട് വാസുദേവൻ നമ്പൂതിരിയുടെ ഹനുമാനുമായിരുന്നു വേഷം. കൃഷ്ണൻ നായർക്ക് ആയിരത്തി അഞ്ഞൂറ് രൂപ പ്രതിഫലം നിശ്ചയിച്ചിട്ടാണ് വന്നത്. കളികഴിഞ്ഞ് അണിയറയിൽ വേഷം മാറിക്കൊണ്ടിരിക്കെ സംഘാടകർ വന്ന് ആശാനും നെല്ലിയോടിനും ഓരോ കവറുകൾ കൊടുത്തിട്ട് പോയി. ആശാൻ എണ്ണിത്തിട്ടപ്പെടുത്തി. നെല്ലിയോട് എണ്ണിനോക്കാതെ മടക്കി വെക്കാൻ ഭാവിച്ചപ്പോൾ ആശാൻ തിരുമേനിയോട് പറഞ്ഞു 'അതൊന്ന് എണ്ണിനോക്കൂ' നോക്കിയപ്പോൾ എണ്ണൂറ് രൂപയായിരുന്നു പ്രതിഫലമായി കൊടുത്തിരുന്നത്. കവറ് കൊടുത്തു തിരിച്ചുപോയ സംഘാടകനെ വിളിച്ച് ആശാൻ ചോദിച്ചു. 'എന്താണ് തിരുമേനിക്ക് കൊടുത്തത്.' 'അത് മര്യാ ദയ്ക്ക് കൊടുത്തിട്ടുണ്ട്' എന്ന് സംഘാടകൻ പറഞ്ഞു. "ഇതാ മര്യാദ, ആയിരം രൂപയെങ്കിലും തികച്ച് കൊടുക്കൂ" സംഘാടകനെക്കൊണ്ട് ആയിരം രൂപ കൊടുപ്പിച്ചു. എപ്പോഴും ആരോഗ്യം ഉണ്ടാകില്ല. കാശ് കൃത്യ മായി വാങ്ങണം എന്നും കൃഷ്ണൻ നായർ നെല്ലിയോടിനെ ഉപദേശി ച്ചു. വാഴ നനയുമ്പോൾ ചീരയും നനയും എന്നും പറഞ്ഞപോലെ ആശാൻ കണക്കു പറഞ്ഞ് വാങ്ങുമ്പോൾ കൂടെയുള്ളവർക്കും അതിന്റെ ഗുണം കിട്ടും. അത് കിട്ടിയെന്ന് ആശാൻ ഉറപ്പുവരുത്തുകയുംചെയ്യും.

പൂമുള്ളി മനയ്ക്കൽ കളി നിശ്ചയിച്ചിട്ടുണ്ടെന്നും സ്വന്തം കളി സാധ നങ്ങളുമായി എത്തണം എന്നുമുള്ള അറിയിപ്പ് കൃഷ്ണന് ലഭിച്ചു. ആ കാലത്ത് വാഹനസൗകര്യം നന്നെ കുറവായിരുന്നു. മാത്രവുമല്ല പെട്രോ

ളിന് രൂക്ഷമായ ക്ഷാമം ഉണ്ടായിരുന്ന കാലവുമായിരുന്നു. അന്ന് ഓടിയി രുന്ന വാഹനങ്ങളിൽ അധികം ഭാരം കയറ്റില്ലായിരുന്നു. ആളെ മാത്രം കയറ്റിക്കൊണ്ടുപോകുകയും സാധനങ്ങൾ കയറ്റാൻ സമ്മതിക്കാതിരിക്കു കയും ചെയ്യുന്നത് സാധാരണമാണ്. അതിനാൽ കളി സാമാനങ്ങൾ തല ച്ചുമടായി എത്താനുമുള്ള ഏർപ്പാട് ചെയ്തിട്ട് കൃഷ്ണൻനായർ ബസ് കയറി പൂമുള്ളി മനയ്ക്കലേക്ക് പോയി. പന്ത്രണ്ടു രൂപയാണ് കോപ്പുപെ ട്ടികൾ കളിസ്ഥലത്തും തിരിച്ചും എത്തിക്കുന്നതിന് നിശ്ചയിച്ചിരുന്നത്. കൃഷ്ണൻ നായർ പൂമുള്ളിമനയ്ക്കൽ എത്തി വേഷം ഗംഭീരമായി തന്നെ നടന്നു. സമ്പന്നമായ സദസ്സായിരുന്നു അന്ന് മനയ്ക്കൽ ഉണ്ടായിരുന്നത്. നേരം വെളുക്കുവോളം കളി നീണ്ടു. കളി കഴിഞ്ഞ് പോകാൻ നേരത്ത് കൃഷ്ണൻ നായർ തമ്പുരാന്റെ വരവും കാത്ത് പുറത്തു നില്ക്കുകയാ ണ്. കാത്തുനില്പ് മണിക്കൂറുകളോളം നീണ്ടു. തമ്പുരാന്മാർ വെടിവട്ടവു മായിരിക്കുകയാണ്. കളിക്കാർക്ക് തിരിച്ചുപോകണമെന്നോ വീട്ടിലെത്ത ണമെന്നോ ഉള്ള വിചാരമൊന്നും ചിലർക്കൊന്നും ഉണ്ടാകാറില്ല എന്ന് കൃഷ്ണൻ നായർക്ക് തോന്നാറുണ്ട്. അത്തരക്കാരോടുള്ള നീരസം വളരെ സൗമ്യമായി കൃഷ്ണൻ നായർ പ്രകടിപ്പിക്കാറുമുണ്ട്. പിന്നീട് അവരു മായി സഹകരിക്കാതെ ഒഴിവാക്കുക എന്ന തന്ത്രമാണ് സ്വീകരിക്കുന്നത്. കാത്തുനില്പിനൊടുവിൽ വാല്യക്കാരന്റെ കൈയിൽ അഞ്ചു രൂപ കൊടു ത്തുവിട്ടു തമ്പുരാൻ. അഞ്ചു രൂപ വാങ്ങി പെട്ടിക്കാരന്റെ കൈയിൽക്കൊ ടുത്ത് ബാക്കി വീട്ടിൽ വന്ന് തരാമെന്നു പറഞ്ഞു. അവിടെ നിന്ന് ഇറങ്ങി നടന്നു. പിന്നെ വളരെക്കാലം കൃഷ്ണൻ പൂമുള്ളിമനയ്ക്കൽ പോയിട്ടു മില്ല പരിപാടി അവതരിപ്പിച്ചിട്ടുമില്ല.

ആലപ്പുഴയ്ക്കടുത്ത് ടിക്കറ്റ് വെച്ച് ഒരു കഥകളി നടന്നു. കൃഷ്ണൻനാ യരുടെ ലളിത, രൗദ്രഭീമൻ എന്നീ രണ്ടു വേഷങ്ങളാണ് നിശ്ചയിച്ചിരുന്ന ത്. ബസ് കിട്ടി കളിസ്ഥലത്ത് എത്താൻ അല്പം വൈകി എങ്കിലും കളി തുടങ്ങാൻ വൈകിയിരുന്നില്ല. കളികഴിഞ്ഞ് കാശ് വാങ്ങാൻ കൃഷ്ണൻ നായർ ചെന്നപ്പോൾ പറഞ്ഞ കാശിന്റെ പകുതിയെ സംഘാടകൻ കൊടു ത്തുള്ളൂ. കൃഷ്ണൻ നായർ വൈകി വന്നതുകാരണം ആരാധകർ അസ്വ സ്ഥരായി എന്നും മറ്റുമുള്ള മുടന്തൻ ന്യായങ്ങളാണ് നടത്തിപ്പുകാർ പറ ഞ്ഞത്. "ഞാൻ എത്താൻ വൈകി എങ്കിലും കളി കൃത്യസമയത്ത് തുടങ്ങി" എന്ന മറുന്യായങ്ങൾ അദ്ദേഹം നിരത്തി എങ്കിലും സംഘാടകൻ സമ്മ തിച്ചില്ല. അങ്ങനെ തർക്കം മൂത്തു. കൃഷ്ണൻ നായർ കാശ് വാങ്ങാതെ പ്രതിഷേധിച്ച് നേരെ ബസ് സ്റ്റാൻഡിലേക്കാണ് പോയത്. ബസുകാത്തു നിന്ന കൃഷ്ണൻ നായരെകണ്ട് അടുത്തുവന്ന പൊലീസ് ഇൻസ്പെക്ടർ കുശലാന്വേഷണം നടത്തുകയും കളിയെക്കുറിച്ചും സംഘാടനത്തെക്കു റിച്ചും ചോദിക്കുകയും ചെയ്തു. കാശ് കിട്ടിയോ എന്ന് ഇൻസ്പെക്ടർ എടുത്തുചോദിച്ചപ്പോൾ അദ്ദേഹം ഉണ്ടായ സത്യാവസ്ഥ പറഞ്ഞു. സംഘാടകനെക്കുറിച്ച് ചില സംശയങ്ങൾ ഉള്ളതു കൊണ്ടാണ് ഇത്തര ത്തിൽ ചോദിക്കുന്നത് എന്ന് ഇൻസ്പെക്ടർ ക്ഷമാപണരൂപേണ പറഞ്ഞു.

കൃഷ്ണൻ നായരെയും കൂട്ടി ഇൻസ്പെക്ടർ സ്റ്റേഷനിലേക്ക് പോയി. ആളെ വിട്ട് കളിനടത്തിപ്പുകാരനെ വിളിപ്പിച്ചു. സ്റ്റേഷനിലെത്തിയ കളി നടത്തിപ്പുകാരനെ ഇൻസ്പെക്ടർ ശരിക്കും ഒന്നു വിരട്ടി. 'ഉടൻ ഇദ്ദേഹ ത്തിന് പറഞ്ഞ തുക മുഴുവൻ കൊടുത്തില്ല എങ്കിൽ നിനക്കെതിരെ വഞ്ച നാക്കുറ്റത്തിന് കേസെടുക്കും' എന്ന് ഇൻസ്പെക്ടർ പറഞ്ഞു. അയാൾ പത്ത് മിനിട്ടിനകം കാശുമായി വന്ന് ഇൻസ്പെക്ടറുടെ മുൻപിൽ വെച്ച് പ്രതിഫലത്തുക കൊടുത്തു.

ഇത്തരത്തിൽ കണക്കു പറഞ്ഞു വാങ്ങുന്ന പ്രതിഫലത്തുകയിൽ നിന്നും ഒരു നിശ്ചിതതുക അദ്ദേഹം സ്വന്തം ട്രസ്റ്റിലേക്ക് മാറ്റുമായിരു ന്നു. സാമ്പത്തിക ശേഷിയില്ലാത്ത കലാപരമായി കഴിവുള്ള കുട്ടികളെ കഥകളി അഭ്യസിപ്പിക്കാനായിരുന്നു ഈ തുക വിനിയോഗിച്ചിരുന്നത്. ആയിടയ്ക്ക് കലാമണ്ഡലത്തിൽ നിന്നും ചില വേഷങ്ങൾ വീഡിയോയി ലെടുക്കാൻ കൃഷ്ണൻനായരെ സമീപിച്ചു. കൃഷ്ണൻ നായർ ട്രസ്റ്റിലേക്ക് പണം ആവശ്യപ്പെട്ടതിൽ പരിഭവിച്ച് സംഘാടകർ വീഡിയോ പരിപാടി യിൽ നിന്നും പിൻമാറി. വീഡിയോ എടുക്കുന്നതിന് കൃഷ്ണൻ നായർ പ്രതിഫലം ആവശ്യപ്പെട്ടുവെന്ന് വലിയ പ്രചാരണം നടത്തി. ഇത് അദ്ദേ ഹത്തെ വല്ലാതെ വേദനിപ്പിച്ചു. പക്ഷേ ഇതൊന്നും തൊഴിലിന്റെ മഹത്വ മറിയാവുന്ന ആ കലാകാരന്റെ കലാസപര്യയ്ക്ക് കോട്ടം വരുത്തിയില്ല. ചെയ്യുന്ന തൊഴിലിന്റെ മാഹാത്മ്യവും അതിന്റെ വിലയും കൃത്യമായി അറി യാവുന്ന കലാകാരനായിരുന്നു കൃഷ്ണൻ നായർ.

വിവാഹം

കലാമണ്ഡലത്തിൽ പഠിക്കുന്ന കാലത്ത് തന്നെ കൃഷ്ണൻ നായർക്ക് ആവശ്യത്തിന് കളികൾ കിട്ടിയതുകൊണ്ട് ബാല്യകാലത്ത് അനുഭവിച്ചി രുന്ന കടുത്ത ദാരിദ്ര്യത്തിന് അല്പം ആശ്വാസം വന്നിരുന്നു. അമ്മയെ ജോലിക്ക് അയയ്ക്കാതെ തന്നെ അമ്മയുടെ കാര്യങ്ങൾ ഭംഗിയായി നോക്കിയിരുന്നു. കൃഷ്ണനും അമ്മയ്ക്കും ജീവിക്കാനുള്ള വക കഥക ളിയിൽനിന്ന് കിട്ടിയിരുന്നു. കല്യാണപ്രായമായെങ്കിലും അതൊന്നും ഓർത്തതേയില്ല. ആയിടയ്ക്ക് ചെങ്ങന്നൂരിൽ വഞ്ചിപ്പുഴ മഠത്തിൽ വെച്ച് നടന്ന കഥകളിയിൽ കൃഷ്ണൻ നായർക്ക് വേഷം ഉണ്ടായിരുന്നു. അതി നായി ചെങ്ങന്നൂരിൽ എത്തിയപ്പോൾ വളരെ മുമ്പുതന്നെ പരിചയമുണ്ടാ യിരുന്ന വഞ്ചിപ്പുഴ ചീഫിന്റെ ഭാര്യ അമ്മിണി അമ്മ കൃഷ്ണൻ നായ രോട് സംസാരിക്കുകയും സംസാരം കല്യാണത്തിൽ എത്തുകയും ചെയ്തു. കലാമണ്ഡലത്തിൽ മോഹിനിയാട്ടത്തിന് പഠിക്കുന്ന കുറ്റിപ്പുറ ത്തുകാരി കല്യാണിക്കുട്ടിക്ക് കൃഷ്ണൻ നായരെ ഇഷ്ടമാണെന്നും കല്യാണം കഴിക്കാൻ ആഗ്രഹമുണ്ടെന്നും അമ്മിണിയമ്മ പറഞ്ഞു. അന്ന് അദ്ദേഹത്തിന് ഇരുപത്തിയേഴു വയസ്സായിരുന്നു പ്രായം. ഇത്തരം കാര്യ ങ്ങളിൽ സ്വന്തമായി താല്പര്യമോ ഇഷ്ടമോ ഇല്ലാത്തതുകൊണ്ട് വീട്ടിൽ ആലോചിച്ച് മറുപടി പറയാമെന്ന് അമ്മിണിയമ്മയോട് പറഞ്ഞു.

കലാമണ്ഡലം കല്യാണിക്കുട്ടിഅമ്മ മുഖവുര ആവശ്യമില്ലാത്ത ഒരു നർത്തകിയും കലാകാരിയുമാണ്. തിരുനാവായിലെ പേരുകേട്ട കരിങ്ങാ മണ്ണ തറവാട്ടിലെ അംഗമായിരുന്നു കല്യാണിക്കുട്ടി. കലാമണ്ഡലത്തിൽ മോഹിനിയാട്ടം പഠിച്ച് നൃത്തരംഗത്ത് തന്റേതായ വ്യക്തിമുദ്രപതിപ്പിച്ചും പ്രതികൂലസാഹചര്യങ്ങളോട് പൊരുതിയും നൃത്ത ചരിത്രത്തിൽ ഇടം നേടിയ നർത്തകിയാണ് കലാമണ്ഡലം കല്യാണിക്കുട്ടിയമ്മ. വീട് ഉപേ ക്ഷിച്ച് സ്വന്തം ഇഷ്ടപ്രകാരം കലാമണ്ഡലത്തിൽ ചേർന്ന് ഗവേഷക, അദ്ധ്യാപിക, നർത്തകി എന്നീ നിലകളിൽ അവർ ശോഭിച്ചു. പെൺകുട്ടി കൾക്ക് സ്വാതന്ത്ര്യം നിഷേധിച്ചിരുന്ന കാലത്തിന്റെ ഇരകൂടിയായിരുന്നു അവർ. ബാല്യം ആഘോഷിക്കേണ്ട പ്രായത്തിൽ 8-ാം ക്ലാസിൽവച്ച് പഠിത്തം നിർത്തി കല്യാണം കഴിക്കേണ്ടി വന്നു. മറിച്ചൊന്നുംപറയാൻ പറ്റാത്ത പ്രായത്തിൽ അവർ പുടവ വാങ്ങിയത് തന്നെക്കാളും ഒരുപാട് പ്രായക്കൂടുതൽ ഉണ്ടായിരുന്ന ഒരാളുടെ കൈയിൽനിന്നാണ്. ഈ ബന്ധം അധികം നീണ്ടുനിന്നില്ല. വിവാഹബന്ധം ഒഴിഞ്ഞതിനുശേഷമാണ് കലാ മണ്ഡലത്തിൽ ചേരുന്നതും നർത്തകി ആകുന്നതും. മോഹിനിയാട്ടം എന്ന നൃത്തരൂപത്തോട് ചേർത്തുവച്ച് വായിക്കാവുന്ന പേരാണ് കലാമണ്ഡലം കല്യാണിക്കുട്ടിയമ്മയുടേത്.

കൃഷ്ണൻ നായർ കല്യാണിക്കുട്ടിയുടെ കാര്യത്തിൽ അമ്മിണിയ മ്മയോട് എതിർപ്പൊന്നും പറയാത്ത സാഹചര്യത്തിൽ കല്യാണിക്കുട്ടി കൃഷ്ണൻ നായർക്ക് വിശദമായ ഒരു കത്തയച്ചു. അതിൽ അവരുടെ ജീവി തത്തിലെ വിവാഹം അടക്കമുള്ള എല്ലാ കാര്യങ്ങളും വിശദമായി എഴു തി. ഈ കത്ത് കിട്ടിയപ്പോൾ കൃഷ്ണൻ നായർക്ക് കല്യാണിയോട് കൂടു തൽ ഇഷ്ടം തോന്നി. കൃഷ്ണൻ അമ്മയുടെ അനുവാദം വാങ്ങി. കൃഷ്ണന്റെ ഒരു ആഗ്രഹത്തിനും അമ്മ എതിരായിരുന്നില്ല. പിന്നീട് ഇവർ പല സ്ഥലത്തുവെച്ചു കാണുകയും സംസാരിക്കുകയും കത്തുകൾ കൈ മാറുകയും ചെയ്തു. കല്യാണത്തിന്, അടുത്തതായി അനുവാദം വാങ്ങേ ണ്ടിയിരുന്നത് വള്ളത്തോളിന്റെയും മുകുന്ദരാജാവിന്റെയും ആയിരുന്നു. എന്നാൽ കൃഷ്ണൻ നായർ ഒരിക്കലും പ്രതീക്ഷിക്കാത്ത പ്രതികരണമാ യിരുന്നു വള്ളത്തോളിന്റെ ഭാഗത്തുനിന്നും ഉണ്ടായത്. കലാമണ്ഡലത്തിലെ രണ്ട് വിദ്യാർത്ഥികൾ പരസ്പരം പ്രേമിക്കുന്നതും വിവാഹം കഴിക്കുന്നതും മറ്റു കുട്ടികളിൽ മോശം സന്ദേശം പകരും എന്ന് വള്ളത്തോൾ പറഞ്ഞു. അതുകൊണ്ട് ഇത്തരത്തിലുള്ള വിവാഹങ്ങൾ ഒരിക്കലും പ്രോത്സാഹി പ്പിക്കാൻ കഴിയില്ല എന്ന നിലപാടായിരുന്നു വള്ളത്തോളിന്റേത്. അദ്ദേ ഹത്തിന്റെ ഭാര്യ മാധവിയമ്മ മനസ്സുകൊണ്ട് എല്ലാ അനുഗ്രഹങ്ങളും നന്മ കളും അവർക്കു നേർന്നു. വള്ളത്തോളിന്റെ അഭിപ്രായത്തിന്റെ കൂടെ നില്ക്കാനെ അവർക്കുകഴിയു എന്ന പരിമിതി കൃഷ്ണനെ പറഞ്ഞുമന സ്സിലാക്കി. വിവാഹത്തിൽനിന്ന് പിന്മാറാൻ പല സമ്മർദ്ദങ്ങളും വന്നു. കൊച്ചി ദിവാൻ പേഷ്ക്കാർ ആയിരുന്ന കൊമാട്ടിൽ അച്യുതമേനോൻ കൃഷ്ണൻനായരെ വിളിച്ചുവരുത്തി വിവാഹത്തിൽ നിന്നും പിന്മാറണം

എന്ന് ആവശ്യപ്പെട്ടു. ഈ ആവശ്യപ്പെടലിന് അല്പം ഭീഷണിയുടെ സ്വരം കൂടി ഉണ്ടായിരുന്നു. കല്യാണിക്കു കൊടുത്തവാക്കിൽനിന്ന് പിന്മാറാൻ കൃഷ്ണൻ നായർ ഒരുക്കമായിരുന്നില്ല.

കൃഷ്ണൻ നായരും കല്യാണിക്കുട്ടിയും പ്രായപൂർത്തിയായ രണ്ട് വ്യക്തികളാണെന്നും അവർ വിവാഹം കഴിച്ച് ജീവിക്കുന്നതിൽ നിയമപരമായ തെറ്റൊന്നും ഇല്ല എന്നും പൂർണ്ണബോദ്ധ്യം രണ്ടുപേർക്കും ഉണ്ടായിരുന്നതുകൊണ്ട് അവർ തീരുമാനവുമായി മുന്നോട്ടു പോയി. വഞ്ചി പ്പുഴ മഠത്തിൽ വെച്ച് കല്യാണിയും കൃഷ്ണൻ നായരും വിവാഹിതരാ യി. വളരെ രഹസ്യമായിട്ടായിരുന്നു വിവാഹം. അവിടുത്തെ രണ്ട് തമ്പു രാക്കന്മാരും അവരുടെ ഭാര്യമാരും കലാമണ്ഡലം നീലകണ്ഠൻ നമ്പീ ശനും മാത്രമായിരുന്നു വിവാഹത്തിന് പങ്കെടുത്തത്. വിവാഹദിവസം ചെറിയ തോതിൽ സദ്യയും വഞ്ചിപ്പുഴ മഠത്തിൽ ഒരുക്കിയിരുന്നു. കല്യാണം കഴിഞ്ഞ അന്ന് ഇരുവരും അവരവരുടെ താമസസ്ഥലത്തേക്ക് പോയി. പിന്നീട് അവർ സ്ഥിരമായി കാണുകയും സ്വാതന്ത്ര്യത്തോടെ പെരുമാറുകയും ചെയ്തു.

കലാമണ്ഡലം സംഘം വടക്കേ ഇന്ത്യൻ പര്യടനത്തിന് തയ്യാറെടു ക്കുകയായിരുന്നു. സംഘത്തിൽ കൃഷ്ണൻ നായരും കല്യാണിക്കുട്ടിയും ഉണ്ട്. കല്യാണിക്കുട്ടി ഗർഭിണിയായതുകൊണ്ട് സംഘത്തോടൊപ്പം പര്യ ടനത്തിന് പോകാൻ കഴിയില്ലായിരുന്നു. മറ്റുപോംവഴികൾ ഇല്ലാത്തതി നാൽ കൃഷ്ണൻ നായർ വള്ളത്തോളിനും മുകുന്ദരാജാവിനും കത്തു നല്കി. വ്യക്തിപരമായ കാരണങ്ങളാൽ കല്യാണിക്കുട്ടിയെ പര്യടനത്തിൽ നിന്ന് ഒഴിവാക്കണം എന്നും കലാമണ്ഡലത്തിലെ അവരുടെ പഠിത്തം കഴിഞ്ഞതുകൊണ്ട് വീട്ടിൽ പോകാൻ അനുവദിക്കണം എന്നും കത്തിൽ കൃഷ്ണൻ നായർ അഭ്യർത്ഥിച്ചു. വള്ളത്തോളും മുകുന്ദരാജാവും ആലോ ചിച്ച് കത്തിന് അംഗീകാരം നല്കി. 1940 ൽ കല്യാണിക്കുട്ടി കലാമണ്ഡല ത്തിന്റെ പടിയിറങ്ങി.

കൃഷ്ണൻ നായർ കല്യാണിക്കുട്ടിയെയും കൂട്ടി കുറ്റിപ്പുറത്തുള്ള കരി ങ്ങമണ്ണയിലെ വീട്ടിലേക്കാണ് പോയത്. സ്വന്തം ഇഷ്ടപ്രകാരം വീടുവിട്ടി റങ്ങി ആരുടെയും അനുവാദം വാങ്ങാതെ കല്യാണവും കഴിച്ച് ഗർഭിണി യുമായാണ് വീട്ടിൽ തിരിച്ചുപോകുന്നത്. വീട്ടുകാർ എങ്ങനെ സ്വീകരിക്കും എന്ന ചിന്ത രണ്ടുപേർക്കും ഉണ്ടായിരുന്നു. വളരെ നല്ല സ്വീകരണമായി രുന്നു കല്യാണിയുടെ വീട്ടുകാരിൽനിന്നും ലഭിച്ചത്. കല്യാണിയുടെ സഹോദരിമാരായ ദാക്ഷായണിയും ശാരദയും ദേവിയും വീട്ടിലുണ്ടായി രുന്നു. വിവാഹക്കാര്യം അറിഞ്ഞപ്പോൾ അവരെല്ലാം ആചാരപ്രകാരം ഒരി ക്കൽക്കൂടി കല്യാണം നടത്തണം എന്നാവശ്യപ്പെട്ടു. കുഞ്ഞിന്റെ നൂല് കെട്ടും ഒരുമിച്ചുനടത്താം എന്ന് കൃഷ്ണൻ നായർ പറഞ്ഞപ്പോഴാണ് കല്യാണിക്കുട്ടി ഗർഭിണിയാണ് എന്ന കാര്യം വീട്ടുകാർ അറിയുന്നത് കുടുംബത്തിന്റെ പരിചരണത്തിലും തണലിലും കല്യാണിക്കുട്ടിയെ വിട്ട് കൃഷ്ണൻ നായർ കലാമണ്ഡലത്തിലേക്ക് തിരിച്ചുപോയി

കൃഷ്ണൻ നായരും കല്യാണിക്കുട്ടിയും ഒരുമിച്ച് ജീവിക്കണം എന്നത് നിയോഗം മാത്രം. ഇവരുടെ സ്വഭാവത്തിലെ സമാനതകൾ ഏറെ യാണ്. പറഞ്ഞ വാക്ക് മാറ്റിപറയാത്ത സ്വഭാവം, സത്യസന്ധത, ആത്മാർത്ഥത, സമർപ്പണം എന്നീ സമാനതകൾ ഉണ്ടെങ്കിൽ തന്നെയും വൈരുദ്ധ്യങ്ങളും ഉണ്ടായിരുന്നു. പൊതുവെ തന്റേടിയായിരുന്നു കല്യാ ണിക്കുട്ടി. ഒരു കാര്യത്തിന് വഴക്കിടണം എന്നുവിചാരിച്ചാൽ അതിനുള്ള തന്റേടവും ധൈര്യവും അവർക്ക് ഉണ്ടായിരുന്നു. കൃഷ്ണൻ നായർ പൊതുവെ ശാന്തസ്വഭാവിയായിരുന്നു. അതിനപ്പുറം മഹത്തായ കലക ളുടെ ഉപാസകർ എന്നത് ഇവരെ ന്യൂനതകളെല്ലാം മറന്ന് കൂട്ടിയിണി ക്കുന്ന കണ്ണിയായി. അവർ ഇണങ്ങിയും പിണങ്ങിയും കലയ്ക്കുവേണ്ടി ജീവിച്ചു.

വടക്കേ ഇന്ത്യയിലേക്ക്

കേരളത്തിനു പുറത്ത് കഥകളിയുടെ പ്രചാരണം ത്വരിതപ്പെടുത്തു ന്നതിനും അന്യസംസ്ഥാന വിദ്യാർത്ഥികളെ കഥകളി പഠനത്തിന് കേര ളത്തിലേക്ക് ആകർഷിക്കുന്നതിനും അതിലുപരി ഫണ്ട് സമാഹര ണത്തിനും ഉദ്ദേശിച്ചുകൊണ്ടാണ് വള്ളത്തോൾ മുൻകൈയെടുത്ത് ഉത്ത രേന്ത്യൻ പര്യടനം സംഘടിപ്പിച്ചത്. മദ്രാസ് വഴിയായിരുന്നു യാത്ര. നാഗ പ്പൂർ, ബറോഡ, കൽക്കത്ത തുടങ്ങിയ ഉത്തരേന്ത്യൻ നഗരങ്ങളായിരുന്നു ലക്ഷ്യം. വള്ളത്തോളിനെക്കൂടാതെ മകൻ ബാലചന്ദ്രനും മുകുന്ദരാജാ വുമായിരുന്നു സംഘത്തിന് നേതൃത്വം നല്കിയത്. ഉത്തരേന്ത്യയിൽ അതി കഠിനമായ ചൂട് ഉണ്ടായിരുന്ന സമയമായിരുന്നു അത്. താമസസൗകര്യം ഏർപ്പെടുത്തിയിരുന്നതെല്ലാം ഗവൺമെന്റ് ഗസ്റ്റ് ഹൗസുകളിലും സത്ര ങ്ങളിലും ആയിരുന്നു. ഒരു സ്ഥലത്തും വേണ്ടത്ര സൗകര്യങ്ങൾ ഉണ്ടാ യിരുന്നില്ല. കളിയും വേണ്ടതുപോലെ ഉണ്ടായില്ല. വള്ളത്തോളും മുകു ന്ദരാജാവും ബാലചന്ദ്രനും സംഘത്തിലെ പെൺകുട്ടികളും പല സുഹൃ ത്തുക്കളുടെ വീട്ടിലും ബന്ധുവീട്ടിലുമാണ് കഴിച്ചുകൂട്ടിയത്. കളികുറവാ യതുകൊണ്ടുതന്നെ നിത്യചെലവിനുപോലും പൈസയില്ലാത്ത പ്രശ്നവു മുണ്ടായിരുന്നു. കൃഷ്ണൻ ബാല്യത്തിൽ അനുഭവിച്ച ദാരിദ്ര്യത്തിന്റെയും ദുരിതത്തിന്റെയും പതിന്മടങ്ങാണ് പര്യടനകാലത്ത് അനുഭവിക്കേണ്ടിവ ന്നത്. സംഘം നാഗ്പ്പൂർ എത്തിയപ്പോഴേയ്ക്കും അവിടെ മധുരനാരങ്ങ യുടെ കാലമായിരുന്നു. മധുരനാരങ്ങയും പച്ചവെള്ളവും കുടിച്ചാണ് കഴിച്ചുകൂട്ടിയത്. മറ്റുസ്ഥലങ്ങളിൽ അതും ഇല്ലായിരുന്നു. ഒരു ദിവസം വെങ്കിടകൃഷ്ണഭാഗവതർ ദേഷ്യവും സങ്കടവും സഹിക്കവയ്യാതെ നോട്ടീസ് അടിക്കാൻ ഉണ്ടാക്കി വെച്ചിരിക്കുന്ന ബ്ലോക്കുകൾ എടുത്ത് തീയിൽ ഇടാൻ പുറപ്പെട്ടു. പലരും ഇടപെട്ട് ഈ ഉദ്യമത്തിൽനിന്നും ഭാഗ വതരെ പിന്തിരിപ്പിച്ചു. തിരിച്ചുപോകണമെന്ന് മുകുന്ദരാജാവിനോടും വള്ള ത്തോളിനോടും പലതവണ പറഞ്ഞു എങ്കിലും ഫലമുണ്ടായില്ല. കൂടു തൽ പരിപാടികൾ കിട്ടും എന്ന വിശ്വാസത്തിൽ അവർ അവിടെ തുടരു

കയാണ് ഉണ്ടായത്. അങ്ങനെ മൂന്നരമാസം നീണ്ട ദുരിതപർവ്വം അവ സാനിപ്പിച്ച് സംഘം നാട്ടിൽ തിരിച്ചുവന്നു.

കല്യാണം കഴിഞ്ഞ് ഭാര്യയെ ഭാര്യവീട്ടിൽ വിട്ടിട്ടാണ് കൃഷ്ണൻ നായർ ഉത്തരേന്ത്യൻ പര്യടനത്തിനുപോയത്. മാത്രവുമല്ല അമ്മയെ കണ്ടിട്ട് മാസങ്ങൾ ഏറെയായി. കലാമണ്ഡലത്തിൽ തിരിച്ചെത്തിയ ഉടനെ കൃഷ്ണൻ നായർ പതിനഞ്ചുദിവസത്തെ ലീവെടുക്കാൻ തീരുമാനിച്ചു. അമ്മയെയും ഭാര്യയെയും കാണലാണ് ഉദ്ദേശമെങ്കിലും അമ്മയെ വെറും കൈയോടെ പോയി കാണാൻ കഴിയില്ല. അടുത്തതവണ കാണുന്നതുവ രെയുള്ള ചെലവിനുള്ള കാശ് അമ്മയെ ഏല്പിക്കണം, അതാണ് പതി വ്. ഇത്തവണ കൈയിൽ ഒരു പൈസപോലും ഇല്ല. ഉത്തരേന്ത്യൻ പര്യട നത്തിനുപോയിട്ട് പ്രതിഫലം കിട്ടിയില്ല എന്നുമാത്രമല്ല ആ സമയത്തു നാട്ടിലുണ്ടായിരുന്ന കളികളൊന്നും ഏറ്റെടുത്ത് നടത്താനും കഴിഞ്ഞില്ല. കലാമണ്ഡലത്തിൽ തിരിച്ചെത്തി പലരിൽനിന്നുമായി കടം വാങ്ങിയും കടം കൊടുത്തകാശ് തിരിച്ചു വാങ്ങിയും അദ്ദേഹം പുറപ്പെട്ടു. അമ്മയെ കാണുന്നതിനുമുൻപ് ഭാര്യയെ കാണാം എന്ന് അദ്ദേഹം തീരുമാനിച്ചു. രഹസ്യമായി കല്യാണം കഴിച്ച് ഭാര്യയെ ഗർഭിണിയാക്കി വീട്ടിൽകൊ ണ്ടുവിട്ട് മുങ്ങിയ വിരുതനാണ് എന്ന് തെറ്റിദ്ധരിച്ചാൽ അവരെ കുറ്റം പറ യാൻ പറ്റില്ലല്ലോ? കല്യാണിയെ കണ്ട് വിവരം പറഞ്ഞ് ഒരുദിവസം അവിടെ താമസിച്ചശേഷം അമ്മയുടെ അടുത്തേക്ക് യാത്ര തിരിച്ചു.

വീട്ടിലെത്തി, അച്ഛനും അമ്മയും വീട്ടിലുണ്ടായിരുന്നു. വാരണം കോട്ട് പോയി അവിടെയും വിവരം പറഞ്ഞു. കലാമണ്ഡലത്തിലെ വെറും വിദ്യാർത്ഥി മാത്രമായിരുന്നില്ല ഈ സമയത്ത് അദ്ദേഹം. രാവുണ്ണിമേ നോന്റെ അസിസ്റ്റന്റായി ജോലി നോക്കുക കൂടി ചെയ്യുന്നുണ്ടായിരുന്നു. ഈ വിവരം കേട്ടപ്പോൾ വീട്ടിലും വാരണംകോട്ടും എല്ലാവർക്കും സന്തോ ഷമായി. വീട്ടിൽ വലിയ ഒരു പ്രശ്നത്തിനു നടുവിലേക്കാണ് അദ്ദേഹം ചെന്നിറങ്ങിയത്. മുൻപ് എന്തൊ സാമ്പത്തിക ആവശ്യത്തിന് വീടും പറമ്പും അമ്മയുടെ സഹോദരൻ കുമാരന് തീറെഴുതി കൊടുത്തിരുന്നു. ഈ വിവരം കൃഷ്ണൻ നായർക്ക് അറിയില്ലായിരുന്നു. വീട് ഒഴിഞ്ഞു കൊടുക്കണം എന്ന് പറഞ്ഞ് അമ്മാവൻ കള്ളുകുടിച്ചു വന്ന് അമ്മയെ അസഭ്യം പറയുന്ന സമയത്താണ് കൃഷ്ണൻ വീട്ടിൽ എത്തുന്നത്. അമ്മാ വനെക്കണ്ട് കാശുകൊടുത്ത് വീടും പറമ്പും തിരിച്ചെടുക്കാനുള്ള ശ്രമം കൃഷ്ണൻ നടത്തി എങ്കിലും ഫലം കണ്ടില്ല. പിന്നെ അമ്മയെ കൂടെ കൊണ്ടുപോവുക എന്ന വഴി മാത്രമേ കൃഷ്ണന്റെ മുൻപിൽ ഉണ്ടായിരു ന്നുള്ളൂ. അത് എവിടെ എങ്ങനെ എന്നൊന്നും അദ്ദേഹത്തിന് അറിയില്ലാ യിരുന്നു. അമ്മയെ കൂടെകൊണ്ടുപോയി താമസിപ്പിക്കുന്ന കാര്യം പിന്നെയും നീണ്ടു. പൗരപ്രമാണിമാരും നാട്ടുകാരും ഇടപെട്ട് അമ്മാവ ന്റെയടുത്തുനിന്നും വീടു വിട്ടുകൊടുക്കുന്നതിന് കുറച്ചുകൂടി സാവകാശം വാങ്ങി. അമ്മ അവിടെത്തന്നെ താമസം തുടർന്നു. കൃഷ്ണന്റെ പിന്നീ ടുള്ള ശ്രമം താമസസ്ഥലത്തിനു വേണ്ടിയായിരുന്നു.

കലാമണ്ഡലം
കൃഷ്ണൻ നായരിലേക്ക്

ചിറ്റൂർ ക്ഷേത്രത്തിൽ കളി കാണാൻ എത്തിയ കൊച്ചിരാജാവ് കൃഷ്ണൻ നായരുടെ പൂതന കാണണം എന്നാവശ്യപ്പെട്ടു. പൂതന കണ്ട് തൃപ്തനായ തമ്പുരാൻ പുടവയും പ്രതിഫലവും നല്കിയശേഷം തൃപ്പൂ ണിത്തുറ ഉത്സവത്തിന് ക്ഷണിച്ചു. ചിറ്റൂർ ക്ഷേത്രത്തിലെ കളിക്ക് മുപ്പ ത്തിയഞ്ചു രൂപ പ്രതിഫലത്തിന് പുറമെ തമ്പുരാന്റെ നിർദ്ദേശപ്രകാരം പത്ത് രൂപ കൂടിക്കൊടുത്തു.

കൊച്ചിരാജാവിന്റെ കല്പനപ്രകാരം ആ വർഷത്തെ വൃശ്ചികമാസ ത്തിൽ തൃപ്പൂണിത്തുറ ക്ഷേത്രത്തിലെ ഉത്സവത്തിന് കൃഷ്ണൻ നായരെ ത്തി. പതിമൂന്ന് വേദികൾ ഉണ്ടെങ്കിലും തിരുമുമ്പിൽകളി (തമ്പുരാന്റെയും രാജകുടുംബാംഗങ്ങളുടെയും മുമ്പിലുള്ള കളി)യാണ് പ്രധാനം. എല്ലാ ദിവസവും കൃഷ്ണൻ നായർ തിരുമുമ്പിൽ കളി നടത്തി. കളികഴിഞ്ഞ് തമ്പുരാനും കൃഷ്ണൻ നായരും ദീർഘനേരം സംസാരിക്കും. അവസാ നത്തെ ദിവസത്തെ കളികഴിഞ്ഞ് കൃഷ്ണൻ നായരെ മുകളിലത്തെ മുറി യിലേക്ക് വിളിപ്പിച്ചു. ദേവസ്വം പ്രസിഡന്റ് എളമന കൃഷ്ണൻ മേനോൻ ഒരു മെഡൽ കൊച്ചിരാജാവിന്റെ കൈയിൽ കൊടുത്തു. ആ മെഡൽ രാജാവ് കൃഷ്ണൻ നായർക്ക് കൊടുത്തു. അദ്ദേഹം അത് ഭക്തിയാദര പൂർവ്വം സ്വീകരിക്കുകയും ചെയ്തു. ആ മെഡലിൽ കലാമണ്ഡലം കൃഷ്ണൻ നായർക്ക് എന്നാണ് ആലേഖനം ചെയ്തിരുന്നത്. അന്നുമുത ലാണ് കൃഷ്ണൻ നായർ കലാമണ്ഡലം കൃഷ്ണൻ നായരായി അറിയ പ്പെടാൻ തുടങ്ങിയത്.

ഉത്സവം കഴിഞ്ഞ് കൃഷ്ണന് സമ്മാനങ്ങൾ കൊടുത്തു എങ്കിലും തിരിച്ച് പോകാൻ തമ്പുരാൻ അനുവദിച്ചില്ല. അടുത്തുള്ള കോവിലകങ്ങ ളിലെല്ലാം മാറി മാറി എല്ലാ ദിവസവും കൃഷ്ണന്റെ കളി ഉണ്ടാകുമായി രുന്നു. അങ്ങനെ ഉത്സവം കഴിഞ്ഞിട്ടും ഒരു മാസത്തോളം കൃഷ്ണൻ

48

തൃപ്പൂണിത്തുറയിൽ കൂടി. അടുത്തവർഷം മുതൽ എല്ലാ ഉത്സവത്തിനും കൃഷ്ണൻ നായരുടെ വക കഥകളി വഴിപാടായി നടത്താൻ അദ്ദേഹം തീരുമാനിച്ചു.

കൃഷ്ണൻ നായരെ കഥകളി നടനായി ആസ്വാദകലോകം അംഗീ കരിച്ചുവെങ്കിലും കൃഷ്ണൻ നായർ അത് അംഗീകരിക്കാൻ കൂട്ടാക്കിയി ല്ല. ഒരു വിദ്യാർത്ഥിയായി തന്നെ അദ്ദേഹം അവസാനകാലം വരെ തുടർന്നു. എന്തും ഏതും കൊച്ചുകുട്ടിയുടെ കൗതുകത്തോടെ അദ്ദേഹം നിരീക്ഷിച്ചു. നടനുവേണ്ട ഏറ്റവും വലിയ ഗുണങ്ങളിലൊന്നാണ് നിരീ ക്ഷണ പാടവം. ഇത്രയേറെ നിരീക്ഷണപാടവം ഉണ്ടായ മറ്റൊരുനടൻ ഇല്ല. സ്വന്തം വേഷം മെച്ചപ്പെടുത്താൻ ആരു പറയുന്ന നിർദ്ദേശവും അദ്ദേഹം സ്വീകരിച്ചു.

നാട്യശാസ്ത്രപ്രകാരം
"ഉജ്ജ്വലോരൂപവാംശ്ശൈവ
ദൃഷ്ടോപകരണക്രിയ:
മേധാവീച വിധാനജ്ഞ:
സ്വകർമ്മകുശലോ നട:"

തെളിഞ്ഞവേഷം, ജന്മസിദ്ധമായ ശരീരസൗന്ദര്യം വേഷം കെട്ടി അഭി നയിക്കുന്നത് ധാരാളം കണ്ടിട്ടുള്ള പഴക്കം, ഓർമ്മശക്തി, ശാസ്ത്ര ജ്ഞാനം, അഭിനയിക്കാനുള്ള വൈദഗ്ദ്ധ്യം എന്നീ ഗുണങ്ങൾ നടന് നാട്യ ശാസ്ത്രം നിഷ്കർഷിക്കുന്നു. ഈ ഗുണങ്ങളെല്ലാം തികഞ്ഞ ഉത്തമ നട നായിരുന്നു കലാമണ്ഡലം കൃഷ്ണൻ നായർ.

ദേശമംഗലത്തു മനയ്ക്കലെ വലിയ തമ്പുരാന് കൃഷ്ണൻ നായരെ വലിയ ഇഷ്ടമായിരുന്നു. അദ്ദേഹത്തിന്റെ നിർദ്ദേശപ്രകാരം മാണിമാധവ ചാക്യാരുടെകീഴിൽ കൃഷ്ണൻ കണ്ണുസാധകം അഭ്യസിച്ചു. ഇതിനുവേണ്ട സകല ചെലവും ദേശമംഗലം മനയ്ക്കൽനിന്നാണ് വഹിച്ചത്. മനയുടെ പത്തായപുരയുടെ മൂന്നാംനിലയിലായിരുന്നു ചാക്യാരുടെയും കൃഷ്ണൻ നായരുടെയും താമസം. ദിവസവും വെളുപ്പിന് മൂന്നു മണിക്ക് എഴുന്നേറ്റ് കണ്ണിൽ ഉരുക്കുനെയ്യ് ഒഴിച്ച് സാധകം തുടങ്ങും. മാധവചാക്യാർ അടു ത്തിരിക്കും. സാധകത്തിൽ പാകപ്പിഴ വല്ലതും ഉണ്ടോ എന്ന് ചാക്യാർ സസൂക്ഷ്മം നിരീക്ഷിക്കും. എന്തെങ്കിലും ഉണ്ടെങ്കിൽ തിരുത്തി കൊടു ക്കും. രാവിലെ 7 മണി വരെ സാധകം തുടരും. വൈകിട്ട് ആറുമണിക്ക് വീണ്ടും സാധകം ആരംഭിച്ച് 9 മണിക്ക് തീരും. രണ്ടു മൂന്നു ദിവസം കഴി ഞ്ഞപ്പോൾ കണ്ണിൽ വല്ലാതെ നീർകെട്ടി. ഡോക്ടറുടെ അടുത്തുപോകാം എന്നും സാധകം നിർത്താം എന്നും അഭിപ്രായം വന്നപ്പോൾ സാധകം തുടരുകയാണ് കൃഷ്ണൻ നായർ ചെയ്തത്. സാധകം ചെയ്തു തന്നെ നീർ മാറ്റി. പലതവണ ഇത്തരത്തിൽ മാണി മാധവചാക്യാരുടെ അടുത്ത് അദ്ദേഹം കണ്ണുസാധകം ചെയ്തു. മാണി മാധവചാക്യാരുടെ പ്രിയപ്പെട്ട വിദ്യാർത്ഥിയായിരുന്നു കൃഷ്ണൻ നായർ.

സ്വന്തമായി കഥകളി വേഷ സാമഗ്രികൾ ഉണ്ടാക്കണം എന്ന മോഹം

നേരത്തെ ഉണ്ടായിരുന്നു. അത് വെള്ളികൊണ്ടുതന്നെ വേണം എന്നും അദ്ദേഹം മനസ്സിലുറച്ചു. എന്നാൽ അതിനുള്ള സാമ്പത്തിക ശേഷിയില്ലായിരുന്നു. കൃഷ്ണൻ നായർ, ആഗ്രഹം വഞ്ഞിപ്പുഴ മഠത്തിലെ ചീഫിന്റെ ഭാര്യയായ അമ്മിണിഅമ്മയെ അറിയിച്ചു. അമ്മിണി അമ്മ ചീഫിനോട് അനുവാദം വാങ്ങി ഉപയോഗശൂന്യമായ വെള്ളിപ്പാത്രങ്ങൾ ആവശ്യമുള്ള തൂക്കത്തിന് കൃഷ്ണൻ നായർക്ക് കൊടുത്തു. വെള്ളി കൈയിൽ കിട്ടിയപ്പോൾ കൃഷ്ണൻ നായർ ദേശമംഗലം മനയ്ക്കൽ പോയി തമ്പുരാനെ കണ്ട് വെള്ളികൈമാറി ആവശ്യമായ സാധനം നിർമ്മിച്ചുതരുവാൻ അഭ്യർത്ഥിച്ചു. തമ്പുരാൻ കൃഷ്ണന്റെ ആഗ്രഹം സാധിച്ചു കൊടുത്തു.

കലാമണ്ഡലത്തിൽ കളിക്കോപ്പുകൾ ഉണ്ട് എങ്കിലും സ്ഥാപനം വളർന്നു വന്ന സാഹചര്യത്തിൽ അവ മതിയാവാതെ വന്നു. വാരണം കോട്ട് മനയ്ക്കലെ കോപ്പുകൾ വലിയ വിലയൊന്നും കൂടാതെ കൊടുക്കുന്നു എന്ന വിവരം കൃഷ്ണൻ നായർ വള്ളത്തോളിനെ അറിയിച്ചു. അങ്ങനെയാണെങ്കിൽ അവ പറഞ്ഞു വ്യവസ്ഥയാകാൻ കൃഷ്ണനെ ചുമതലപ്പെടുത്തി. കൃഷ്ണൻ സുബ്രഹ്മണ്യൻ എഴുന്നള്ളിയേടത്തിനെ കണ്ട് കലാമണ്ഡലത്തിലെ കാര്യമാണെന്ന് പറഞ്ഞപ്പോൾ അദ്ദേഹം സന്തോഷത്തോടെ തരാമെന്ന് സമ്മതിച്ചു. ആ കൂട്ടത്തിൽ ഒരു ആദ്യാവസാന കിരീടം ഉണ്ട്. അത് മറ്റാർക്കും കൊടുക്കില്ല. കൃഷ്ണനുള്ളതാണ്." എന്ന് എഴുന്നള്ളിയേടത്ത് പറഞ്ഞപ്പോൾ കൃഷ്ണന്റെ കണ്ണു നിറഞ്ഞു. "ഇവിടുത്തെ വകയായി കൃഷ്ണൻ അത് എന്നും വെക്കണം. ഞാൻ വള്ളത്തോളിനു കത്തുതരാം." ആദ്യാവസാനകിരീടം കൃഷ്ണനാണെന്നും ബാക്കിയുള്ളവ കലാമണ്ഡലത്തിലേക്കും എന്നുപറഞ്ഞ് കത്തു നല്കി. അപ്പോഴേക്കും ദേശമംഗലത്ത് കൃഷ്ണന്റെ പുരുഷവേഷത്തിന് വേണ്ട സകല കോപ്പുകളുടെയും പണി വെള്ളിയിൽ പൂർത്തിയായിരുന്നു.

കലാമണ്ഡലത്തിന്റെ പടിയിറക്കം

കലാമണ്ഡലത്തിലെ ചെലവ് വള്ളത്തോളിനും മുകുന്ദരാജാവിനും താങ്ങാൻ പറ്റുന്നതിന് അപ്പുറമായിരുന്നു. പണം സമാഹരിക്കാൻ പല വഴിക്കു ശ്രമിച്ചു എങ്കിലും ഒന്നും സഫലമായില്ല. കൊച്ചി ദേവസ്വത്തിനെ കൊണ്ട് കലാമണ്ഡലം ഏറ്റെടുക്കാനുള്ള നിർദ്ദേശം വള്ളത്തോൾ മുൻപ് വെച്ചിരുന്നു. കലാമണ്ഡലം ദേവസ്വം ബോർഡ് ഏറ്റെടുക്കാനുള്ള ചർച്ചകൾ ആരംഭിക്കുകയും ചെയ്തു. കൊച്ചിരാജാവും ഇളമനകൃഷ്ണൻ മേനോനും (ദേവസ്വം പ്രസിഡന്റ്) മുൻകൈ എടുത്താണ് കലാമണ്ഡലം ഏറ്റെടുക്കുന്ന നടപടികൾ പുരോഗമിച്ചത്. കലാമണ്ഡലത്തിന്റെ സാമ്പത്തിക സ്ഥിതി എല്ലാവർക്കും അറിയാവുന്നതുകൊണ്ട് അദ്ധ്യാപകരും മറ്റു ജീവനക്കാരും വിദ്യാർത്ഥികളും എല്ലാവിധ വിട്ടുവീഴ്ചകളോടും കൂടിയാണ് അവിടെ തുടർന്നത്. ആരും ശമ്പളം ചോദിക്കാറില്ല. കണക്കു പറയാറില്ല. ഉന്നതരായ പല കലാകാരന്മാരും അവരുടെ പരാധീനതകളും ബുദ്ധിമുട്ടുകളും ആരെയും അറിയിക്കാതെ കലാപ്രവർത്തനവുമായി

50

മുമ്പോട്ടുപോയി. ഇത്തരത്തിൽ ഒരു കലാസാംസ്കാരിക സ്ഥാപനം നില നില്ക്കേണ്ടതിന്റെ ആവശ്യകത മറ്റാരെക്കാളും ഇവർക്ക് നന്നായി അറി യാമായിരുന്നു.

ഈ സമയമായപ്പോഴേക്കും കൃഷ്ണൻ നായർ കോട്ടയം കഥകൾ എല്ലാംതന്നെ ചൊല്ലിയാടിക്കഴിഞ്ഞിരുന്നു. രാവുണ്ണി മേനോനായിരുന്നു അന്ന് ചൊല്ലിയാടുമ്പോൾ പാടിയിരുന്നത്. അദ്ദേഹത്തിന്റെ പാട്ടിനെ 'കൊരയ്ക്കൽ പാട്ട്' എന്ന് പറഞ്ഞ് എല്ലാവരും കളിയാക്കുമായിരുന്നു. പക്ഷേ, അദ്ദേഹത്തിന്റെ പാട്ടിന്റെ അക്ഷരവിന്യാസവും കണക്കും, മറ്റ് പാട്ടുകാരെക്കാൾ മുകളിൽ നില്ക്കുന്നതായിരുന്നു. വള്ളത്തോളും മൂകു ന്ദരാജാവും എല്ലാ ചൊല്ലിയാട്ടത്തിനും എത്തുമായിരുന്നു. പോരായ്മകൾ ആശാൻ തിരുത്തുന്നതോടൊപ്പം മഹാകവിയുടെ ഭാവനയിൽ വരുന്ന നിർദ്ദേശങ്ങൾ നല്കുകയും ചെയ്യും. കൃഷ്ണനിലെ കലാകാരനെ വളർത്തുന്നതിൽ ഈ നിർദ്ദേശം ഒരുപാട് സഹായിച്ചിട്ടുണ്ട്.

അഞ്ച് കൊല്ലം അമ്പലപ്പുറത്തും ഏഴ് കൊല്ലം ചെറുതുരുത്തിയിലു മായി പന്ത്രണ്ട് കൊല്ലത്തെ വിദ്യാഭ്യാസം കൃഷ്ണൻ പൂർത്തിയാക്കിക്ക ഴിഞ്ഞു. തുടർന്ന് രണ്ട് കൊല്ലം സഹഅദ്ധ്യാപകനായും പ്രവർത്തിച്ചു. നീണ്ട പതിനാലുവർഷം കലാമണ്ഡലത്തിൽ പൂർത്തിയാക്കിയ കൃഷ്ണൻ നായർക്ക് തന്റെ ഭാവി ജീവിതത്തെക്കുറിച്ച് തീരുമാനങ്ങൾ എടുക്കേണ്ട സമയമായിരുന്നു അത്. ഈ സമയത്താണ് കലാമണ്ഡലം കൊച്ചിദേവസ്വം ഏറ്റെടുക്കുന്നതിനുള്ള ധാരണകൾ പൂർത്തിയായത്. കലാമണ്ഡലം ദേവസ്വം ഏറ്റെടുക്കുന്നത് ചെറിയ സ്വാതന്ത്ര്യക്കുറവിനു കാരണമാകും എന്ന് അദ്ദേഹം ഭയപ്പെട്ടു. കളിക്കുപോകുമ്പോഴും കണ്ണുസാധകം പോലുള്ള കോഴ്സുകൾക്ക് പോകുമ്പോഴും വിലക്കും നിയന്ത്രണവും കലാമണ്ഡലത്തിൽ നിന്ന് ഉണ്ടായിട്ടില്ല. തുടർന്നങ്ങോട്ട് എങ്ങനെയാവും എന്ന ചിന്ത അദ്ദേഹത്തെ അസ്വസ്ഥനാക്കി. അതോടൊപ്പം മറ്റ് ഏത് സ്ഥാപനങ്ങളിലുമെന്നപോലെ ചില ഗ്രൂപ്പുകളും പ്രാദേശിക വാദങ്ങളും കലാമണ്ഡലത്തിലും തലപൊക്കിയിരുന്നു. ഇത്തരം കാര്യങ്ങൾ ഒന്നും മുകുന്ദരാജാവും വള്ളത്തോളും അറിഞ്ഞിരുന്നതുമില്ല. കൃഷ്ണൻ നായർ കലാകാരൻ എന്ന രീതിയിൽ ചുവടുറപ്പിക്കുന്ന സമയം കൂടിയായിരുന്നു അത്. കഥകളിക്ക് ഉള്ള ധാരാളം അവസരങ്ങൾ കൃഷ്ണനെ തേടിവന്നി രുന്നു. കൊച്ചിദേവസ്വം ഏറ്റെടുത്താൽ പുറത്ത് കളിക്ക് പോകുന്നതിന് വിലക്ക് വരുമോ എന്ന് കൃഷ്ണൻ ഭയപ്പെട്ടു. മുമ്പ് അനുഭവിച്ച സ്വാതന്ത്ര്യം ഒരു കാരണവശാലും കിട്ടാൻ പോകുന്നില്ല എന്ന് അദ്ദേഹത്തിന് ഉറപ്പാ യിരുന്നു. അതുകൊണ്ടുതന്നെ സ്വതന്ത്രനാകാൻ കൃഷ്ണൻ നായർ തീ രുമാനിച്ചു. പക്ഷേ, ഉയർന്നുവരുന്ന ഉൽക്കണ്ഠകൾ നിരവധിയാണ്. ഭാര്യ, കുട്ടി, കേറിക്കിടക്കാൻ കിടപ്പാടം പോലുമില്ലാത്ത അമ്മ. ഈ വക കാര്യ ങ്ങൾ പല അഭ്യുദയകാംക്ഷികളോടും ഭാര്യയോടും അദ്ദേഹം പങ്കുവെച്ചു. അവരെല്ലാം കലാമണ്ഡലം വിടരുതാണ് ഉപദേശിച്ചത്. കൃഷ്ണൻ നായർ അങ്ങനെ കലാമണ്ഡലം വിടാൻ തീരുമാനിച്ചു. ഇനി വള്ളത്തോളിന്റെ

അനുവാദമാണ്. വേണ്ടത്. വലിയ മാനസികതയ്യാറെടുപ്പോടെയാണ് കൃഷ്ണൻ വള്ളത്തോളിന്റെ മുൻപിൽ എത്തിയത്. "കലാമണ്ഡലം, അങ്ങ യുടെ കീഴിൽനിന്നും വിട്ടുമാറുന്ന സാഹചര്യത്തിൽ അങ്ങയുടെ അനു വാദത്തോടെയും അനുഗ്രഹത്തോടെയും ഇവിടെ നിന്ന് പിരിയണം എന്നാണ് എന്റെ ആഗ്രഹം. കൃഷ്ണൻ നായർ അത്രയും പറഞ്ഞാപ്പിച്ചു വള്ളത്തോളിന്റെ മുൻപിൽ. വള്ളത്തോൾ ഒരുപാട് തടസ്സങ്ങൾ പറഞ്ഞു എങ്കിലും തീരുമാനത്തിൽ ഉറച്ചുനിന്നു കൃഷ്ണൻനായർ. സ്വതന്ത്രമായ കലാപ്രവർത്തനം നടത്താനാണ് തീരുമാനമെന്നും ശമ്പളംകൊണ്ടുമാത്രം കുടുംബം പുലർത്താൻ കഴിയില്ല എന്നും കൃഷ്ണൻ വള്ളത്തോളിനോട് പറഞ്ഞു. പുറത്ത് കളികൾ ഏറ്റെടുത്ത് ചെയ്യുകയാണെങ്കിൽ പിടിച്ചുനി ല്ക്കാം. "അങ്ങയ്ക്ക് എന്ത് ആവശ്യം വന്നാലും ഞാൻ ഇവിടെ എത്തി ക്കോളാം" കൃഷ്ണൻ നായർ വള്ളത്തോളിന് വാക്കുകൊടുത്തു. ഇനി നിന്റെ ഇഷ്ടംപോലെ ആയിക്കോളൂ എന്ന് വള്ളത്തോൾ സമ്മതം നല്കി.

കൃഷ്ണൻ തന്റെ സാധനങ്ങൾ എല്ലാം ട്രങ്ക് പെട്ടിയിൽ നിറച്ച് അന്തേ വാസികളോടും ഗുരുക്കന്മാരോടും സഹപാഠികളോടും പതിനാല് വർഷം താമസിച്ച പ്രദേശത്തോടും മനസ്സുകൊണ്ട് ഓരോ പുൽക്കൊടിയോടും യാത്ര പറഞ്ഞു. അദ്ദേഹം വള്ളത്തോളിന്റെ മുറിയിൽ യാത്ര പറയാൻ ചെന്നപ്പോൾ എളമനകൃഷ്ണൻ മേനോനും ഉണ്ടായിരുന്നു ആ മുറിയിൽ. കൊച്ചി ദേവസ്വം ഏറ്റെടുക്കുന്നതിന്റെ അവസാന കാര്യങ്ങൾ വ്യവസ്ഥ യാക്കാൻ വന്നതായിരുന്നു അദ്ദേഹം. ആ സമയത്ത് വള്ളത്തോളിന് ഒരു കമ്പി സന്ദേശം വന്നു 'കൊച്ചിരാജാവ് ചൊവ്വരയിൽ വച്ച് തീപ്പെട്ടു' എന്നാ യിരുന്നു ആ സന്ദേശം. വള്ളത്തോളും എളമനകൃഷ്ണൻ മേനോനും കൊച്ചിയിലേക്ക് പുറപ്പെട്ടു. കലാമണ്ഡലം കൊച്ചിദേവസ്വം ഏറ്റെടുക്കുന്ന പദ്ധതി പിന്നീട് മുന്നോട്ടുപോയില്ല. കലാമണ്ഡലം സ്വന്തം പേരിനോട് ചേർത്തുകൊണ്ട് കൃഷ്ണൻ നായർ കലാമണ്ഡലത്തിന്റെ പടിയിറങ്ങി.

കൃഷ്ണൻ നായർ പോയത് ഭാര്യ താമസിച്ചിരുന്ന കരിങ്ങമണ്ണയിലേ ക്കായിരുന്നു. അധികം താമസിയാതെ തന്നെ ഇവർ തിരുവനന്തപുര ത്തേക്ക് പുറപ്പെട്ടു. തിരുവനന്തപുരം ഭാഗത്ത് കൃഷ്ണൻ നായർക്ക് കളി കൾ ഉണ്ടായിരുന്നു. ഒപ്പം സുഹൃത്തും സഹപാഠിയുമായ ഗുരുഗോപി നാഥ്— തങ്കമണി ദമ്പതികൾ തിരുവനന്തപുരത്ത് നടത്തിവന്നിരുന്ന നർത്ത നാലയം നോക്കി നടത്താൻ കല്യാണിക്കുട്ടിയെയും കൃഷ്ണൻ നായ രെയും ക്ഷണിക്കുകയായിരുന്നു. ഗുരുഗോപിനാഥിനും തങ്കമണിക്കും മദി രാശിയിൽ ചില ചലച്ചിത്രങ്ങളുടെ പ്രവർത്തനങ്ങളുമായി പോകേണ്ടി വന്ന സാഹചര്യത്തിലാണ് നർത്തനാലയം ഇവരെ ഏല്പിക്കാൻ തീരുമാനിച്ച ത്. 1941 ൽ ആയിരുന്നു അത്. ഈസമയത്ത് മകൾ കൃഷ്ണകുമാരിക്ക് നാലുമാസത്തോളം പ്രായമായിരുന്നു. കല്യാണിക്കുട്ടിയമ്മ നർത്തനാല യത്തിന്റെ മേൽനോട്ടവും ചുമതലയും പൂർണ്ണമായി വഹിക്കുകയും കൃഷ്ണൻ നായർ തിരുവനന്തപുരം കേന്ദ്രീകരിച്ച് സ്വതന്ത്രമായി കഥ കളി അവതരിപ്പിക്കുകയും ബാക്കി സമയം നർത്തനാലയത്തിൽ ക്ലാസെ

ടുക്കുകയും ആണ് ചെയ്തിരുന്നത്. കുറച്ചു നാൾ സ്വസ്ഥമായി തിരുവ
നന്തപുരത്ത് താമസിച്ചുവന്നപ്പോഴേക്കും ഏകമകൾ കൃഷ്ണകുമാരിക്ക്
ചിക്കൻ പോക്സ് പിടിപെട്ടു. അന്നത്തെ കാലത്ത് ഈ അസുഖത്തിന്
കൃത്യമായ ചികിത്സ ഇല്ലായിരുന്നു. കൃഷ്ണൻ നായർ കളിക്കുപോയി
രുന്ന സമയത്തായിരുന്നു. അസുഖം പിടിപെട്ടത്. അദ്ദേഹം തിരിച്ചു വരു
മ്പോഴേക്കും മകൾ മരിച്ചു. ഈ സംഭവം ഇവർക്ക് താങ്ങാൻ കഴിയു
ന്നതിനും അപ്പുറമായിരുന്നു. തിരുവനന്തപുരത്ത് സമ്പന്നമായ ഒരു
ശിഷ്യസമ്പത്ത് ഉണ്ടായിരുന്നു. നിരവധി അവസരങ്ങൾ അവരെ തേടി
വരുന്നുമുണ്ടായിരുന്നു. എങ്കിലും അന്നത്തെ മാനസികാവസ്ഥയിൽ
അവിടെ തുടരാൻ അവർക്ക് രണ്ടുപേർക്കും കഴിഞ്ഞില്ല.

1943 അവസാനത്തോടുകൂടി ഒരു പെൺകുട്ടി കൂടി ജനിച്ചു അവർക്ക്.
തിരുവനന്തപുരത്തുനിന്നും വന്ന് ചെർപ്പുളശ്ശേരിയിൽ താമസിക്കുന്ന കാല
മായിരുന്നു അത്. കൃഷ്ണൻനായർ അമ്മയെക്കണ്ടിട്ടും വിവരങ്ങൾ അറി
ഞ്ഞിട്ടും കുറച്ചുകാലങ്ങളായിരുന്നു. അമ്മയുടെ അടുത്തുപോയി വിവര
ങ്ങൾ എല്ലാം പറഞ്ഞത് കൃഷ്ണൻ നായർ തിരിച്ചുവന്നു. ഭാര്യയുടെ
സഹോദരിയുടെ വീട്ടിൽ താമസിക്കുന്നതിന്റെ അനൗചിത്യം കൃഷ്ണൻ
നായർ തിരിച്ചറിഞ്ഞിരുന്നു അതുകൊണ്ടുതന്നെ ഒരു വീട് വാടകയ്ക്ക്
എടുത്ത് അങ്ങോട്ടു മാറാൻ അദ്ദേഹം തീരുമാനിച്ചു. സഹൃദയനും ധനി
കനുമായ റ്റി കെ നായരെ അദ്ദേഹം പരിചയപ്പെടുന്നത് ദേശമംഗലം മന
യ്ക്കൽ വെച്ചാണ്. അദ്ദേഹത്തിന് കൃഷ്ണൻ നായരോട് കടുത്ത ആരാ
ധന ഉണ്ടായിരുന്നു. ഒരു വീട് അന്വേഷിക്കുകയാണ് എന്ന കാര്യം അദ്ദേ
ഹത്തോട് പറഞ്ഞപ്പോൾ കരുവാംകുഴിയിൽ അദ്ദേഹത്തിന്റെ ഒരു വീട്
ഉണ്ടെന്നും ആ വീടിന്റെ പത്തായപുരയും രണ്ട് നിരയുള്ള നാലുകെട്ടും
ഒഴിഞ്ഞു കിടക്കുകയാണെന്നും റ്റി കെ നായർ പറഞ്ഞു. വിശ്വസിച്ചു താമ
സിപ്പിക്കാൻ പറ്റുന്ന ഒരാളെ ഞാൻ അന്വേഷിച്ച് നടക്കുകയാണ് എന്നും,
അദ്ദേഹം പറഞ്ഞപ്പോൾ ദേശമംഗലം മനയ്ക്കലെ തമ്പുരാൻ കൃഷ്ണൻ
നായരെ അവിടെ താമസിപ്പിക്കാം എന്ന് റ്റി കെ നായരോട് പറയുകയും
അദ്ദേഹം സന്തോഷപൂർവ്വം വീടിന്റെ താക്കോൽ കൊടുക്കുകയും
ചെയ്തു.

ബലഭദ്രനും കൃഷ്ണനും

മാങ്കുളം വിഷ്ണുനമ്പൂതിരിയും കൃഷ്ണൻ നായരും തമ്മിലുള്ള
ബന്ധം ഗാഢവും ദൃഢവുമായിരുന്നു. മാങ്കുളത്തിന്റെ കൃഷ്ണവേഷം
പ്രസിദ്ധമാണ്. ഇവരുടെ കൂട്ടുവേഷങ്ങളിൽ അഭിനയത്തിന്റെ പ്രത്യേക
രസതന്ത്രം നമുക്ക് കാണാൻ കഴിയും. സുഭദ്രാഹരണത്തിലെ ബലഭദ്രനും
കൃഷ്ണനും ഇതിൽ പ്രധാനപ്പെട്ട ഒന്നാണ്. ദുര്യോധനവധത്തിലെ
ദൂതിന്റെ ഭാഗത്ത് കൃഷ്ണൻ നായർ തന്നെ കൂട്ടുവേഷത്തിന് വേണമെന്ന്
മാങ്കുളം ശഠിക്കുമായിരുന്നു. പകർന്നാട്ടത്തിന്റെ അനന്തസാധ്യതകൾ ഈ
മഹാനടന്മാർ അരങ്ങത്ത് പ്രയോഗിക്കും. ഒരിക്കൽ ആലപ്പുഴയ്ക്കടുത്ത്

ഒരു അരങ്ങിൽ മാങ്കുളത്തിന്റെ കൃഷ്ണനും കൃഷ്ണൻ നായരുടെ ബല ഭദ്രനും ആയി കളി നടക്കുകയായിരുന്നു. രൗദ്രം പൂണ്ട് ബലഭദ്രൻ കൃഷ്ണനെ ശാസിക്കുന്ന രംഗത്ത് കൃഷ്ണൻ ബലഭദ്രനെ ഭയന്ന് സ്റ്റേജി നോട് ചാഞ്ഞ് കിടക്കുന്ന തെങ്ങിന്റെ മുകളിലേക്ക് ഓടിക്കയറി. ഉടുത്തു കെട്ടോടുകൂടി മാങ്കുളം തെങ്ങിന്റെ മുകളിൽ ഓടിക്കയറിയത് അന്ന് കഥ കളിലോകത്ത് വലിയ ചർച്ചയായിരുന്നു. കളികഴിഞ്ഞ് അണിയറയിൽ വേഷം അഴിച്ചുകൊണ്ടിരിക്കെ മാങ്കുളം പറഞ്ഞു: "കൃഷ്ണൻ നായർ എന്നെ വല്ലതും ചെയ്തുകളയുമോ എന്ന് തോന്നി." അത്രമാത്രം ഭയാന കമായിരുന്നു കൃഷ്ണൻ നായരുടെ രൗദ്രവേഷങ്ങൾ. ഇവരുടെ അര ങ്ങത്തെ കൊടുക്കൽ വാങ്ങലുകൾ അത്രമേൽ മനോഹരമായിരുന്നു.

ചിറയിൽകീഴ് ശാർക്കര ദേവി ക്ഷേത്രത്തിലെ കളിയായിരുന്നു മാങ്കു ളത്തിന്റെ അവസാനത്തെ അരങ്ങ്. അതികഠിനമായ വയറുവേദനയുമാ യിട്ടായിരുന്നു മാങ്കുളം അന്ന് അരങ്ങത്ത് വന്നത്. കൂട്ടുവേഷക്കാരനായി കൃഷ്ണൻ നായരായിരുന്നു. ഇവരുടെ പ്രസിദ്ധമായ ബലഭദ്രനും കൃഷ്ണനും അരങ്ങുതകർത്തു. മാങ്കുളം അരങ്ങത്ത് ഇരുന്നുകൊണ്ടാണ് വേഷം ചെയ്തത്. രണ്ടുപേരുടെ സഹായത്താൽ അരങ്ങത്തെത്തിയ അദ്ദേഹം പ്രത്യേക ഊർജ്ജം ആവാഹിച്ച് കൃഷ്ണനെ അവതരിപ്പിച്ചു. അരങ്ങത്തുനിന്നും നേരെ തിരുവനന്തപുരം മെഡിക്കൽ കോളേജിലേ ക്കാണ് കൊണ്ടുപോയത്. കുറച്ചു ദിവസങ്ങൾക്കകം അദ്ദേഹം മരണമ ടഞ്ഞു. കൃഷ്ണൻ നായർ ആകാശവാണി വാർത്ത വഴിയാണ് മരണ കാര്യം അറിഞ്ഞത്. അന്ന് കളി വേണ്ടെന്നുവെച്ച് പ്രിയ സുഹൃത്തിനെ അവസാനമായി ഒരു നോക്കുകാണാൻ എത്തി. വ്യക്തിപരമായി കൃഷ്ണൻ നായർക്ക് നഷ്ടം തന്നെയായിരുന്നു മാങ്കുളത്തിന്റെ വേർപാട്.

ചുവന്നതാടിക്കാരനായ വെച്ചൂർ രാമൻപിള്ള കലാമണ്ഡലം കൃഷ്ണൻ നായരുടെ ഉറ്റസുഹൃത്തും കൂട്ടുവേഷക്കാരനുമാണ്. പ്രധാന വേഷക്കാർ കെട്ടാൻ മടിക്കുന്ന നളചരിതം രണ്ടാം ദിവസത്തിലെ 'കലി' പോലുള്ള അപ്രധാന വേഷങ്ങൾപോലും വെച്ചൂർ അരങ്ങത്ത് മികവുറ്റ താക്കും. ഈ കൊച്ചു വേഷത്തിനുപോലും പ്രാധാന്യം ഉണ്ട് എന്ന് തെളി യിക്കുന്നതാണ് വെച്ചൂർ രാമൻ പിള്ളയുടെ മികവ്. എല്ലാ വേഷത്തിനും അതിന്റേതായ പ്രാധാന്യം ഉണ്ടെന്നും അത് നല്ലവണ്ണം പഠിച്ച് അരങ്ങത്ത് അവതരിപ്പിക്കണമെന്നും കൃഷ്ണൻ നായരെ പഠിപ്പിച്ചത് വെച്ചൂരാണ്. വെച്ചൂരിനെപ്പോലെ ഇത്രയേറെ വേഷപ്പകർച്ചയുള്ള നടൻ വേറെയില്ല എന്ന് തന്നെ പറയാം.

കൃഷ്ണൻ നായർ ജീവിതാനുഭവങ്ങളിൽനിന്നും അരങ്ങത്തുനിന്നും സ്വാംശീകരിക്കുന്ന അറിവുകൾ വേണ്ടിടത്ത് പ്രയോഗിക്കുവാൻ നന്നായി അറിയുന്ന കലാകാരനായിരുന്നു. നടൻ ക്ലാസുമുറിയിൽനിന്നും കളരി യിൽനിന്നും ഗുരുനാഥന്മാരിൽനിന്നും പഠിക്കുന്ന പാഠത്തേക്കാൾ ചുറ്റു പാടുകളിൽനിന്നും സഹജീവികളിൽനിന്നും അനുഭവങ്ങൾ സ്വായത്തമാ ക്കണമെന്നും കൃഷ്ണൻനായർ തന്റെ അഭിനയത്തിലൂടെ തെളിയിച്ചിട്ടു

ണ്ട്. ഇത്തരത്തിലുള്ള നിരീക്ഷണ പാടവം എങ്ങനെ ആർജ്ജിക്കണം എന്ന് കൃഷ്ണൻ നായരെ പഠിപ്പിച്ചത് പള്ളിപ്പുറം ഗോപാലൻ നായരാ ണ്. കൃഷ്ണൻ നായരുമായി ധാരാളം കൂട്ടുവേഷങ്ങൾ ചെയ്തിട്ടുള്ള ഇദ്ദേഹം ഹരിശ്ചന്ദ്ര ചരിതത്തിലെ ഹരിശ്ചന്ദ്രനായി അരങ്ങത്ത് ജീവി ക്കുകതന്നെ ചെയ്തു. പാത്രധർമ്മം അങ്ങേയറ്റം പാലിക്കണമെന്ന് നിഷ്ഠ യുള്ള നടനായിരുന്നു ഗോപാലൻ നായർ. കൃഷ്ണൻ നായരെ വളരെ സ്വാധീനിച്ച ഒരു വ്യക്തിത്വം കൂടിയായിരുന്നു അദ്ദേഹം. കൃഷ്ണൻ നായ രുമായുള്ള കൂട്ടുവേഷത്തിന് ശേഷം അണിയറയിൽ വെച്ച് വേഷം അഴി ച്ചുകൊണ്ടിരിക്കുമ്പോഴായിരുന്നു അദ്ദേഹത്തിന്റെ അന്ത്യം.

"കല്യാണിക്കുട്ടിയമ്മേ ഞാനാണ് ആദ്യത്തെ ഭാര്യ. നിങ്ങൾ രണ്ടാമ ത്തേതാണ്," കുടമാളൂർ കല്യാണിക്കുട്ടിയമ്മയോട് പറയുമായിരുന്നു. നിര വധി കൂട്ടുവേഷങ്ങൾ ചെയ്തിട്ടുണ്ട് ഈ മഹാനടന്മാർ. അരങ്ങത്തും അണിയറയിലും ഒപ്പമുള്ള യാത്രയിലും കുടുംബാംഗങ്ങൾക്ക് ഒപ്പം ചെല വഴിച്ചതിൽ കൂടുതൽ സമയം ഇവർ തമ്മിൽ ചെലവഴിച്ചിട്ടുണ്ട്. വെങ്കിച്ച സ്വാമിയെയാണ് പാട്ടുകാരിൽ കൃഷ്ണൻ നായർ ഏറ്റവും കൂടുതൽ ആരാ ധിച്ചിരുന്നത്. ഒരേസമയം അഞ്ചുതാളം ഒരുമിച്ച് പിടിക്കാൻ കഴിയുന്ന അതുല്യപ്രതിഭയായിരുന്നു അദ്ദേഹം. മദ്ദളത്തിന് ഇന്ന് കാണുന്ന ചിട്ട കളും നിയമങ്ങളും തയ്യാറാക്കിയതും കേരളീയ തുകൽവാദ്യ പാരമ്പര്യ ത്തിൽ ഒന്നാം സ്ഥാനത്തു നില്ക്കുന്ന പഞ്ചവാദ്യം സൃഷ്ടിച്ചതും വെങ്കി ച്ചസ്വാമിയാണ്. ഈ മഹാനായ സംഗീതജ്ഞൻ അരങ്ങ് നിയന്ത്രിക്കുന്ന തിൽ അദ്ദേഹത്തിന്റേതായ കഴിവ് പ്രകടിപ്പിച്ചിരുന്നു.

അപമാനിക്കാൻ ശ്രമം

കുത്തിയത്തോട് എന്ന സ്ഥലത്തുവെച്ച് ടിക്കറ്റുവെച്ച് കഥകളി നട ത്താനും അതിലൂടെ സ്വരൂപിക്കുന്നത് കൃഷ്ണൻ നായർക്ക് കൊടുക്കാനും അദ്ദേഹത്തിന്റെ കടുത്ത ആരാധകരായ എൻ ജി കർത്ത, പി പരമേശ്വ രൻ നായർ തുടങ്ങിയവർ തീരുമാനിച്ചു. ഇവർക്ക് സഹായം വാഗ്ദാനം ചെയ്ത് പല പ്രമുഖ വ്യക്തികളും മുൻപോട്ടു വരികയും അവർ പരിപാ ടികൾ വളരെ ഗംഭീരമായി ആസൂത്രണം ചെയ്യുകയും ചെയ്തു. നാലുമു ടിവെച്ച വേഷങ്ങൾ ആയിരുന്നു പുറപ്പാടിന് നിശ്ചയിച്ചിരുന്നത്. കളി തുട ങ്ങാറായപ്പോഴേക്കും വരുമെന്ന് ഏറ്റിരുന്ന പല നടന്മാരും വരാതിരുന്ന തുകൊണ്ട് പരിപാടി വേണ്ടവണ്ണം വിജയിച്ചില്ല. ടിക്കറ്റെടുത്ത് പരിപാടി കാണാനെത്തിയവർ ബഹളം വെച്ചു. മറ്റുമാർഗ്ഗങ്ങൾ ഇല്ലാതെ കൃഷ്ണൻ നായരുടെ രുഗ്മാംഗദനും കുടമാളൂരിന്റെ മോഹിനിയുമായി രുഗ്മാംഗദച രിതം നടന്നു. പാട്ടിന് വെങ്കിട്ടകൃഷ്ണഭാഗവതരായിരുന്നു പൊന്നാനി, ശിങ്കിടി കലാമണ്ഡലം നമ്പീശനും. കളിതുടങ്ങി കുറച്ച് കഴിഞ്ഞപ്പോ ഴേക്കും ഒരു വിഭാഗം ആൾക്കാർ ബഹളം വെക്കാൻ തുടങ്ങി. ആ കറുത്ത പട്ടർ പാടണ്ട. കുട്ടപ്പക്കുറുപ്പ് (മറ്റൊരു പാട്ടുകാരൻ) പാടിയാൽ മതി എന്ന് പറഞ്ഞായിരുന്നു ബഹളം. കുട്ടപ്പക്കുറുപ്പ് അന്നവിടെ കളി കാണാൻ വന്നി

രുന്നു. ബഹളം തുടർന്നപ്പോൾ കുട്ടപ്പക്കുറുപ്പ് സ്റ്റേജിലേക്ക് കയറിവന്ന് വെങ്കിട്ട കൃഷ്ണഭാഗവതരുടെ കൈയിൽനിന്നും ഇലത്താളം പിടിച്ചു വാങ്ങി പാടാൻ തുടങ്ങി. ശിങ്കിടി പാടിക്കൊണ്ടിരിക്കുന്ന നമ്പീശൻ ഇല ത്താളംവെച്ച് പിന്മാറാൻ ശ്രമിച്ചപ്പോൾ വെങ്കിട്ടകൃഷ്ണഭാഗവതർ നമ്പീ ശനോട് പാടാൻ ആവശ്യപ്പെട്ടു. ഭാഗവതരുടെ നിർദ്ദേശപ്രകാരം നമ്പീ ശൻ ശിങ്കിടി പാടി കളികഴിഞ്ഞ ഉടൻതന്നെ കൃഷ്ണൻ നായർ ഭാഗവത രുടെ കാലുപിടിച്ച് മാപ്പു പറഞ്ഞു. പരിപാടി പൊളിക്കാൻ ഗൂഢാലോ ചനകൾ ചിലഭാഗത്തുനിന്നും ഉണ്ടായിരുന്നു അതുകൊണ്ടാണ് നിശ്ചയിച്ച കലാകാരന്മാർ വരാതിരിക്കുന്നതും ജനങ്ങൾ ബഹളമുണ്ടാക്കിയതും. തുടർന്നും കൃഷ്ണൻ നായരും ഭാഗവതരും മരിക്കുംവരെ നല്ലബന്ധം കാത്തുസൂക്ഷിച്ചു. ഗൂഢാലോചന നടത്തിയവരുമായും കൃഷ്ണൻ നാ യർ വേദി പങ്കിട്ടു. അതേക്കുറിച്ച് അദ്ദേഹം പിന്നീട് ആരോടും സംസാരി ച്ചതേയില്ല. ഈ സംഭവത്തോടുകൂടി കഥകളി പാട്ടുകാരൻ എന്ന നില യിൽ കുട്ടപ്പക്കുറുപ്പിന്റെ പതനം ആരംഭിച്ചു. അദ്ദേഹത്തിന്റെ ശബ്ദം തീരെ അടങ്ങുപോയി. പാടാൻ തുടങ്ങിയാൽ അപശ്രുതി വരും. പിന്നീട് അധികം വേദികളിൽ അദ്ദേഹം പാടിയില്ല. അവസാനമായി പാടിയത് ആല പ്പുഴ കഥകളി ക്ലബ്ബ് സംഘടിപ്പിച്ച നളചരിതം രണ്ടാംദിവസത്തെ കഥക ളിയിൽ കൃഷ്ണൻ നായർ നളനായി അരങ്ങത്തുവന്ന കളിക്കാണ്. കഥ മുഴുവൻ പാടാൻ പറ്റാതെ വേദിവിട്ട് ഇറങ്ങേണ്ടി വന്നു കുട്ടപ്പക്കുറുപ്പിന്. ഉന്നതശ്രേണിയിൽനിന്ന ആ കലാകാരൻ കഥകളി രംഗത്തുനിന്ന് തന്നെ പൂർണ്ണമായും ഒഴിവാക്കപ്പെട്ടു.

കൊട്ടാരം ഒന്നാം ഗ്രേഡ് നടൻ

കൃഷ്ണൻ നായർ തിരുവനന്തപുരം ഭാഗത്ത് ധാരാളം വേഷങ്ങൾ അവതരിപ്പിച്ച സമയമായിരുന്നു അത്. അദ്ദേഹത്തിന്റെ കുടുംബം റ്റി കെ നായരുടെ വീട്ടിൽത്തന്നെയായിരുന്നു അപ്പോഴും താമസിക്കുന്നത്. തിരുവ നന്തപുരം പത്മനാഭസ്വാമിക്ഷേത്രത്തിൽ മുറജപം കുളിച്ചുതൊഴാനെ ത്തിയ വഞ്ഞിപ്പുഴ ചീഫിന്റെ കൂടെ കൃഷ്ണൻ നായരും രാമനാമത്തിൽ താമസിക്കുകയായിരുന്നു. മുറജപകാലത്ത് പത്മനാഭസ്വാമി ക്ഷേത്രത്തിൽ ഒരുവേഷം ചെയ്യണമെന്ന ആഗ്രഹം കൃഷ്ണൻ നായർക്ക് ഉണ്ടായി. ഈ ആഗ്രഹം കൊട്ടാരം വിചാരിപ്പുകാരൻ പാച്ചുപിള്ളയെ കണ്ട് കൃഷ്ണൻ നായർ പറഞ്ഞു. മഹാരാജാവ് തിരുമനസ്സുകൊണ്ട് കല്പന ഉണ്ടെങ്കിൽ മാത്രമേ സാധിക്കൂ എന്നായിരുന്നു മറുപടി. ഒന്നുരണ്ടു ദിവസം വിചാരി പ്പുകാരന്റെ മറുപടിക്കായി കൃഷ്ണൻ നായർ കാത്തുനിന്നു. എങ്കിലും പുരോഗതി ഉണ്ടായില്ല. കൃഷ്ണൻ നായർ രണ്ടും കല്പിച്ച് സർവ്വാധികാ ര്യക്കാരനായ നമ്പീശനെ കണ്ട് ആഗ്രഹം പറഞ്ഞു. "ഇന്നുതന്നെ സേവ യാവാം എന്ന് കല്പനയായതായി നമ്പീശൻ അറിയിച്ചു." ആദ്യം പൂതനയും പിന്നീട് കിരാതത്തിലെ കാട്ടാളനുമാണ് അന്ന് നിശ്ചയിച്ചിരി ക്കുന്ന വേഷം ഈ ഉത്സവകാലത്ത് എല്ലാദിവസവും വേഷം വേണമെന്നും

തുടർന്ന് എല്ലാ ഉത്സവകാലത്തും വരണമെന്നും മഹാരാജാവ് കല്പിച്ച തായി നമ്പീശൻ കൃഷ്ണൻ നായരെ അറിയിച്ചു. നാടകശാലമുഖപ്പിൽ ആദ്യമായി കൃഷ്ണൻ നായർ വേഷം കെട്ടിയപ്പോൾ അമ്മ മഹാറാണിയും മഹാരാജാവും പൂതന കാണാൻ എത്തിയിരുന്നു. ഇത്തവണ കൃഷ്ണൻ നായർക്ക് പ്രതിഫലമൊന്നും കൊടുത്തില്ല. യാത്ര പറയാൻ നമ്പീശന്റെ യടുത്ത് എത്തിയപ്പോൾ കൃഷ്ണൻ നായർക്ക് വിശ്വസിക്കാൻ പറ്റാത്ത സമ്മാനമാണ് നമ്പീശൻ കൊടുത്തത്. കൊട്ടാരം ഒന്നാം ഗ്രേഡ് നടനായി കൃഷ്ണൻ നായരെ നിയമിച്ചിട്ടുണ്ടെന്നും അതിനുള്ള പ്രതിഫലം ഉത്ത വായിട്ടുണ്ടെന്നും നമ്പീശൻ പറഞ്ഞു. സാധാരണ വളരെക്കാലം പ്രവർത്തി ച്ചാൽ മാത്രമേ മൂന്നാംഗ്രേഡ് നടനായി എങ്കിലും അംഗീകാരം ലഭിക്കുക യുള്ളൂ. ഒറ്റ കളികൊണ്ടാണ് കൃഷ്ണൻ നായർ ഒന്നാംഗ്രേഡ് നടൻ എന്ന ഈ വലിയ അംഗീകാരം നേടിയെടുത്തത്. ഈ സംഭവം തെക്കൻ കേരള ത്തിൽ ഒരുപാട് ശത്രുക്കളെ ഉണ്ടാക്കി കൃഷ്ണൻനായർക്ക്. കൃഷ്ണൻ നായർക്കെതിരായി ഒരു യോഗം കായംകുളത്ത് സംഘടിപ്പിക്കപ്പെട്ടു. കൃഷ്ണൻ നായരുമായി സഹകരിക്കരുതെന്നും തെക്കൻ ദിക്കിൽ പ്രവേ ശിപ്പിക്കരുതെന്നും യോഗം തീരുമാനിച്ചു. കൃഷ്ണൻ നായരുടെ കഴിവിനും വ്യക്തിപ്രഭാവത്തിനും മുൻപിൽ എല്ലാം നിഷ്പ്രഭമാവുകയയാണ് ഉണ്ടായ ത്. വടക്കൻ ദിക്കുകളിലും കൃഷ്ണൻ നായർക്ക് എതിരെ വൻപ്രചാരണം. അഴിച്ചുവിട്ടു. തെക്കൻ ദിക്കിൽ എവിടെയോ പോയി എന്തോ ചില ഗോഷ്ടി കൾ പഠിച്ചിട്ടുണ്ടെന്നും ഇത് കഥകളിയല്ല എന്നുമായിരുന്നു പ്രചാരണം ഈ ദുഷ്പ്രചാരണത്തിന്റെ ഉറവിടവും കൃഷ്ണൻ നായർ അന്വേഷിച്ചില്ല. താൻ വെട്ടിത്തെളിച്ച വഴിയിലൂടെ ഇതൊന്നും കൂസാതെ തലയെടുപ്പോടെ കൃഷ്ണൻ നായർ നടന്നു. നിത്യസാധനയിലൂടെ നേടിയെടുത്ത കഴിവു കൾ ഇത്തരം പ്രചാരണത്തിനു മുൻപിൽ അടിയറവു വയ്ക്കേണ്ടതല്ല എന്ന് അദ്ദേഹം അടിയുറച്ചു വിശ്വസിച്ചു. ഈ അസൂയക്കാരുടെ കള്ളപ്ര ചാരണം അദ്ദേഹത്തിന്റെ കഴിവിനുള്ള അംഗീകാരമാണ് എന്നതിൽ ഒരു തർക്കവുമില്ല. ഓരോ വേദിയിലും അദ്ദേഹം നടത്തുന്ന മിന്നുന്ന പ്രക ടനം ഇവർക്കുള്ള ചുട്ട മറുപടിയുമായിരുന്നു.

വേഷക്കാരൻ എന്ന നിലയിലുള്ള അംഗീകാരം ഈ സമയത്ത് കൃഷ്ണൻ നായർക്ക് ലഭിച്ചിരുന്നു. അതിൽ അദ്ദേഹം ഒട്ടും അഹങ്കരിച്ച തേയില്ല. ബാല്യത്തിലെ ദാരിദ്ര്യവും പിന്നീടുണ്ടായ ചിട്ടയായ പരിശീല നവും അദ്ദേഹത്തിന്റെ മനസ്സിനെ ശരിക്കും പാകപ്പെടുത്തിയിരുന്നു. ഗുരു ഭക്തികൊണ്ടും വിശ്വാസംകൊണ്ടുമാണ് ഈ അംഗീകാരം കിട്ടുന്നത് എന്ന് അദ്ദേഹം വിശ്വസിച്ചു. അദ്ദേഹത്തെ ഇകഴ്ത്താനും താഴ്ത്തിക്കെട്ടാനുമുള്ള ശ്രമങ്ങൾ പലഭാഗത്തുനിന്നും ഉണ്ടായി എങ്കിലും അതൊരു ന്യൂനപക്ഷം മാത്രമായിരുന്നു. അദ്ദേഹത്തിന് കരുത്തും പ്രചോദനവുമായിരുന്നത് അദ്ദേ ഹത്തെ നെഞ്ചിലേറ്റി നടന്ന മഹാഭൂരിപക്ഷം വരുന്ന സാധാരണക്കാരായ കഥകളി ആസ്വാദകരായിരുന്നു. ഈ പിൻബലം ഒട്ടും അദ്ദേഹത്തെ മ ത്തുപിടിപ്പിച്ചില്ല. കൗതുകത്തോടെ പുതിയതിനെ കണ്ടും നിരീക്ഷിച്ചും

പഠിച്ചും അദ്ദേഹം വളരുകയായിരുന്നു. ഓരോ ദിവസവും കുട്ടികളോടും വിദ്യാർത്ഥികളോടും അദ്ദേഹം പറഞ്ഞിരുന്ന ഒരു കാര്യമുണ്ട്, അവനവ നെക്കുറിച്ച് പൂർണ്ണമായ ബോദ്ധ്യം ഉണ്ടാകണം. എങ്കിൽ നമുക്ക് അഹങ്ക രിക്കാൻ തോന്നില്ല.

വീട് എന്ന സ്വപ്നം യാഥാർത്ഥ്യമാകാത്തത് കൃഷ്ണൻ നായരെ അസ്വസ്ഥനാക്കിയിരുന്നു. 1946 ൽ കരുമാൻകുഴിയിൽവെച്ച് കൃഷ്ണൻ നായർക്ക് ഒരു കുട്ടി കൂടി ജനിച്ചു. അകവൂർമനയ്ക്കലെ തമ്പുരാനുമായി കൃഷ്ണൻ നായർ വീടിന്റെ കാര്യം സംസാരിച്ചു. തിരുവൈരാണിക്കുളം ക്ഷേത്രത്തിനു സമീപം ഒഴിഞ്ഞുകിടക്കുന്ന വീട്ടിൽ താമസിക്കാൻ പറ ഞ്ഞു എങ്കിലും കൃഷ്ണൻ നായർ സ്വന്തമായ ഒരു സ്ഥലമാണ് ഉദ്ദേശി ക്കുന്നത് എന്ന് മനസ്സിലാക്കിയ തമ്പുരാൻ ചെറിയ ഒരു തുകയ്ക്ക് സ്ഥലവും വീടും രജിസ്റ്റർ ചെയ്തുകൊടുത്തു. കരുമാൻ കുഴിയിൽനിന്നും കുടുംബസമേതം വെള്ളാരപ്പള്ളിയിലേക്ക് താമസം മാറ്റി. അകവൂർ മന യ്ക്കൽ കൊല്ലത്തിൽ രണ്ടു മൂന്നു കളികൾ പതിവുള്ളതാണ്. നളചരിതം നാലാം ദിവസത്തിലെ ബാഹുകനായിരുന്നു കൃഷ്ണൻ നായരുടെ വേഷം. പാട്ടിന് വെങ്കിട കൃഷ്ണഭാഗവതരും. ഭാഗവതർ വന്ന ഉടനെ തന്നെ ദേഹാ സ്വാസ്ഥ്യം കാരണം ഇന്ന് പാടുന്നില്ല എന്ന് പറഞ്ഞ് പത്തായപ്പുരയിൽ കയറിക്കിടന്നു. കളിതുടങ്ങാറായപ്പോൾ കൃഷ്ണൻ നായരുടെ ബാഹുക നാണ് എന്നറിഞ്ഞ് ചാടി എഴുന്നേറ്റ് വന്ന് പാടി. കൃഷ്ണൻ നായരോട് ആരാധനകലർന്ന ബഹുമാനമായിരുന്നു ഭാഗവതർക്ക്. കഥകളി വേഷ മാണ് ഭാഗവതർ ആദ്യം അഭ്യസിച്ചത്. എങ്കിലും പിന്നീട് കഥകളി സംഗീ തത്തിലേക്ക് വഴിമാറുകയാണ് ഉണ്ടായത്. ചെണ്ടയും മൃദംഗവും ഭാഗവ തർ നന്നായി കൈകാര്യം ചെയ്യും.

ഭാഗവതരുടെ ഷഷ്ഠ്യബ്ദ പൂർത്തിക്ക് കൃഷ്ണൻ നായർ പങ്കെടു ക്കുകയും അദ്ദേഹത്തിന്റെ വീട്ടിൽവെച്ച് പിറന്നാൾ സമ്മാനമായി ചൊല്ലി യാടുകയും ചെയ്തു. അന്നത്തെ ചൊല്ലിയാട്ടത്തിന് ചെണ്ടയും പാട്ടും ഭാഗവതർ തന്നെയാണ് കൈകാര്യം ചെയ്തത്.

കൃഷ്ണൻ നായരുടെ കുടുംബം അമ്മയും കല്യാണിക്കുട്ടിയമ്മയും രണ്ടുകുട്ടികളും അടങ്ങുന്നതായിരുന്നു. അകവൂർ മനയ്ക്കലെ കാരുണ്യം കൊണ്ട് കിട്ടിയ ഭൂമിയിൽനിന്ന് ആവശ്യത്തിന് ഫലം കിട്ടിയിരുന്നു. ആ പറമ്പിലെ വീടിന്റെ അറ്റകുറ്റപ്പണികൾ എല്ലാം തീർത്ത് ആവശ്യത്തിന് സൗകര്യം ഒരുക്കിയാണ് അങ്ങോട്ട് താമസം മാറിയത്. ഇവിടെ താമസം ആരംഭിച്ച് അധികം വൈകാതെ കല്യാണിയമ്മയ്ക്ക് എറണാകുലം ലേഡീസ് ക്ലബ്ബിൽ ജോലി കിട്ടി. കല്യാണിക്കുട്ടിയമ്മയുടെ യാത്രാ സൗകര്യം കണക്കിലെടുത്ത് അവർ എറണാകുളത്തേക്ക് താമസം മാറ്റി. കൃഷ്ണൻ നായരുടെ അമ്മ ചൊവ്വരയിലും കൃഷ്ണൻ നായരും കുടും ബവും എറണാകുളത്തുമായി താമസിച്ചുവന്നു.

അച്ഛന്റെയും അമ്മയുടെയും വേർപാട്

എറണാകുളത്ത് താമസിക്കുന്ന സമയത്ത് കല്യാണിക്കുട്ടി വീണ്ടും ഗർഭിണിയായി. പ്രസവം അടുക്കാറായപ്പോഴേക്കും കൃഷ്ണൻ നായർ മൂകാംബികയിൽ ഭജനയിരിക്കാൻപോയി. മൂകാംബിക ദർശനവും ഭജ നയും കഴിഞ്ഞ് തിരിച്ചുവരുന്ന വഴിക്ക് പനി പിടിച്ചു. യാത്രതുടരാനാ കാതെ അദ്ദേഹം ഷൊർണ്ണൂരിൽ ഇറങ്ങി. ദേശമംഗലം മനയ്ക്കലേക്കാണ് അദ്ദേഹം പോയത്. തമ്പുരാൻ ചികിത്സയ്ക്കുള്ള എല്ലാ സൗകര്യങ്ങളും ഒരുക്കിയിരുന്നു. ഡോ. നാരായണ മേനോൻ ദിവസവും വന്ന് കൃഷ്ണൻ നായരെ പരിശോധിക്കുമായിരുന്നു. പതിനഞ്ച് ദിവസം വേണ്ടിവന്നു കൃഷ്ണൻ നായർക്ക് ആരോഗ്യം വീണ്ടെടുക്കാൻ. വീട്ടിൽ തിരിച്ചെത്തു മ്പോഴേക്കും കല്യാണിക്കുട്ടിയമ്മ പ്രസവിച്ചിരുന്നു. ഒരാൺകുട്ടിയായിരുന്നു അത്. ആദ്യത്തെ മൂന്ന് പെൺകുട്ടികൾക്ക് ശേഷമുള്ള ആൺകുട്ടിയായ തുകൊണ്ട് വലിയ സന്തോഷത്തിലായിരുന്നു എല്ലാവരും. ഈ സമയത്ത് കൃഷ്ണൻ നായരുടെ അച്ഛനും എറണാകുളത്ത് എത്തി. അച്ഛൻ വെള്ളാ രപ്പള്ളിയിൽ അമ്മയുടെ കൂടെ കുറച്ചുകാലം താമസിച്ചു. കൃഷ്ണൻ നായർ അച്ഛനും അമ്മയ്ക്കും വേണ്ട സൗകര്യങ്ങൾ അവിടെ ഒരുക്കിയിരുന്നു. കളിയുമായി ബന്ധപ്പെട്ട് യാത്ര കുറച്ചുനാൾ നീണ്ടുപോയാൽപ്പോലും അവർക്ക് ഒരു ബുദ്ധിമുട്ടും വരാത്ത രീതിയിലുള്ള ക്രമീകരണങ്ങൾ അവിടെ ചെയ്തിരുന്നു. അങ്ങനെ വർഷങ്ങൾ കടന്നുപോയി. കല്യാണി ക്കുട്ടി വീണ്ടും ഗർഭിണിയായി ഈ സമയത്തെല്ലാം അച്ഛനും അമ്മയും വെള്ളാരപ്പള്ളിയിലായിരുന്നു. അച്ഛൻ വളരെക്കാലം സഹോദരിമാരെയും അവരുടെ മക്കളെയും കാണാതെ വന്നപ്പോൾ വല്ലാതെ അസ്വസ്ഥനായി. നാട്ടിലായിരുന്നപ്പോൾ അച്ഛൻ വളരെ സജീവമായി പാടത്തുപോവുകയും കൃഷിയിൽ പങ്കാളിയാകുകയും ചെയ്തിരുന്നു. ഇവിടെ ഒന്നുംചെയ്യാതെ ഇരിക്കുന്നതിന്റെ മുഷിവും അദ്ദേഹത്തിനുണ്ടായിരുന്നു. ഇത് പലപ്പോഴും കൃഷ്ണൻ നായരോട് പറഞ്ഞു എങ്കിലും അച്ഛനെ വിടാതെ വെള്ളാരപ്പ ള്ളിയിൽ താമസിപ്പിക്കുകയായിരുന്നു അദ്ദേഹം. ഒടുവിൽ പോകണമെ ന്നവാശിയിൽ അച്ഛൻ നിന്നപ്പോൾ കൃഷ്ണൻ നായർ അതിന് വഴങ്ങി ക്കൊടുക്കുകയാണ് ഉണ്ടായത്. അധികം വൈകാതെ തന്നെ ആലുവ റെയിൽവേ സ്റ്റേഷനിൽനിന്ന് പഴയങ്ങാടിയിലേക്ക് ടിക്കറ്റെടുത്ത് അച്ഛനെ വണ്ടിയിൽ കയറ്റിവിട്ടു. ആവശ്യത്തിന് പണവും ഏല്പിച്ചാണ് അച്ഛനെ യാത്രയാക്കിയത്. അച്ഛൻ പോയതിനുശേഷം ഒരു കത്തുവന്നു. എത്തിയ വിവരത്തിനും മടക്കയാത്രയുടെ വിശേഷവും ആയിരുന്നു ആ കത്തിൽ. പിന്നെ അച്ഛന്റെ വിവരം ഒന്നും ഉണ്ടായില്ല. കാലം കടന്നുപോയി. ഒരാൺകുട്ടികൂടി പിറന്നു കൃഷ്ണൻ നായർക്ക്.

കളിസ്ഥലത്തുനിന്നും കളിസ്ഥലത്തേക്ക് പകൽ മുഴുവൻ യാത്രയും രാത്രി കളിയുമായി വിശ്രമമില്ലാതെ പ്രവർത്തിച്ചുവന്ന കാലം. ഒരുദിവസം കളികഴിഞ്ഞ് വീട്ടിൽ വന്നപ്പോൾ അദ്ദേഹത്തിന്റെ മേൽവിലാസത്തിൽ ഒരു കത്ത് വന്നുകിടപ്പുണ്ടായിരുന്നു. അച്ഛന്റെ മരണവാർത്തയായിരുന്നു

ആ കത്തിൽ. ആലുവ റെയിൽവേ സ്റ്റേഷനിൽനിന്നും അച്ഛനെ യാത്രയാ ക്കിയപ്പോൾ അത് അവരുടെ അവസാനത്തെ കൂടിക്കാഴ്ചയായിരുന്നു എന്ന് അറിയില്ലായിരുന്നു. കൈയിൽ പൈസ വച്ച് കൊടുക്കുമ്പോൾ അച്ഛന്റെ കൈയിൽ ഉണ്ടായിരുന്ന അതേ ചൂട് ഇൻലന്റിലും കൃഷ്ണൻ നായർക്ക് അനുഭവപ്പെട്ടു. അച്ഛൻ മരിച്ചിട്ട് ദിവസങ്ങൾ ആയിരിക്കുന്നു. അച്ഛന്റെ മരുമക്കൾ മനഃപൂർവ്വം മരണവാർത്ത കൃഷ്ണൻ നായരിൽ നിന്നുംമറച്ചുവെക്കുകയായിരുന്നു. ഏകമകൻ അവകാശം ചോദിച്ചുവ ന്നാലോ എന്ന പേടി ഉണ്ടായിരുന്നതുകൊണ്ടാവാം അവർ മരണവിവരം സമയത്ത് അറിയിക്കാതിരുന്നത്. മരണാനന്തര ചടങ്ങുകൾ എല്ലാം കഴി ഞ്ഞതിനുശേഷമാണ് വിവരം കത്തിലൂടെ കൃഷ്ണൻ നായരെ അറിയിച്ച ത്. അച്ഛന്റെ മരണാനന്തര ചടങ്ങുകൾ വെള്ളാരപ്പള്ളിയിലെ വീട്ടിൽ വെച്ച് കൃഷ്ണൻ നായർ ചെയ്തു.

അച്ഛൻ മരിച്ച് ഒരുവർഷത്തിനകം അമ്മയും പൂർണ്ണമായി കിടപ്പിലാ യി. പരമ്പരാഗതമായി ആസ്മ രോഗികളാണ് കൃഷ്ണൻ നായരുടെ അമ്മ വീട്ടുകാർ. അമ്മുമ്മയ്ക്കും വല്യമ്മയ്ക്കും ആസ്മയായിരുന്നു. അമ്മ കിട പ്പായതോടുകൂടി കൃഷ്ണൻ നായർ കളിക്കുപോകുന്നതു കുറച്ചു. അമ്മയെ ശുശ്രൂഷിച്ച് വീട്ടിൽത്തന്നെ കൂടി. തൃപ്പൂണിത്തുറ പൂർണ്ണത്രയീശ ക്ഷേ ത്രത്തിലെ ഉത്സവകാലത്തെ കഥകളിക്ക് കൃഷ്ണൻനായരെ ക്ഷണിച്ചിരു ന്നു. അടുത്തായതുകൊണ്ട് പോയികളിക്കാം എന്നുതന്നെ അദ്ദേഹം തീരു മാനിച്ചു. രോഗലക്ഷണവും മറ്റും പറയുന്ന ഒരാളെ കൊണ്ടുവന്ന് അമ്മയെ കാണിച്ചു. ലക്ഷണം അത്ര പന്തിയല്ല എന്നും അതുകൊണ്ട് ഇന്ന് കളിക്ക് പോകണ്ടാ എന്നും അദ്ദേഹം പറഞ്ഞതുകാരണം കൃഷ്ണൻ നായർ പോയില്ല. ഉച്ചയോടുകൂടി അമ്മയുടെ അസുഖം മൂർച്ഛിക്കുകയും വൈകു ന്നേരത്തിനകം മരണമടയുകയും ചെയ്തു. ഒരു മകനുവേണ്ടി ആയു ഷ്കാലം മുഴുവൻ പ്രാർത്ഥിച്ച അമ്മ. മുണ്ടുമുറുക്കിയുടുത്ത് പാടത്തും പറമ്പത്തും എല്ലുമുറിയെ പണിയെടുത്ത് മകനെ പോറ്റിവലുതാക്കിയ അമ്മ. സ്നേഹത്തിന്റെയോ ത്യാഗത്തിന്റെയോ കണക്ക് ആരോടും പറ യാതെ അവർ മരിച്ചു. വാക്കുകൾക്ക് അപ്പുറത്തായിരുന്നു അമ്മയും മകനും തമ്മിലുള്ള ബന്ധം. മാതൃസ്നേഹത്തിന്റെ ഉത്തമ ഉദാഹരണമായിരുന്നു ആ അമ്മ. കുഞ്ഞിക്കിട്ടൻ കലാമണ്ഡലം കൃഷ്ണൻ നായരിലേക്ക് വളർന്നി ട്ടുണ്ടെങ്കിൽ അതിനു പിന്നിൽ ആ അമ്മയുടെ കണ്ണീരും തേങ്ങലും വിയർപ്പും ത്യാഗവുമുണ്ട്. ഇതേ സ്നേഹവായ്പോടുകൂടി തന്നെയായി രുന്നു കൃഷ്ണൻ നായർ അവസാനനിമിഷം വരെ അമ്മയെ നോക്കിയതും മരണശേഷം അന്ത്യകർമ്മമെല്ലാം വിധിയാംവണ്ണം കൃഷ്ണൻ നായർ ചെയ്തു. ആ മകൻ നാല്പത്തിഒന്നുദിവസത്തെ ദീക്ഷ വിഘ്നം വരാതെ നോക്കി. ഒരുവർഷത്തെ മാസ ശ്രാദ്ധമൂട്ട് നടത്തി. സ്നേഹത്തിന്റെ അമൃ തസരസ്സിനുവേണ്ടി അത്രയും ചെയ്തു മകൻ.

കൃഷ്ണൻനായരുടെ അമ്മയുടെ മരണശേഷം കല്യാണിക്കുട്ടിയ മ്മയ്ക്ക് ആലുവാ മഹിളാ മന്ദിരത്തിൽ മോഹിനിയാട്ടം ടീച്ചറായി ജോലി

കിട്ടി. കുട്ടികളെ ജോലിക്കാരിയെ ഏല്പിച്ചിട്ടാണ് അവർ ക്ലാസെടുക്കാൻ പോകാറ്. കല്യാണിക്കുട്ടിയമ്മ മഹിളാ മന്ദിരത്തിൽ ക്ലാസെടുക്കാൻ പോയ സമയത്ത് തുണി അലക്കാൻ ജോലിക്കാരി പുഴക്കടവിൽ കുട്ടിയെയും കൊണ്ടുപോയി. തുണി അലക്കുന്നതിനിടയിൽ കുട്ടി വെള്ളത്തിൽ വീണത് അവർ അറിഞ്ഞില്ല. മുട്ടോളം വെള്ളമേ ഉണ്ടായിരുന്നുള്ളൂ എങ്കിലും കമിഴ്ന്നു വീണ കുട്ടിക്ക് നിവരാൻ പറ്റിയില്ല. മൂക്കിലും വായിലും വെള്ളം കയറി കുട്ടിമരിച്ചു. ഈസമയത്ത് കൃഷ്ണൻ നായർ തിരുവനന്തപുരം പത്മനാഭസ്വാമിക്ഷേത്രത്തിൽ കഥകളിക്കായി പോയിരിക്കുകയായിരുന്നു. കമ്പിസന്ദേശം കിട്ടി കൃഷ്ണൻ നായർ വെള്ളാരപ്പള്ളിയിലേക്ക് പുറപ്പെട്ടു. വെള്ളാരപ്പള്ളിയിൽ എത്തിയ അദ്ദേഹം വീട്ടിൽ എത്തുന്നതിനു മുൻപു തന്നെ മരണവിവരം അറിഞ്ഞ് ബോധരഹിതനായി. അർദ്ധരാത്രിയോടെ വീട്ടിൽ എത്തിയപ്പോഴേക്കും എല്ലാം കഴിഞ്ഞിരുന്നു. കല്യാണിക്കുട്ടിയ മ്മയെ കണ്ടപ്പോൾ അദ്ദേഹത്തിന് സകല നിയന്ത്രണങ്ങളും വിട്ടു. പിന്നെ ദിവസങ്ങൾ വേണ്ടിവന്നു സാധാരണ ജീവിതത്തിലേക്ക് തിരിച്ചുവരാൻ. ഈസംഭവത്തിനുശേഷം വെള്ളാരപ്പള്ളിയിൽ താമസിക്കാൻ അവർക്ക് മനസ്സുവന്നില്ല. ഇടപ്പള്ളി തമ്പുരാനെക്കണ്ട് കാര്യം പറഞ്ഞപ്പോൾ വാഴ കുളത്തുള്ള കോവിലകത്തിന്റെ ഔട്ട്ഹൗസ് കൃഷ്ണൻ നായർക്ക് താമ സിക്കാൻ തുറന്നുകൊടുത്തു.

വാഴകുളത്തേക്ക് താമസം മാറ്റുന്ന സമയത്ത് കല്യാണിക്കുട്ടിയമ്മ ഗർഭിണിയായിരുന്നു. അവിടെ വച്ച് ഒരാൺകുഞ്ഞിന് ജന്മം നല്കി. പ്രസ വശുശ്രൂഷ കഴിഞ്ഞ് അവർ ജോലിക്ക് പോയിത്തുടങ്ങി. കൃഷ്ണൻ നായർക്ക് എല്ലാ ദിവസവും കഥകളിയുണ്ടായിരുന്നു. വീട്ടുകാര്യങ്ങൾ നോക്കാനും കുട്ടികളെ നോക്കാനും കാര്യപ്രാപ്തിയുള്ള ഒരു സ്ത്രീയെ ഏർപ്പാട് ചെയ്തു. ഒന്നരവർഷത്തോളം വാഴകുളത്ത് താമസിച്ചു. അതി നുശേഷം വീണ്ടും വെള്ളാരപ്പള്ളിയിലേക്ക് തിരിച്ചുപോയി. ചിലരെല്ലാം ചില അന്ധവിശ്വാസങ്ങൾ കൃഷ്ണൻ നായരിൽ കുത്തിവെക്കാൻ ശ്രമി ച്ചു. ഈ വീടിന്റെ ദോഷമാണ് കുട്ടി മരിക്കാൻ കാരണമെന്നും അതു കൊണ്ട് പരിഹാരം ചെയ്യണമെന്നും പറഞ്ഞ് നിർബ്ബന്ധിച്ചു. എങ്കിലും അദ്ദേഹം അതിനൊന്നും ചെവി കൊടുത്തില്ല. മുൻകാലങ്ങളിൽ ജോലി ചെയ്തു കിട്ടുന്ന തുകയുടെ നല്ലൊരു പങ്ക് ഇത്തരത്തിലുള്ള അന്ധവി ശ്വാസങ്ങൾക്ക് വേണ്ടി ചെലവാക്കുമായിരുന്നു. ഇപ്പോൾ അദ്ദേഹം കൂടു തൽ യുക്തിയോടുകൂടി പ്രവർത്തിക്കാൻ തുടങ്ങി. അതുകൊണ്ട് ഇത്തരം അന്ധവിശ്വാസങ്ങൾക്കു പിറകെ പോയില്ല. വെള്ളാരപ്പള്ളിയിൽ താമസി ക്കുന്ന കാലത്ത് കൃഷ്ണൻ നായർക്ക് ഒരാൺകുട്ടി കൂടി ജനിച്ചു. അവി ടുത്തെ താമസം മൂന്നുവർഷക്കാലം നീണ്ടു. കുട്ടികളുടെ വിദ്യാഭ്യാസം കണക്കിലെടുത്ത് ആലുവയിലേക്ക് മാറാൻ തീരുമാനിച്ചു.

ആലുവയിൽ പാറാട്ടുമേനോന്മാരുടെ വീട്ടിലാണ് ആദ്യം താമസിച്ച ത്. അധികം സൗകര്യമുള്ള വീടായിരുന്നില്ല. പിന്നീട് റെയിൽവേ സ്റ്റേഷന് സമീപം ഡോ. ഫിലിപ്പിന്റെ വീട്ടിലേക്ക് താമസം മാറ്റി. കേരള

കലാലയം എന്ന നൃത്തവിദ്യാലയം കല്യാണിക്കുട്ടിയമ്മ ഇവിടെയാണ് ആരംഭിച്ചത്. മോഹിനിയാട്ടം, കഥകളി, ഭരതനാട്യം എന്നീ കലാരൂപങ്ങ ളാണ് ഇവിടെ പഠിപ്പിച്ചിരുന്നത്. വീട്ടിൽ വെച്ചുതന്നെയായിരുന്നു ക്ലാസു കൾ എടുത്തിരുന്നത്. ആലുവ എൻ ഇ എസ് ബ്ലോക്കിൽനിന്നും വിദ്യാ ലയം നടത്തുന്നതിന് നാലായിരം രൂപ ഗ്രാന്റ് നല്കാം എന്ന് സമ്മതിച്ചി രുന്നു. എന്നാൽ ചിലരുടെ ഇടപെടൽ കാരണം ഒരു നയാപൈസ പോലും കിട്ടിയില്ല. പിന്നീടൊരിക്കലും ഗ്രാന്റ് കിട്ടാത്തരീതിയിൽ അത് മുടക്കു കയും ചെയ്തു. പുറത്തുനിന്നുള്ള ധനസഹായം കൂടാതെ തന്നെ കൃഷ്ണൻ നായരും കല്യാണിക്കുട്ടിയമ്മയും നൃത്തവിദ്യാലയം നന്നായി നടത്തിക്കൊണ്ടുപോയി.

ഡോ. ഫിലിപ്പിന്റെ വീട് നല്ല സൗകര്യമുള്ളതായിരുന്നു എങ്കിലും ജലക്ഷാമം വളരെ രൂക്ഷമായിരുന്നു. അവിടെ ഗുരുകുല സമ്പ്രദായത്തിൽ താമസിച്ചു പഠിക്കുന്ന കുട്ടികൾ കൂടി ഉണ്ടായതുകൊണ്ട് ജലക്ഷാമം വലിയ ഒരു പ്രശ്നമായിത്തന്നെ നിന്നു. അതുകൊണ്ട് അദ്ദേഹം മറ്റൊരു വീട്ടിലേക്ക് താമസം മാറ്റി.

കഥകളി ഇല്ലാത്ത ദിവസങ്ങളിൽ കൃഷ്ണൻ നായരും ക്ലാസെടുക്കു മായിരുന്നു. അദ്ദേഹത്തിന്റെ ക്ലാസിന് ഒരുപാടു പ്രത്യേകതകൾ ഉണ്ടായി രുന്നു. ഉദ്ദേശിക്കുന്ന രീതിയിൽ ചെയ്തില്ല എങ്കിൽ കുട്ടികളെ കളിയാ ക്കുമായിരുന്നു.കുട്ടികൾ കാണിച്ച തെറ്റ് കൃഷ്ണൻ നായർ കുറച്ചുകൂടി ഗോഷ്ടികളോടുകൂടി ക്ലാസിൽ കാണിക്കും. അപ്പോൾ തെറ്റുകൾ കൃത്യ മായി അവർക്ക് മനസ്സിലാകുകയും അത് തിരുത്തി മുൻപോട്ട് പോകു കയും ചെയ്യും. ഈ കാലത്ത് ജി എസ് വാര്യർ വഴി കൽക്കത്തയിൽ ചില പരിപാടികൾ ചെയ്യാനുള്ള അവസരം കൃഷ്ണൻ നായർക്ക് ലഭിച്ചു. കുടമാളൂരും സംഘത്തിലുണ്ടായിരുന്നു. കൽക്കത്തയിൽ പോകുന്ന കാര്യം പറഞ്ഞപ്പോൾ കല്യാണിക്കുട്ടിയമ്മയ്ക്കും വന്നാൽ കൊള്ളാം എന്നൊരു മോഹം ഉണ്ടായി. ഉത്തരേന്ത്യയിലെ പുണ്യസ്ഥലങ്ങൾ സന്ദർശിക്കുക യായിരുന്നു അവരുടെ ഉദ്ദേശം. കാശി, ആഗ്ര, പ്രയാഗ് തുടങ്ങിയ സ്ഥല ങ്ങളുടെ സന്ദർശനമാണ് അവർ ആസൂത്രണംചെയ്തത്. കളികഴിഞ്ഞ് പുണ്യസ്ഥലസന്ദർശനം എന്നതായിരുന്നു പരിപാടി. അതിനുവേണ്ട മുന്നൊരുക്കങ്ങൾ എല്ലാം കൃഷ്ണൻ നായർ ചെയ്തിരുന്നു. കൽക്കത്ത യിൽ കഥകളി അവതരിപ്പിക്കാൻ പോയ സംഘത്തോടൊപ്പം ഒരു നാടക സംഘംകൂടി കേരളത്തിൽനിന്ന് ഉണ്ടായിരുന്നു. എം പി ഭട്ടതിരിപ്പാട്, പരി യാനംപറ്റ തുടങ്ങി കൃഷ്ണൻ നായർക്ക് നേരത്തെ പരിചയമുള്ള പ്രമു ഖരായിരുന്നു സംഘത്തിന് നേതൃത്വം നല്കിയത്.

താമസം ആലുവയിൽ ആയിരുന്നതുകൊണ്ട് കുട്ടികളുടെ വിദ്യാ ഭ്യാസം നന്നായി നടന്നു. നൃത്തവിദ്യാലയത്തിന്റെ പ്രവർത്തനവും കാര്യ ക്ഷമമായിരുന്നു. ഈ സമയങ്ങളിൽ തമിഴ്നാട്ടിൽനിന്നും എ ആർ ആർ ഭാസ്കരൻ എന്ന ഭരതനാട്യം നട്ടുവനാർ തൊഴിൽ തേടി കൃഷ്ണൻ നായരെ സമീപിച്ചു. കൃഷ്ണൻ നായർ അദ്ദേഹത്തിന് നൃത്താലയത്തിൽ

ജോലി നല്കി. ഒപ്പം തന്റെ പെൺമക്കളെ ഭരതനാട്യം പഠിപ്പിക്കാൻ അദ്ദേ ഹത്തെ ചുമതലപ്പെടുത്തി. എം കെ കെ നായർ ഫാക്ടിന്റെ എം ഡിയായി വന്നപ്പോൾ ഫാക്ട് സ്കൂളിൽ ഭരതനാട്യം അദ്ധ്യാപകനായി ഭാസ്കരന് ജോലി വാങ്ങികൊടുത്തു. തുടർന്ന് എം കെ കെ നായർ കലാമണ്ഡലം ചെയർമാനായി ചുമതലയേറ്റപ്പോൾ ഭാസ്കരനെ കലാമണ്ഡലത്തിൽ ഭരത നാട്യം അദ്ധ്യാപകനായി നിയമിച്ചു. മദ്യപാനത്തിന് അടിമപ്പെട്ട ഭാസ്ക രൻ അധികം താമസിയാതെ മരിച്ചു. ഈ ഒഴിവിലേക്കാണ് പിന്നീട് സത്യ ഭാമ നിയമിതയായത്. കൃഷ്ണൻ നായരുടെ മൂത്തമകൾ ശ്രീദേവി എം എ പാസായി ജോലിയില്ലാതിരിക്കുന്ന സമയമായിരുന്നു. ഫാക്ടിലെ ഭാസ്കരൻ പോയ ഒഴിവിലേക്ക് ശ്രീദേവിയെ നിയമിച്ചു. രണ്ടാമത്തെ മകൾ കലാദേവി പ്രീഡിഗ്രി കഴിഞ്ഞ് പഠിപ്പിൽ താല്പര്യം കാണിക്കാത്തതു കാരണം മദ്രാസ് കലാക്ഷേത്രയിലേക്കയച്ച് നൃത്തം പഠിപ്പിച്ചു. അവിടെ അവർ കലാക്ഷേത്ര ചിട്ടയിലാണ് അഭ്യസിച്ചത്.

ആലുവായിലെ താമസക്കാലത്ത് എൻ ഇ എസ് ബ്ലോക്കിന്റെ സഹായം ഇല്ലാതെ തന്നെ നൃത്താലയത്തിന്റെ പ്രവർത്തനം വീട്ടിൽ ഭംഗി യായി നടന്നു. ഒപ്പം കുട്ടികളുടെ വിദ്യാഭ്യാസവും പുരോഗമിച്ചു. മോഹി നിയാട്ടം, ഭരതനാട്യം, കഥകളി എന്നീ നൃത്തരൂപങ്ങൾ പഠിക്കാൻ ധാരാളം കുട്ടികൾ വന്നു. പിന്നീട് കൃഷ്ണൻ നായർ തൃപ്പൂണിത്തുറയിലേക്ക് താമസം മാറ്റിയപ്പോൾ നൃത്തക്ലാസുകൾ അങ്ങോട്ട് മാറ്റി. അഞ്ഞൂറ് രൂപ വീതം സംഗീത നാടക അക്കാദമി രണ്ട് തവണ ധനസഹായം നല്കിയ തല്ലാതെ പിന്നീടൊരു ധനസഹായവും നൃത്തവിദ്യാലയം നടത്താൻ സർക്കാർ പക്ഷത്തുനിന്നും ലഭിച്ചിട്ടില്ല. ഇവിടെ പഠിക്കുന്ന കുട്ടികൾ കലാ മണ്ഡലത്തിലോ, ആർ എൽ വി യിലോ ചേർന്ന് സർട്ടിഫിക്കറ്റുകൾ കര സ്ഥമാക്കുകയാണ് പതിവ്. ഉപരിപഠനത്തിന് സ്കോളർഷിപ്പ് കിട്ടിയ വിദ്യാർത്ഥികൾ കൃഷ്ണൻ നായരുടെ കീഴിൽ വന്ന് പഠിച്ചുപോകാറു ണ്ട്. മറ്റ് സർക്കാർ സ്ഥാപനങ്ങളിൽ പഠിച്ച് സർട്ടിഫിക്കറ്റ് വാങ്ങിയ കുട്ടി കളും കൃഷ്ണൻ നായരുടെ അടുത്തുവന്ന് പഠിക്കുക പതിവാണ്. വിദേശ വിദ്യാർത്ഥികൾ ധാരാളമായി കൃഷ്ണൻ നായരാശാന്റെ കീഴിൽ പഠിക്കാൻ എത്തി. ഇവർ വരുന്നത് കൂടുതലും സ്കോളർഷിപ്പോടുകൂടിയാണ്. ലാറൻസ്, മാർട്ടിൻ എന്നീ രണ്ടുവിദേശ വിദ്യാർത്ഥികൾ കലാ മണ്ഡലത്തിലേക്ക് സ്കോളർഷിപ്പിന് അപേക്ഷിച്ചു. അവർക്ക് അഞ്ഞൂറ് രൂപ വീതം അനുവദിക്കുകയും ചെയ്തു. എന്നാൽ അവർ ഉദ്ദേശിച്ചത് കലാമണ്ഡലം കൃഷ്ണൻ നായരുടെ കീഴിൽ ഉപരിപഠനം എന്നതായിരു ന്നു. പേരിനോടൊപ്പമുള്ള കലാമണ്ഡലം കണ്ട് തെറ്റിദ്ധരിച്ചാണ് അവർ കലാമണ്ഡലത്തിൽ പോയത്. പിന്നീട് അബദ്ധം മനസ്സിലാക്കി കലാമ ണ്ഡലം ഒരു സ്ഥാപനമാണെന്നും കലാമണ്ഡലം കൃഷ്ണൻ നായർ ഒരു വ്യക്തിയാണെന്നും അവർ തിരിച്ചറിഞ്ഞു. തുടർന്ന് അവർ വീണ്ടും സർക്കാരിനെ സമീപിച്ചു. കൃഷ്ണൻ നായരുടെ അടുത്ത് സ്കോളർഷി പ്പോടുകൂടി പഠിക്കാൻ അനുവദിച്ചു. കിർമ്മീര വധത്തിലെ ലളിത, കാട്ടാ

ളൻ, അർജ്ജുനൻ തുടങ്ങിയ നിരവധി വേഷങ്ങൾ ഇവർ കൃഷ്ണൻ നാ
യരാശാന്റെ കീഴിൽ അഭ്യസിച്ചു. ഇവരെ കൂടാതെ ലൂബാഷീൽഡ്, ജാന
സെറ്റിലിൻ എന്നിവരും കൃഷ്ണൻ നായരുടെ കീഴിൽ അഭ്യസിച്ചു. ഇവ
രിൽ ലൂബാഷീൽഡ് തനത് കലാരൂപമായ കഥകളിയുടെ പരസ്യചിത്ര
ങ്ങളുടെ മുഖമായി കേരളത്തിന്റെ സാംസ്കാരിക ചരിത്രത്തിന്റെ ഭാഗ
മായി വളരെക്കാലം കേരളത്തിൽ താമസിച്ചു. ഇവരുടെ നേതൃത്വത്തിൽ
ചെങ്ങന്നൂരിൽ വിജ്ഞാനകലാവേദി എന്ന സ്ഥാപനം ആരംഭിച്ചു.
കൃഷ്ണൻ നായർ ഇവിടെ വളരെക്കാലം വിസിറ്റിങ് ഫാക്കൽറ്റിയായി
ജോലി നോക്കിയിട്ടുണ്ട്. ഫ്രഞ്ച് ഗവൺമെന്റിന്റെ ധനസഹായത്തോടെ
യാണ് ഈ സ്ഥാപനം നടത്തിയിരുന്നത്. നിരവധി വിദേശവിദ്യാർത്ഥി
കൾ ഇവിടെ വന്ന് പഠിച്ചിരുന്നു. വിദേശികളായ ഇവിടുത്തെ വിദ്യാർത്ഥി
കളുടെ വേഷം ചിട്ടയായതും ഇരുത്തം വന്നതുമായിരുന്നു. ഈ കാലയ
ളവിലാണ് കൃഷ്ണൻ നായർ ആദ്ധ്യാത്മിക ആചാര്യനായ ആത്മാനന്ദ
ഗുരു ഗോവിന്ദ മേനോന്റെ ക്ലാസുകളിൽ ആകൃഷ്ടനാകുന്നത് ആദ്ധ്യാ
ത്മിക രംഗത്തെ അദ്ദേഹത്തിന്റെ പാണ്ഡിത്യത്തിൽ കൃഷ്ണൻ നായർക്ക്
വലിയ മതിപ്പായിരുന്നു. വളരെ ലളിതമായിട്ടായിരുന്നു സങ്കീർണ്ണമായ
ആദ്ധ്യാത്മിക പാഠങ്ങൾ അദ്ദേഹം സാധാരണക്കാർക്ക് പറഞ്ഞുകൊടു
ത്തിരുന്നത്. ഒരിക്കൽ സ്വാമിജിയുടെ ആശ്രമത്തിൽ കൃഷ്ണൻ നായരുടെ
കഥകളി നിശ്ചയിച്ചിരുന്നു. കൃഷ്ണൻ ആയിരുന്നു വേഷം. ചില ഏഷ
ണിക്കാർ സ്വാമിയുടെ അടുത്തു ചെന്ന് കൃഷ്ണൻ നായരുടെ ശരീരം
വലിപ്പക്കൂടുതലാണെന്നും കൃഷ്ണ വേഷം അദ്ദേഹത്തിന് ചേരില്ല എന്നും
പറഞ്ഞു. സ്വാമിജിയുടെ മറുപടി പരിഹസിക്കുന്ന രീതിയിലായിരുന്നു.
"നിങ്ങൾ ആരെങ്കിലും കൃഷ്ണനെ ഇതിനുമുൻപ് കണ്ടിട്ടുണ്ടോ? കൃഷ്ണ
രൂപം എന്നത് നമ്മുടെ മനസ്സിന്റെ സൃഷ്ടിയാണ് കൃഷ്ണൻ നായരുടെ
കൃഷ്ണൻ മതി" എന്നും സ്വാമി പറഞ്ഞു. വേദാന്തകാര്യങ്ങളിൽ
കൃഷ്ണൻ നായർക്ക് വേണ്ട ഉപദേശം നല്കിയിരുന്നത് ഇദ്ദേഹമായിരുന്നു.

കഥാപാത്രസൃഷ്ടിക്കുവേണ്ടിയുള്ള ഗവേഷണം

കൃഷ്ണൻ നായരുടെ എല്ലാ വേഷങ്ങളും കാണാൻ കാണികൾക്കും ആരാധകർക്കും വലിയ മോഹമായിരുന്നു. കഥകളിയിലെ ഒട്ടുമിക്ക വേഷ ങ്ങളും അദ്ദേഹം ചെയ്തുവെങ്കിലും പരശുരാമന്റെ വേഷം അദ്ദേഹം കെട്ടി യിരുന്നില്ല. അതുകൊണ്ടുതന്നെ ആരാധകരും അഭ്യുദയകാംക്ഷികളും പര ശുരാമന്റെ വേഷം കെട്ടാൻ വല്ലാതെ നിർബ്ബന്ധിച്ചു. അതിന് അദ്ദേഹ ത്തിന് തയ്യാറെടുപ്പുകൾ വേണമായിരുന്നു. ആ കഥാപാത്രത്തിന്റെ സ്വഭാവ രൂപീകരണത്തിലും കഥാസന്ദർഭങ്ങളിലും കൂടുതൽ ഗവേഷണപഠനം ആവശ്യമാണ് എന്ന് അദ്ദേഹത്തിന് തോന്നി. അതുകൊണ്ട് തന്നെ സ്വന്ത മായി നടത്തിയ കണ്ടെത്തലുകളിലൂടെ പുതിയൊരു ഭാഷ്യം നല്കിയാണ് പരശുരാമനെ അദ്ദേഹം അവതരിപ്പിച്ചത്. കഥാ സന്ദർഭത്തിന്റെ വിശ്വാ സ്യതയും ആധികാരികതയും ഉറപ്പുവരുത്തുന്നതിന് ആഴമേറിയ പഠന ങ്ങൾ തന്നെ നടത്തി. അന്നു കൊച്ചി രാജാവായിരുന്ന പരീക്ഷിത്ത് തമ്പു രാന്റെ നിർദ്ദേശത്തെയും കൃഷ്ണൻ നായർ ഈ കഥാപാത്ര രൂപീകരണ ത്തിനായി ആശ്രയിച്ചു.

ശ്രീരാമൻ ജനക രാജാവിന്റെ രാജധാനിയിൽ ത്രയംബക വില്ല് കുലച്ച് ഒടിക്കുന്നു. ഈ ശബ്ദം കേട്ടാണ് പരശുരാമന്റെ തപസ്സിന് ഭംഗം നേരിട്ടത് എന്നാണ് കലാമണ്ഡലം കഥ ചിട്ടപ്പെടുത്തിയത്. എന്നാൽ ഇത് വസ്തു താപരമായി ശരിയല്ല എന്ന് കൃഷ്ണൻ നായർക്ക് ബോദ്ധ്യം ഉണ്ടായിരു ന്നു. ആ ബോദ്ധ്യമാണ് അദ്ദേഹത്തെ കഥയുടെ മറ്റുവശങ്ങൾ അന്വേഷി ക്കുന്നതിന് പ്രേരിപ്പിച്ചത്. വില്ലൊടിച്ചതിന്റെ 27-ാം ദിവസമാണ് സീതയും ശ്രീരാമനും തമ്മിലുള്ള വിവാഹം നടന്നത് എന്ന് പണ്ഡിത ശ്രേഷ്ഠന്മാ രുമായുള്ള ആശ്രന വിനിമയത്തിലൂടെ അദ്ദേഹം കണ്ടെത്തി. വില്ലൊടിച്ച തിനു ശേഷം വിവരം ജനകരാജാവ് അയോദ്ധ്യയിൽ അറിയിക്കുകയും

കലാമണ്ഡലം കൃഷ്ണൻ നായർ

അയോദ്ധ്യയിൽനിന്നും ദശരഥൻ, വസിഷ്ഠമഹർഷി, ഭരതൻ, ശത്രുഘ്നൻ എന്നിവർ ചതുരംഗ പടയോടുകൂടി ജനക രാജധാനിയിൽ എത്തുകയും വിവാഹം കഴിഞ്ഞ 27-ാം ദിവസം ഇവർ സൈന്യസമ്മേതം തിരിച്ചുപോ കുന്ന നേരത്ത് ദേവന്മാർ പെരുമ്പറ മുഴക്കുകയും പുഷ്പവൃഷ്ടി നടത്തു കയും ചെയ്തു. ഈ ഘോഷം വലിയ ശബ്ദകോലാഹലത്തിന് കാരണ മായി. ഇത് പരശുരാമന്റെ തപസ്സിന് ഭംഗം വരുത്തി. ഇത്തരത്തിലാണ് ആടേണ്ടത് എന്ന് പരീക്ഷിത്ത് തമ്പുരാൻ വാദിക്കുകയും അദ്ദേഹം ആ വിധം ചിട്ടപ്പെടുത്തുകയും ചെയ്തു.

ഒറ്റപ്പാലം സാഹിത്യ പരിഷത്ത് വേദിയിലാണ് കൃഷ്ണൻ നായർ ആദ്യമായി ഇത്തരത്തിൽ ചിട്ടപ്പെടുത്തിയ പരശുരാമനെ അവതരിപ്പിച്ച

ത്. തപസ്സിൽ ഭംഗം വന്ന പരശുരാമൻ കോപിഷ്ഠനായി ജ്ഞാന ദൃഷ്ടി യിൽ സംഭവങ്ങൾ മനസ്സിലാക്കുന്നു. രണ്ട് കാര്യങ്ങൾകൊണ്ട് ഇവരെ നശിപ്പിക്കുക തന്നെവേണം എന്ന് പരശുരാമൻ നിശ്ചയിക്കുന്നു. തന്റെ ഗുരുവായ പരമശിവന്റെ വില്ല് ഒടിച്ച് കളഞ്ഞതുകൊണ്ടും ക്ഷത്രിയന്മാ രോടുകൂടി താൻ ഭൂമിയിൽ ഇരിക്കില്ല എന്നപ്രതിജ്ഞ ഉള്ളതുകൊണ്ടും അവരെ തടയുകതന്നെ വേണം എന്ന് പരശുരാമൻ നിശ്ചയിക്കുന്നു. ഇവിടെ ഒരു ഉപകഥ കൂടി ചേർത്തു കൃഷ്ണൻ നായർ. അതിങ്ങനെയാ ണ്. ശക്തി പരീക്ഷിക്കുന്നതിനായി വിഷ്ണുവും ശിവനും യുദ്ധം ചെയ്യു ന്നു. രണ്ടുവശത്തും ജയമോ പരാജയമോ ഇല്ലാതെ യുദ്ധം വളരെക്കാലം നീണ്ടുപോയി. ഈ സമയത്ത് ബ്രഹ്മാവ് സൃഷ്ടി മാത്രം മുറയ്ക്ക് നടത്തി പോന്നു. സംഹാരം നടക്കാതെ വന്നതുകൊണ്ട് ഭൂമിയുടെ ഭാരം ക്രമാതീ തമായി വർദ്ധിച്ചു. യുദ്ധം അവസാനിപ്പിക്കുന്നതിനായി ബ്രഹ്മാവിന്റെ സഹായത്തോടെ ദേവന്മാർ വിഷ്ണുവിനെ കണ്ടു. അപ്പോൾ വിഷ്ണു ഓങ്കാര ശബ്ദം പുറപ്പെടുവിച്ചു. ഈ ശബ്ദംകൊണ്ട് ശിവന്റെ വില്ലിന്റെ ഉൾഭാഗം ദ്രവിച്ചുപോയി. ആ വില്ലാണ് ശിവൻ തന്റെ ഭക്തനായ ജനക രാജാവിന് പൂജിക്കണം എന്ന് നിർദ്ദേശിച്ച് കൈമാറിയത്. ഇത്തരത്തിലുള്ള വില്ലാണ് ശ്രീരാമൻ ഒടിച്ചത്. ഈ ഉപകഥ കൂടി ചേർക്കുമ്പോൾ കഥ യിൽ കൂടുതൽ വിശ്വാസ്യത വരുന്നു എന്ന് അഭിപ്രായം അദ്ദേഹം നേടി. ഈ രീതിയിൽ കഥ പറഞ്ഞുപോയപ്പോൾ ചില കോണുകളിൽനിന്ന് വിമർശനം ഉണ്ടായി എങ്കിലും ഇവിടെ നമുക്ക് കാണാൻ കഴിയുന്നത് ഗവേഷണ ബുദ്ധിയോടെ കഥാസന്ദർഭത്തെയും ആട്ടക്കഥയെയും സമീ പിക്കുന്ന നടനെയാണ്. ഇത്തരത്തിൽ സീതാസ്വയംവരത്തിലെ പരശുരാ മന് വേറിട്ടൊരു രംഗഭാഷ ഒരുക്കാൻ കൃഷ്ണൻ നായർക്ക് സാധിച്ചു.

പൂതനയ്ക്ക് മൈസൂർ രാജാവിന്റെ അംഗീകാരം

കൊല്ലങ്കോട് കോവിലകത്തിന്റെ വകയായ കച്ചാറംകുറിച്ചി മഹാദേവ ക്ഷേത്രത്തിൽ ഉത്സവത്തോടനുബന്ധിച്ച് എല്ലാവർഷവും കഥകളി നട ത്താറുണ്ട്. കൊല്ലങ്കോട് കളിയോഗമാണ് കളി നടത്തുന്നത് എങ്കിലും പുറത്തുനിന്നുള്ള പ്രധാന വേഷക്കാരെ ക്ഷണിക്കാറുണ്ട്. ഇവിടുത്തെ സ്ഥിരം വേഷക്കാരനായിരുന്നു കൃഷ്ണൻ നായർ. കൊല്ലങ്കോട് രാജാ വായ മാധവ രാജാവുമായി വളരെ നല്ല ബന്ധമായിരുന്നു കൃഷ്ണൻ നായർക്ക്. ഒരിക്കൽ തമ്പുരാന്റെ ആതിഥ്യം സ്വീകരിച്ച് കോവിലകത്ത് താമസിച്ചപ്പോൾ മൈസൂർ രാജാവിന് കൃഷ്ണൻ നായരുടെ പൂതന ഒന്നു കാണിച്ചുകൊടുക്കണം എന്ന മോഹം അദ്ദേഹം കൃഷ്ണൻ നായരോട് പറഞ്ഞു. നല്ല ആസ്വാദകനും കൃഷ്ണഭക്തനുമായ മൈസൂർ രാജാവ് കലാകാരന്മാരെ ഏറെ ബഹുമാനിക്കുകയും ആദരിക്കുകയും ചെയ്യുന്ന വ്യക്തി കൂടിയാണ്. മൈസൂർ രാജാവിന് മുന്നിൽ പൂതന അവതരിപ്പിക്കു ന്നതിൽ സന്തോഷമേ ഉള്ളൂ എന്നും കൃഷ്ണൻ നായർ അറിയിച്ചു. ഈ കൂടിക്കാഴ്ചയ്ക്ക് ശേഷം ദിവസങ്ങൾക്കകം തന്നെ കൊല്ലങ്കോട് മഹാ

രാജാവിന്റെ കത്ത് കൃഷ്ണൻ നായർക്ക് ലഭിച്ചു. മൈസൂരിൽ പോകാൻ തയ്യാറായി ഇന്നുതന്നെ കോവിലകത്ത് എത്തണം എന്നായിരുന്നു കത്തിന്റെ ഉള്ളടക്കം. കോവിലകത്ത് എത്തിയപ്പോഴേക്കും മേളക്കാരും പാട്ടുകാരും പോകാനുള്ള വാഹനവും തയ്യാറായി നിന്നിരുന്നു.

മൈസൂരിലെത്തിയ കൃഷ്ണൻ നായർക്കും സംഘത്തിനും രാജകീയ വരവേല്പാണ് നല്കിയത്. വർഷങ്ങൾക്കു മുൻപ് കലാമണ്ഡലം സംഘ ത്തിനൊപ്പം മൈസൂർ കൊട്ടാരത്തിൽ കഥകളി അവതരിപ്പിക്കുവാൻ പോയിരുന്നുവെങ്കിലും കൊട്ടാരം വിശദമായി ചുറ്റിനടന്ന് കാണുവാനുള്ള ഭാഗ്യം കൃഷ്ണൻ നായർക്കുണ്ടായിരുന്നില്ല. അടുത്ത ദിവസം മൂന്ന് മണിക്ക് കഥകളിയുടെ സമയം നിശ്ചയിച്ച് അറിയിപ്പ് ലഭിച്ചതുകൊണ്ട് കൊട്ടാരം വിശദമായി കണ്ടു. മൂന്നു മണിക്ക് തന്നെ കളി ആരംഭിച്ചു. കളി തുടങ്ങാറായപ്പോഴേക്കും കൊല്ലങ്കോട് മഹാരാജാവ് അവിടെയെത്തി. മൈസൂർ രാജാവ്, രാജകുടുംബാംഗങ്ങൾ, ക്ഷണിക്കപ്പെട്ട വിശിഷ്ട വ്യക്തി കൾ തുടങ്ങി പ്രൗഢമായ സദസ്സിനു മുൻപിൽ പൂതന അവതരിപ്പിക്കപ്പെ ട്ടു. കൊല്ലങ്കോട് രാജാവ് മൈസൂർ രാജാവിന് കഥാസന്ദർഭം വിശദീക രിച്ചു കൊടുത്തിരുന്നു. നിറഞ്ഞ ഹർഷാരവത്തോടെ തന്നെ സദസ്സ് പൂത നയെ ഏറ്റെടുത്തു. കളി കഴിഞ്ഞ് മൈസൂർ രാജാവ് സ്റ്റേജിൽ വന്ന് കൃഷ്ണൻ നായരെ അഭിനന്ദിക്കുകയും പൊന്നാട ചാർത്തുകയും ചെയ്തു. ഒപ്പം ഒരു സ്വർണ്ണ മെഡൽ രാജാവ് കൃഷ്ണൻ നായർക്ക് സമ്മാ നിച്ചു. അതിൽ Presented by H H The Maharaja of Mysore to Kalamandalam Krishnan Nair എന്നെഴുതിയിരുന്നു.

കൃഷ്ണൻ നായരോട് വല്ലാത്ത ആരാധന ഉണ്ടായിരുന്ന വ്യക്തിയാ യിരുന്നു എം കെ കെ നായർ. വിദ്യാർത്ഥിയായിരുന്ന കാലത്ത് അച്ഛന്റെ കണ്ണുവെട്ടിച്ച് കൃഷ്ണൻ നായരുടെ കഥകളി കാണുവാൻ അദ്ദേഹം പോയിരുന്നു. ഡൽഹിയിൽ വ്യവസായ വകുപ്പിൽ ജോലി ചെയ്തിരുന്ന സമയത്ത് കേരള ക്ലബ്ബ് എന്ന സാംസ്കാരിക സംഘടനയുടെ സജീവ പ്രവർത്തകൻ കൂടിയായിരുന്നു. ആയിടയ്ക്ക് കൃഷ്ണൻ നായരുടെ കഥ കളി കേരള ക്ലബ്ബ് സംഘടിപ്പിച്ചു. ജവാഹർലാൽ നെഹ്റു കഥകളി കാ ണാൻ മകൾ ഇന്ദിരയോടൊപ്പം എത്തി. പ്രധാനമന്ത്രി അനുവദിച്ച സമയം വെറും പതിനഞ്ചു മിനിറ്റായിരുന്നു. പൂതനാമോക്ഷം കണ്ടു തുടങ്ങിയ ജവഹർലാൽ നെഹ്റു കളി കഴിയുന്നതുവരെ ഇരുന്നു. വി കെ കൃഷ്ണ മേനോൻ, ഡോ. ഡി സി റോയ്, പനമ്പിള്ളി ഗോവിന്ദമേനോൻ തുടങ്ങി യപല പ്രമുഖരും അന്ന് കളി കാണാൻ ഉണ്ടായിരുന്നു. കളി കഴിഞ്ഞ് കൃഷ്ണൻ നായർക്ക് ജവഹർലാൽ നെഹ്റു സ്വർണ്ണമെഡൽ സമ്മാനി ച്ചു. ജവാഹർലാൽ നെഹ്റു കഥകളി സംഘത്തിനൊപ്പം ഫോട്ടോ എടു ക്കുന്നതിന് മഹാമനസ്കത കാട്ടി. 1955 കാലഘട്ടത്തിലായിരുന്നു കേരള ക്ലബ്ബിന്റെ ഈ പരിപാടി. ഡൽഹി കേരള ക്ലബ്ബിന്റെ കഥകളിയോടുകൂടി എം കെ കെ നായരും കൃഷ്ണൻ നായരും തമ്മിലുള്ള ബന്ധം കൂടുതൽ ദൃഢമാക്കി.

ഐക്യരാഷ്ട്ര സംഘടനയുടെ ഇക്കാഫോയുടെ ഇന്ത്യൻ പ്രതിനി ധിയായും സംഘാടകനായും എം കെ കെ പ്രവർത്തിക്കുന്ന കാലം. ബാംഗ്ലൂരായിരുന്നു സമ്മേളന വേദി. എല്ലാദിവസവും പ്രമുഖ കലാകാര ന്മാരുടെ കലാപരിപാടി ഉണ്ടാകുമായിരുന്നു. പട്ടമ്മാൾ, മധുരമണി അയ്യർ, എം എസ് സുബ്ബലക്ഷ്മി എന്നിവർ സംഗീതവും മൃണാളിനീ സാരാഭായി യുടെ നേതൃത്വത്തിൽ പ്രവർത്തിക്കുന്ന 'ദർപ്പണ'യുടെ ബാലെയും അവ തരിപ്പിച്ച കൂട്ടത്തിൽ കേരളത്തിൽ നിന്നും കഥകളിയും വിദേശ പ്രതിനി ധികൾക്ക് മുൻപിൽ അവതരിപ്പിക്കപ്പെട്ടു. കഥ തെരഞ്ഞെടുക്കുന്നതിലും അത് എഡിറ്റ് ചെയ്ത് അവതരിപ്പിക്കുന്നതിനും എം കെ കെ നായർ കൂടി സഹായിച്ചപ്പോൾ വളരെ നല്ല പ്രതികരണം ഉണ്ടാക്കിയെടുക്കാൻ കഴി ഞ്ഞു.

കേന്ദ്രസർക്കാർ കഥകളിയുടെ ഡോക്യുമെന്റേഷൻ കൽക്കത്തയിൽ വച്ച് നടത്തി. വള്ളത്തോളിന്റെ നേതൃത്വത്തിൽ കലാമണ്ഡലം കഥകളി സംഘവും ഡോക്യുമെന്റേഷന് എത്തിയിരുന്നു. കൃഷ്ണൻ നായരെ പ്രത്യേകവും ക്ഷണിച്ചിരുന്നു. വിചാരിച്ചതിലും കൂടുതൽസമയം ഡോക്യു മെന്റേഷൻ പരിപാടികൾ നീണ്ടുപോയി. ഈ കാലഘട്ടത്തിൽ എം കെ കെ നായർ ഭിലായ് സ്റ്റീൽ പ്ലാന്റിൽ അസിസ്റ്റന്റ് മാനേജർ ആയി ജോലി നോക്കുകയായിരുന്നു. ഷൂട്ടിങ് കഴിഞ്ഞ് കൃഷ്ണൻ നായർ നേരെ ഭിലാ യിലേക്ക് പോയി. അദ്ദേഹത്തിന്റെ കൂടെ അവിടെ താമസിക്കുകയും രാത്രി വളരെ വൈകുന്നതുവരെ കഥകളിയിലെ പല വേഷങ്ങളും കൃഷ്ണൻ നായർ എം കെ കെ നായർക്ക് വേണ്ടി ചൊല്ലിയാടുകയും ചെയ്യുമായി രുന്നു. തിരിച്ച് നാട്ടിലെത്തിയ കൃഷ്ണൻ നായർ ചങ്ങനാശ്ശേരിയിൽ പത്തു കളികൾ ഒരുമിച്ച് നടക്കുന്നു എന്ന വിവരത്തിന് കത്തയച്ചു. എല്ലാ ഔദ്യോ ഗിക തിരക്കുകളും മാറ്റിവച്ച് എം കെ കെ നായർ കഥകളി കാണാൻ ചങ്ങനാശ്ശേരിയിൽ എത്തി. രാത്രി മുഴുവൻ കഥകളിയും പകൽ കൃഷ്ണൻ നായരുടെ മുറിയിൽ ഉറക്കവുമായി ആ ബന്ധം കൂടുതൽ ദൃഢമായി.

രാധാലക്ഷ്മി വിലാസത്തിലേക്ക്

അന്നത്തെ വിദ്യാഭ്യാസവകുപ്പ് തൃപ്പൂണിത്തുറ രാധാലക്ഷ്മി വിലാസം സ്കൂളിൽ (ആർ എൽ വി) കഥകളി അഭ്യസനം തുടങ്ങാൻ തീരുമാനിച്ചു. വിദ്യാഭ്യാസ ഡയറക്ടർ രാമവർമ്മ അപ്പൻ തമ്പുരാൻ കൃഷ്ണൻ നായരെ അതിന് ചുമതലക്കാരനായി മനസ്സിൽ കണ്ടു. കൃഷ്ണൻ നായരുടെ സമ്മതം വാങ്ങാൻ കൊച്ചിരാജാവിന്റെ സന്തത സഹചാരിയായ ഇളമന ഹരിമാസ്റ്ററെ ചുമതലപ്പെടുത്തി. കൃഷ്ണൻ നായർക്ക് ഈ വാർത്ത കേട്ട് വലിയ സന്തോഷമാവുകയും ആർ എൽ വിയിലേക്ക് വരുന്നതിന് സമ്മതമേ ഉള്ളു എന്ന് ഹരി മാസ്റ്ററോട് പറഞ്ഞ യക്കുകയും ചെയ്തു. 1957–58 കാലഘട്ടത്തിൽ കൃഷ്ണൻ നായർ ശ്യപ്പൂണിത്തുറയിലേക്ക് താമസം മാറ്റി. തൃപ്പൂണിത്തുറയിൽ ആദ്യമായി താമസിച്ചത് കോടംകുളങ്ങരെയുള്ള കുഞ്ഞിക്കുട്ടൻ തിരുമുൽപ്പാടിന്റെ

വക വാടക വീട്ടിലായിരുന്നു. ഈ താമസം കൃഷ്ണൻ നായർക്ക് വളരെ ഇഷ്ടപ്പെട്ടു. നല്ല അയൽപക്കവും കുട്ടികളുടെ വിദ്യാഭ്യാസത്തിന് പറ്റിയ അന്തരീക്ഷവും തൃപ്പൂണിത്തുറയിൽ ഉണ്ടായിരുന്നു. തൃപ്പൂണിത്തുറയിൽ താമസം തുടങ്ങിയതിനുശേഷമാണ് കൃഷ്ണൻ നായർ വിദ്യാഭ്യാസ ഡയ റക്ടറെ കാണാൻ പോയത്. രാധാലക്ഷ്മി വിലാസത്തിൽ കഥകളി പഠി പ്പിക്കുവാൻ തീരുമാനിച്ചു എന്നും അതിനായി ആഴ്ചയിൽ കുറെ ക്ലാസു കൾ കഥകളിക്കായി നീക്കിവയ്ക്കുമെന്നും കൃഷ്ണൻ നായരെ വിദ്യാ ഭ്യാസ ഡയറക്ടർ അറിയിച്ചു. പക്ഷേ, കൃഷ്ണൻ നായർ ധരിച്ചിരുന്നത് ചിട്ടപ്രകാരം കഥകളി മാത്രം പഠിപ്പിക്കുന്ന ഒരു സംവിധാനം എന്നാണ്. എവിടെയോ ഒരു ധാരണ പിശകുണ്ടായി എന്ന് മനസ്സിലാക്കിയത് ഈ കൂടിക്കാഴ്ചയിലാണ്. "പ്രൈമറി ക്ലാസിലെ വിദ്യാർത്ഥികളെ തുന്നലും ക്രാഫ്റ്റും പഠിപ്പിക്കുന്നതുപോലെ കഥകളി പഠിപ്പിക്കുന്നതിൽ എനിക്ക് വിയോജിപ്പുണ്ട് എന്നും ചിട്ടപ്രകാരം കഥകളി കളരിയായി പഠിപ്പിക്കുന്ന സംവിധാനമാണ് ഹരി മാസ്റ്റർ പറഞ്ഞപ്പോൾ ഞാൻ മനസ്സിൽ വിചാരി ച്ചത് എന്നും മുറപ്രകാരം കഥകളി അഭ്യസിപ്പിക്കുന്ന ഒരു സംവിധാനമ ല്ലെങ്കിൽ എന്നെ ഒഴിവാക്കണ"മെന്നും കൃഷ്ണൻ നായർ ഡി പി ഐ യോട് പറഞ്ഞു. താങ്കൾ ഉദ്ദേശിക്കുന്ന രീതിയിൽ കഥകളി പഠിപ്പിച്ചാൽ വിദ്യാർത്ഥികൾക്ക് ഒരു പ്രയോജനവും ഉണ്ടാകില്ലെന്ന് കൃഷ്ണൻ നായർ കാര്യകാരണ സഹിതം വിശദീകരിച്ചു.

കൃഷ്ണൻ നായരുടെ അഭിപ്രായത്തോട് തമ്പുരാനും പൂർണ്ണമായി യോജിച്ചു. ഇവിടെ സംഗീതം ഫുൾടൈം കോഴ്സായി പഠിപ്പിക്കുന്നതു പോലെ കഥകളിക്കും ഒരു ഫുൾടൈം കോഴ്സ് എന്ന നിർദ്ദേശമാണ് സർക്കാരിലേക്ക് പോയത്. എന്നാൽ വിദ്യാഭ്യാസമന്ത്രി ആ നിർദ്ദേശം തള്ളുകയാണുണ്ടായത് എന്ന് ഡയറക്ടർ കൃഷ്ണൻ നായരോട് പറഞ്ഞു. ഇതിനൊരു പോംവഴി കൃഷ്ണൻ നായർ നേരിട്ട് വിദ്യാഭ്യാസ മന്ത്രിയെ കണ്ട് കഥകളി ഫുൾടൈം കോഴ്സ് ആക്കേണ്ടതിന്റെ ആവശ്യവും പ്രാധ ാന്യവും വിശദീകരിച്ചാൽ എളുപ്പമാകും എന്ന് അദ്ദേഹം കൃഷ്ണൻ നായരെ ഉപദേശിച്ചു. മന്ത്രിയെ കണ്ട് സംഭവം വിശദീകരിക്കുന്നതിന് മുൻപ് ജോലി സ്വീകരിക്കുവാൻ ഡയറക്ടർ രാമവർമ്മ തമ്പുരാൻ കൃഷ്ണൻ നായരെ നിർബ്ബന്ധിച്ചു. മറ്റ് മാർഗ്ഗങ്ങളില്ലാതെ കൃഷ്ണൻ നായർ ജോലിയിൽ പ്രവേശിച്ചു. ഒരു സ്കൂൾ അദ്ധ്യാപകന്റെ മുഴുവൻ ശമ്പളമാണ് കൃഷ്ണൻ നായർക്ക് കൊടുക്കുവാൻ നിശ്ചയിച്ചിരുന്നത്. സർക്കാർ ഉദ്യോഗത്തിന്റെ പ്രായപരിധി കഴിഞ്ഞതുകൊണ്ട് വയസ്സിന്റെ കാര്യത്തിൽ ഇളവ് ചെയ്യുവാൻ സർക്കാർ തീരുമാനിച്ചതായി ഡയറക്ടർ കൃഷ്ണൻ നായരോടു പറഞ്ഞു. ഇത്തരത്തിൽ ഒരു പ്രത്യേക ഉത്തര വിൻ പ്രകാരമാണ് കൃഷ്ണൻ നായർ ജോലിയിൽ പ്രവേശിച്ചത്. ജോലി സ്വീകരിക്കാൻ തീരുമാനിച്ചതിൽ നിരവധി കാരണങ്ങളുണ്ട്. പല ദിക്കു കളിലായി അലയുന്ന ജീവിതം അവസാനിപ്പിച്ച് ഒരിടത്ത് ഉറച്ചു നില്ക്കാൻ കൃഷ്ണൻ നായർ വളരെ നാളായി ആഗ്രഹിച്ചു വരികയായിരുന്നു. ഏഴു

മക്കളെയും ഭാര്യയെയും കൂട്ടി നടക്കുമ്പോൾ അദ്ദേഹത്തിന് ഒരുതരം അഭി
ശ്രിതത്വം തോന്നിയിരുന്നു. കൂടാതെ തൃപ്പൂണിത്തുറയോടുള്ള പ്രത്യേക
താല്പര്യവും ഈ ജോലി സ്വീകരിക്കുവാൻ കാരണമായി.

ഒരു തെറ്റിദ്ധാരണയിൽ നിന്നുണ്ടായ സംഭവ വികാസങ്ങളിൽ,
സർക്കാർ ഉദ്യോഗസ്ഥനായി ആദ്യനാളുകളിൽ ഒരു ജോലിയുമില്ലാതെ
വെറുതെ ഇരിക്കേണ്ടി വന്നപ്പോൾ കൃഷ്ണൻ നായർക്ക് വല്ലാതെ മടുപ്പ്
തോന്നി. അദ്ദേഹത്തിന് ആ ഇടയ്ക്ക് തിരുവനന്തപുരത്ത് കഥകളി സംബ
ന്ധിച്ച ആവശ്യത്തിന് പോകേണ്ടി വന്നു. മന്ത്രിയെക്കാണാൻ നല്ലൊരു
അവസരമാണ് ഇത് എന്നദ്ദേഹം തീരുമാനിച്ചു. നേരിൽ കാണാനുള്ള
സമയം അപ്പൻ തമ്പുരാൻ തരപ്പെടുത്തികൊടുത്തു. കേരളം കണ്ടതിൽവച്ച്
ഏറ്റവും പ്രഗത്ഭനായ വിദ്യാഭ്യാസ മന്ത്രി മുണ്ടശ്ശേരി മാസ്റ്ററായിരുന്നു
അന്നത്തെ വിദ്യാഭ്യാസ മന്ത്രി. പണ്ഡിതനും ജനകീയനുമായ മുണ്ടശ്ശേരി
മാസ്റ്ററിനെ കൃഷ്ണൻ നായർക്ക് നേരത്തെ പരിചയമുണ്ടായിരുന്നു.
ഔദ്യോഗിക വസതിയിൽ പോയാണ് കൃഷ്ണൻ നായർ അദ്ദേഹത്തെ
കണ്ടത്. ആർ എൽ വി യിൽ കഥകളി ഫുൾടൈം കോഴ്സ് തുടങ്ങുന്ന
തിന്റെ ആവശ്യകത മുണ്ടശ്ശേരി മാഷിനോട് വിശദീകരിച്ചു. ശ്രദ്ധാപൂർവ്വം
തന്നെ മന്ത്രി അത് കേട്ടു. ഒപ്പം കൃഷ്ണൻ നായർ കഥകളി പഠിക്കുവാൻ
അനുഭവിച്ച ത്യാഗവും അതിനുവേണ്ടി നടത്തിയ ശ്രമങ്ങളും വിശദീകരി
ച്ചു. ആർ എൽ വി യിൽ ആറു കൊല്ലത്തെ ഫുൾടൈം കഥകളി കോഴ്സ്
തുടങ്ങാൻ വേണ്ട ഉത്തരവുകൾ പുറപ്പെടുവിക്കുമെന്ന് മുണ്ടശ്ശേരി മാഷ്
ഉറപ്പ് നല്കി.

ഒരു ഭരണാധികാരി എങ്ങനെയായിരിക്കണം എന്ന് മുണ്ടശ്ശേരി മാസ്റ്റർ
കൃഷ്ണൻ നായർക്ക് കാട്ടി കൊടുക്കുകയായിരുന്നു. ആവശ്യമായ നിർദ്ദേ
ശങ്ങൾ അപ്പോൾത്തന്നെ ബന്ധപ്പെട്ട ഉദ്യോഗസ്ഥന്മാർക്ക് നല്കി കഴി
ഞ്ഞിരുന്നു. തുടർന്ന് ഡയറക്ടർ രാമവർമ്മ തമ്പുരാനെ വന്ന് കണ്ടപ്പോൾ
മന്ത്രിയുടെ നിർദ്ദേശം കിട്ടികഴിഞ്ഞുവെന്ന് കൃഷ്ണൻ നായരെ അറിയി
ച്ചു. കഥകളി ഫുൾടൈം കോഴ്സ് എന്ന നിർദ്ദേശമായി മുന്നോട്ടുപോകാ
മെന്ന് ഡയറക്ടർ കൃഷ്ണൻ നായരോട് പറഞ്ഞു. ആർ എൽ വി യിലെ
പ്രധാന അദ്ധ്യാപകനായ അരവിന്ദാക്ഷമേനോൻ കൃഷ്ണൻ നായരെ
എല്ലാവിധത്തിലും സഹായിച്ചു. വിദ്യാർത്ഥികളെ ക്ഷണിച്ചുകൊണ്ടുള്ള
പരസ്യം പ്രധാന പത്രങ്ങളിൽ വന്നു. പരസ്യം വന്ന് ദിവസങ്ങൾ കടന്നു
പോയെങ്കിലും ഒരു കുട്ടിപോലും ചേർന്നില്ല. കൃഷ്ണൻ നായർ ഇറങ്ങി
കുട്ടികളെ സംഘടിപ്പിച്ചു. 13 കുട്ടികൾ ആ കൊല്ലം കഥകളി പഠിക്കുവാൻ
ചേർന്നു. ഒരു പാട്ട് അദ്ധ്യാപകന്റെയും ചെണ്ട അദ്ധ്യാപകന്റെയും
ആവശ്യം കാണിച്ച് വിദ്യാഭ്യാസ ഡയറക്ടർക്ക് എഴുതി. താമസം കൂടാതെ
അതിനുള്ള തസ്തികകൾ അനുവദിച്ച് വന്നു. ചെണ്ടയ്ക്ക് ശ്രീ കേശവപൊ
തുവാളിനെയും പാട്ടിന് പയ്യന്നൂർകാരൻ ശ്രീ കുഞ്ഞമ്പു പൊതുവാളി
നെയും നിയമിച്ചു. തുടർന്ന് ഘട്ടംഘട്ടമായി എല്ലാ വിഭാഗങ്ങളിലും അദ്ധ്യാ
പകന്മാർ വന്നു. രണ്ടാം വർഷമായപ്പോഴേക്കും ചെണ്ടയ്ക്കും കഥകളി

പ്പാട്ടിനും ക്ലാസുകൾ തുടങ്ങി. മികച്ച രീതിയിൽ തന്നെ കഥകളി ക്ലാസു കൾ നടന്നുവന്നു.

ആർ എൽ വിയിൽ അദ്ധ്യാപകനായി പ്രവർത്തിച്ചിരുന്ന സമയത്തും ധാരാളം കളികൾ കൃഷ്ണൻ നായർക്ക് പുറത്ത് ലഭിച്ചിരുന്നു. സർക്കാർ ഉദ്യോഗസ്ഥനായതുകൊണ്ട് അവധി ദിവസങ്ങളിലും അനുവദനീയമായ ലീവ് എടുക്കാൻ കഴിയുന്ന ദിവസങ്ങളിലും മാത്രമേ കളിക്ക് പോകാൻ കഴിയുമായിരുന്നുള്ളൂ. ഇതിന് ചില ഇളവുകൾ വരുത്തണമെന്ന് വിദ്യാ ഭ്യാസ ഡയറക്ടർക്ക് പ്രധാന അദ്ധ്യാപകൻ വഴി കത്തയച്ചു. സർക്കാർ ഈ അപേക്ഷ പരിഗണിച്ച് കൃഷ്ണൻ നായർക്ക് അനുകൂലമായി ചട്ടം പുറപ്പെടുവിച്ചു. ഈ ചട്ടം പിന്നീട് കലാമണ്ഡലത്തിനും അനുബന്ധ സ്ഥാപനങ്ങൾക്കും ബാധകമാക്കി. അത്രമാത്രം കാര്യക്ഷമമായിട്ടായിരുന്നു അന്ന് വിദ്യാഭ്യാസ വകുപ്പ് പ്രവർത്തിച്ചിരുന്നത്.

തന്റെ ബാല്യകാലത്ത് ഗുരുകുല സമ്പ്രദായത്തിൽ പഠിച്ച അതേ ചിട്ടതന്നെയാണ് ആർ എൽ വിയിലും കൃഷ്ണൻ നായർ കൊണ്ടുവന്ന ത്. 90 ദിവസത്തെ ഉഴിച്ചിലും അതിനോടനുബന്ധിച്ച എല്ലാ അഭ്യാസമുറ കളും ആർ എൽ വിയിൽ നടപ്പാക്കി. ഉഴിച്ചിലിന് മേൽനോട്ടം വഹിക്കാൻ കൃഷ്ണൻ നായർ വെളുപ്പിന് തന്നെ സ്കൂളിൽ എത്തുമായിരുന്നു. രാജൻ എന്ന അസിസ്റ്റന്റും ഈ സമയത്ത് കൃഷ്ണൻ നായർക്കുണ്ടായിരുന്നു. കഥകളി അഭ്യസനം പുരോഗമിക്കുകയും വേഷങ്ങൾ കെട്ടിയാടുന്നതിന് സമയമാകുകയും ചെയ്തപ്പോൾ കളിക്കോപ്പുകൾ വാങ്ങാൻ ഡയറക്ടർ കൃഷ്ണൻ നായരോട് നിർദ്ദേശിച്ചു. മുൻപ് വെടിയൂർ മനയ്ക്കലിലെ കളി ക്കോപ്പുകൾ കൃഷ്ണൻ നായർ വാങ്ങിയിരുന്നു. വലിയ തമ്പുരാൻ അസുഖം വന്നു കിടപ്പാകുകയും മനയ്ക്കലെ കോപ്പുകൾ പരിപാലിക്കാൻ ബുദ്ധിമുട്ടാകുകയും ചെയ്ത സാഹചര്യത്തിലാണ് ഒരു വില നിശ്ചയിച്ച് തമ്പുരാൻ കൃഷ്ണൻ നായർക്ക് കോപ്പുകൾ കൊടുത്തത്. ആ കഥകളി കോപ്പുകൾ ആർ എൽ വിയിലേക്ക് കൊടുക്കുവാൻ കൃഷ്ണൻ നായർ തീരുമാനിച്ചു. സർക്കാർ നിശ്ചയിച്ച വില വളരെ കുറവായിരുന്നു. അതിന്റെ ലാഭനഷ്ട കണക്കുകൾ അദ്ദേഹം നോക്കിയില്ല. കുട്ടികൾക്ക് ഉപകാരപ്പെ ടുന്നതായതുകൊണ്ട് കൃഷ്ണൻ നായർ അവ കൊടുക്കുകയാണുണ്ടാ യത്. അത് നല്കിയപ്പോൾ മനസ്സിന് വലിയ ലാഘവമാണ് കൃഷ്ണൻ നായർക്ക് തോന്നിയത്.

കൃഷ്ണൻ നായർ ആർ എൽ വിക്ക് ഒരു പാഠ്യരീതി തന്നെ ഉണ്ടാക്കി. ഒപ്പം ഒരു സിലബസും ടൈം ടേബിളും. അഭ്യസനം രണ്ടു ക്ലാസുകളായി തിരിച്ചു. അങ്ങനെ കഥകളി വിഭാഗത്തിന് നിയതമായ ചിട്ട കൈവരുത്തി. ഈ സമയത്ത് കലാമണ്ഡലത്തിൽ പ്രിൻസിപ്പലിന്റെ ആവശ്യകത വന്നു. ഈ തസ്തികയിലേക്ക് കൃഷ്ണൻ നായരുടെ സേവനം ആവശ്യപ്പെട്ട് കോമാട്ടിൽ അച്യുതമേനോൻ, വള്ളത്തോളിന്റെ മൂത്തമകൻ ബാലകൃ ഷ്ണകുറുപ്പ് തുടങ്ങിയവർ കൃഷ്ണൻ നായരെ സമീപിച്ചു. ഈ സമയത്തെ കലാമണ്ഡലത്തിലെ വിവരങ്ങൾ കൃഷ്ണൻ നായർ മുറയ്ക്ക് അറിയു

ന്നുണ്ടായിരുന്നു. അദ്ദേഹം പഠിച്ചിരുന്ന കാലത്തുണ്ടായിരുന്നതുപോലെ യല്ല ഇന്നത്തെ സ്ഥിതി. സ്ഥാപനം വളർന്നതോടുകൂടി സ്വാർത്ഥ താല്പ ര്യങ്ങൾകൊണ്ടും വിഭാഗീയതകൊണ്ടും കലുഷിതമായിരുന്നു. അത് മന സ്സിലാക്കിയ കൃഷ്ണൻ നായർ, ക്ഷണം സ്വീകരിക്കാൻ തയ്യാറായില്ല. തന്ത്ര പൂർവ്വം ഈ ക്ഷണത്തിൽനിന്നും അദ്ദേഹം ഒഴിഞ്ഞു മാറി. ക്ഷണിക്കാൻ വന്നവർ വളരെ നിരാശരായാണ് മടങ്ങിയത്. വള്ളത്തോളും മുകുന്ദരാ ജാവും ഇല്ലാത്ത കലാമണ്ഡലത്തെക്കുറിച്ച് ചിന്തിക്കാൻ കൂടി കഴിയുമാ യിരുന്നില്ല കൃഷ്ണൻ നായർക്ക്. ഈ സംഭവത്തിന് കുറച്ച് നാളുകൾക്കു ശേഷം ചില ആരോഗ്യപ്രശ്നങ്ങൾ കൃഷ്ണൻ നായരെ അലട്ടി. ഫോർട്ട്കൊച്ചി ഗവൺമെന്റ് ആശുപത്രിയിൽ അഡ്മിറ്റ് ചെയ്യുകയും ഹൈഡ്രോസിൽ ഓപ്പറേഷന് വിധേയനാകുകയും ചെയ്തു. ഏതാണ്ട് മൂന്നുമാസത്തോളം ആശുപത്രിയിലും വീട്ടിലുമായി വിശ്രമിക്കേണ്ടിവന്നു. ഈ സമയത്ത് കലാമണ്ഡലത്തിൽ വച്ച് ഒരു കഥകളി സംഘടിപ്പിച്ചിരു ന്നു. അതിൽ ഒരുവേഷം ചെയ്യണമെന്നാവശ്യപ്പെട്ടുകൊണ്ട് കൃഷ്ണൻ നായരെ ക്ഷണിച്ചു. ആശുപത്രിയിലാണ് എന്നും കഥകളി അവതരിപ്പി ക്കാൻ കഴിയില്ല എന്നും മറുപടി പറഞ്ഞ് കലാമണ്ഡലത്തിലേക്ക് അയ ച്ചിരുന്നെങ്കിലും കൃഷ്ണൻ നായർ മനപൂർവ്വം പങ്കെടുക്കാത്തതാണ് എന്ന് പലരും പ്രചരിപ്പിച്ചു. ആശുപത്രി വിട്ട് വിശ്രമവും കഴിഞ്ഞ് കളിക്കോട്ട പാലസിൽ വച്ച് കൊച്ചിരാജാവിനുമുൻപിൽ കാലകേയവധത്തിലെ അർജ്ജുനന്റെ വേഷമാണ് കൃഷ്ണൻ നായർ ആദ്യം അവതരിപ്പിച്ചത് സ്വർഗ്ഗാരോഹണം വരെ തമ്പുരാന് വേണ്ടി കൃഷ്ണൻ നായർ ആടി. അന്ന് കളികഴിഞ്ഞ് അരങ്ങത്ത് വച്ച് തമ്പുരാൻ കൃഷ്ണൻ നായർക്ക് വീര ശൃംഖല സമ്മാനിച്ചു.

ആർ എൽ വി യിൽ കൃഷ്ണൻ നായർ ആശാന്റെ ശിഷ്യനായി 60 കളുടെ ആദ്യം പഠിച്ച ആർ എൽ വി ദാമോദര പിഷാരടി, കൃഷ്ണൻ നായരെ ഒരധ്യാപകൻ എന്ന രീതിയിൽ ഓർത്തെടുക്കുന്നത് ഇങ്ങനെ യാണ്: "വിദ്യാർത്ഥികളോട് പ്രത്യേകരീതിയിൽ സംവേദിക്കുകയും അവ രുടെ കഴിവുകൾ പരമാവധി പുറത്തെടുക്കുന്നതിനായി ശ്രമിക്കുകയും ചെയ്തു. മറ്റധ്യാപകരിൽനിന്നും കൃഷ്ണൻ നായരെ വ്യത്യസ്തനാക്കു ന്നു. കർക്കിടക മാസത്തിലെ ഉഴിച്ചിൽ വിദ്യാർത്ഥികൾക്ക് നിർബ്ബന്ധമാ ക്കിയത് അവരുടെ മെയ് വഴക്കത്തിനും വടിവിനും വളരെ സഹായക മായി. പഠനം പൂർത്തിയാക്കിയതിനുശേഷം ആശാനുമായി കൂട്ടുവേഷം ചെയ്യാൻ പിഷാരടിക്ക് ഭാഗ്യം സിദ്ധിച്ചു. സന്താന ഗോപാലത്തിലെ ആശാന്റെ ബ്രാഹ്മണനും പിഷാരടിയുടെ കൃഷ്ണനും രാവണോത്ഭവ ത്തിൽ വലിയ രാവണൻ ആയി ആശാനും കുംഭകർണ്ണനായി പിഷാരടി എന്നിങ്ങനെ പല കൂട്ടു വേഷങ്ങളും ഈ ഗുരുശിഷ്യന്മാർ അവതരിപ്പി ച്ചു. പഠിക്കുമ്പോൾ അരങ്ങിലും അണിയറയിലും എല്ലാം ആശാൻ ആശാ നായിരുന്നു. അരങ്ങിൽ വ്യക്തിയായി വരരുത് എന്നും കഥാപാത്രമായി മാത്രമേ നില്ക്കാവൂ എന്നും ആശാൻ എപ്പോഴും ഓർമ്മിപ്പിക്കുമായിരുന്നു.

കഥകളി, പണ്ഡിതന്മാരുടെ മാത്രം കലയല്ല. സാധാരണക്കാരുടെ കൂടി കലയാണ്: അതുകൊണ്ട് അവർക്ക് കൂടി മനസ്സിലാക്കത്തക്ക രീതിയിൽ ലോകധർമ്മിയുടെ സാദ്ധ്യത പരമാവധി പ്രയോജനപ്പെടുത്തണമെന്ന് ആശാൻ വിദ്യാർത്ഥികളോടു പറഞ്ഞിരുന്നു.

ചോറ്റാനിക്കര അമ്പലത്തിൽ നളചരിതം മൂന്നാം ദിവസത്തെ കളി യിൽ ആശാന്റെ ബാഹുകനും പിഷാരടിയുടെ കാർക്കോടകനുമായിരുന്നു വേഷം. കളി കഴിഞ്ഞ് ആശാൻ പിഷാരടിയോട് പറഞ്ഞു: "കാർക്കോട കൻ അസ്സലായി" ഏത് അവാർഡിനെക്കാളും വിലമതിക്കുന്നതാണ് ആശാന്റെ വാക്കുകൾ ഈ വിനീത ശിഷ്യന്. ആശാന്റെ വേഷങ്ങളോട് അടങ്ങാത്ത ആരാധനയുണ്ട് പിഷാരടിക്ക്. റ്റി ഡി എം ഹാളിൽ അവതരി പ്പിച്ച ബാണാസുരയുദ്ധത്തിലെ വൃദ്ധ, കംസവധത്തിലെ ആനക്കാരൻ, സീതാസ്വയംവരത്തിലെ പരശുരാമൻ ഇവയിലെല്ലാം ആശാൻ കാണി ക്കുന്ന തന്മയത്വം കാണികൾക്ക് എന്നും ആവേശകരമായിരുന്നു. കൊല്ലത്ത് വച്ച് ആശാന്റെ വിശ്വാമിത്രനു നേരെ കല്ലെറിഞ്ഞസംഭവം പിഷാരടി ഓർത്തെടുക്കുകയാണ്. ഹരിശ്ചന്ദ്രന്റെ രാജകീയ വസ്ത്രം ഊരി വാങ്ങി ചാക്ക് എടുത്ത് ഉടുക്കുവാൻ കൊടുക്കുന്ന വിശ്വാമിത്രന്റെ അഹ ങ്കാരം കണ്ട് കാണികളിൽ ഒരാൾക്ക് സഹിച്ചില്ല. "ഒരു രാജാവിനെ ഇങ്ങനെ അപമാനിക്കണോ" എന്ന് ചോദിച്ച് കല്ലെടുത്ത് വിശ്വാമിത്രനു നേരെ എറി ഞ്ഞു. അത്രയ്ക്ക് മികച്ചതായിരുന്നു ആശാന്റെ വിശ്വാമിത്രൻ. തന്മയത്വ ത്തോടുകൂടി വിശ്വാമിത്രനെ അവതരിപ്പിക്കുവാൻ കഥകളി രംഗത്ത് മറ്റാർക്കും കഴിഞ്ഞിട്ടില്ല.

ഒരിക്കൽ തിരുവല്ല അമ്പലത്തിൽ കഥകളി നടക്കുകയാണ്, പിഷാര ടിക്കും ഒരു വേഷമുണ്ടായിരുന്നു. അന്ന് അണിയറയിൽ ഒരുങ്ങി കൊണ്ടി രിക്കുമ്പോൾ ഒരുസംഘം ആളുകൾ വന്നിട്ട് ചോദിച്ചു. "കലാമണ്ഡലം കൃഷ്ണൻ നായർ ഉണ്ടോ എന്ന്" "ഇല്ലെന്ന്" മറുപടി പറഞ്ഞപ്പോൾ "പിന്നെന്തു കഥകളി" എന്ന് ചോദിച്ച് അവർ കൂട്ടത്തോടെ ഇറങ്ങിപ്പോ യി. അത്രമാത്രം ആരാധകരെ സ്വാധീനിച്ച ഒരു നടനായിരുന്നു കലാ മണ്ഡലം കൃഷ്ണൻ നായർ. കഥകളി കൊണ്ട് ഉപജീവനം നടത്തുന്നവ രോട് പ്രത്യേക താല്പര്യമായിരുന്നു കൃഷ്ണൻ നായർക്ക്. "എന്റെ ശിഷ്യൻ ആ പിഷാരടി അയാൾ കഥകളി കൊണ്ട് മാത്രം ജീവിക്കുന്ന ആളാണ്." ഇത്തരത്തിൽ കഥകളി കൊണ്ട് ജീവിക്കുന്ന ശിഷ്യന്മാർക്ക് എന്നും ആശാൻ പിന്തുണയും പ്രോത്സാഹനവും നല്കിയിരുന്നു.

കളിയും ക്ലാസുമായി കാലം കടന്നുപോയി. വയസ്സാകുമ്പോൾ കളി ക്കുവാൻ പറ്റുമോ എന്ന ചിന്ത അദ്ദേഹത്തെ അലട്ടിയിരുന്നു. അതുകൊണ്ട് തന്നെ ഒരു സ്ഥിരവരുമാനം വേണമെന്ന് അദ്ദേഹം ആഗ്രഹിച്ചു. പലവ ഴിക്കും അദ്ദേഹം ചിന്തിച്ചു. പ്രധാനാദ്ധ്യാപകൻ അരവിന്ദാക്ഷമേനോന്റെ കൂടി ഉപദേശത്തോടെ റബ്ബർ കൃഷി നടത്താൻ തീരുമാനിച്ചു. റബ്ബർ ആകു മ്പോൾ ദൈനന്ദിന പരിചരണം ആവശ്യമില്ലാത്തതുകൊണ്ട് കൃഷ്ണൻ നായരുടെ കളിയെ ബാധിക്കാത്ത രീതിയിൽ കൃഷി നടത്താം എന്നതു

കൊണ്ടാണ് റബ്ബർ തെരഞ്ഞെടുത്തത്. അതിനായി 12 ഏക്കർ സ്ഥലം കൃഷ്ണൻ നായർ വാങ്ങി റബ്ബർ ബോർഡിന്റെ സഹായത്തോടെ റബ്ബർ വിത്തും മറ്റും സംഘടിപ്പിച്ചു. സഹായത്തിനായി അരയൻകാവുകാരനായ ഒരാളെ ഏർപ്പെടുത്തി. കൃഷ്ണൻ നായർ കളിയും ക്ലാസുമായി തിരക്കാ യതുകൊണ്ട് ഇദ്ദേഹമാണ് എല്ലാ കാര്യങ്ങളും നോക്കിയിരുന്നത്. റബ്ബർ വെട്ടി തുടങ്ങിയപ്പോഴാണ് പാൽ വളരെ കുറവാണ് എന്ന കാര്യം മനസ്സി ലാക്കുന്നത്. റബ്ബർ ബോർഡിൽ പരാതിപ്പെട്ടപ്പോൾ അവരുടെ അന്വേഷ ണത്തിലാണ് റബ്ബർബോർഡിൽനിന്നും നല്കിയ അത്യുല്പാദനശേഷി യുള്ള വിത്തുകൾ അല്ല ഇവിടെ നട്ടിരിക്കുന്നത് എന്നും കാര്യസ്ഥൻ അവ മറിച്ച് മറ്റാർക്കോ വിറ്റ് നാടൻ വിത്തുകളാണ് നട്ടിരിക്കുന്നത് എന്നും കൃഷ്ണൻ നായർ മനസ്സിലാക്കിയത്. ഈ കാര്യസ്ഥൻ പിന്നീട് വന്ന പ്പോഴും ഒരു അലോഹ്യവും കാട്ടിയില്ല. ഇത്തരത്തിലൊരു സംഭവം അറിഞ്ഞതായി കൃഷ്ണൻ നായർ ഭാവിച്ചതേയില്ല.

റബ്ബർ വെട്ട് ഒട്ടും ലാഭകരമല്ലാതെ പോകുമ്പോഴാണ് ചില തൊഴിൽ പ്രശ്നങ്ങൾ ഉണ്ടായത്. റബ്ബറിന് നല്ല വിലയുണ്ടായിരുന്നുവെങ്കിലും കൃഷ്ണൻ നായർക്ക് റബ്ബർ കൃഷി നഷ്ടമായിരുന്നു. കൂനിൻമേൽ കുരു എന്നപോലെ കാർഷിക ആദായ നികുതി വകുപ്പിൽനിന്നും ഭീമമായ തുക നികുതി അടയ്ക്കണം എന്നു പറഞ്ഞ് നോട്ടീസ് കിട്ടി. അതും കൃഷ്ണൻ നായർക്ക് വലിയ തിരിച്ചടിയായി. 12 ഏക്കർസ്ഥലം കൃഷ്ണൻ നായരുടെ പേരിലായിരുന്നു ആ സമയത്ത്. തുടർന്ന് അദ്ദേഹം ഭാര്യയുടെയും മക്ക ളുടെയും പേരിൽ എഴുതി വച്ചുവെങ്കിലും നീണ്ട ഒരു വ്യവഹാരത്തിനിട യാക്കി ഈ സംഭവം. കോടതിയിൽനിന്ന് അനുകൂലമായ വിധി സമ്പാദി ച്ചുവെങ്കിലും ഭീമമായ തുക അദ്ദേഹത്തിന് കൈ നഷ്ടം വന്നു.

ഈ ഭൂമി കൂടാതെ വെള്ളാരപ്പള്ളിയിൽ 2 ഏക്കർ സ്ഥലം പാട്ടച്ചീട്ട് എഴുതി വാങ്ങിയിരുന്നു. വ്യവസ്ഥ പ്രകാരം 100 പറ നെല്ല് വർഷത്തിൽ കൃഷ്ണൻ നായർക്ക് നല്കണമെന്നായിരുന്നു കരാർ. പക്ഷേ, നെല്ലൊന്നും കൃഷ്ണൻ നായർക്ക് കൊടുത്തില്ല. അതും അടുത്ത വ്യവഹാരത്തിലാണ് കലാശിച്ചത്. ഇതിലും അനുകൂലമായ വിധി സമ്പാദിച്ചു. തുടർന്ന് ആ സ്ഥലം വിൽക്കാൻ ശ്രമം നടത്തി എങ്കിലും പെട്ടെന്ന് നടന്നില്ല. രണ്ടു വർഷം കഴിഞ്ഞ് ആ സ്ഥലം വിറ്റു. ആ പണംകൊണ്ട് ഇരുമ്പനത്ത് 5 ഏക്കർ നെൽപാടം വാങ്ങി. പക്ഷേ, അത് വെള്ളക്കെട്ടുള്ള സ്ഥലമായതു കൊണ്ട് നെൽകൃഷി ഫലപ്രദമായില്ല. അങ്ങനെ നെൽകൃഷി എന്ന സ്വപ്നവും പൊലിഞ്ഞു. പിന്നീട് ആ സ്ഥലം ഒന്നുംചെയ്യാതെ തരിശിടു കയാണുണ്ടായത്. ഒരു യഥാർത്ഥ കലാകാരനായിരുന്നതുകൊണ്ട് തന്നെ ഇത്തരത്തിലുള്ള കച്ചവടസംരംഭത്തിൽ ഒന്നിനും അദ്ദേഹത്തിന് വിജയി ക്കാനായില്ല.

ആർ എൽ വി യിലെ അദ്ധ്യാപകജോലി ഈ കാലയളവിലെല്ലാം കൃഷ്ണൻ നായർ വളരെ നന്നായി നടത്തിക്കൊണ്ടുപോയി. വിദ്യാർത്ഥി കൾ ഒരുവിധം വേഷം കെട്ടി ആടാറായി. അങ്ങനെ വിദ്യാർത്ഥികൾക്ക്

വേണ്ടി മാസം തോറും ഒരുവേദി ഏർപ്പാടാക്കി. ആവശ്യത്തിന് കളിക്കോ
പ്പുകൾ ഉള്ളതുകൊണ്ട് വേഷം കെട്ടി ആടുന്നതിന് ഒരു ബുദ്ധിമുട്ടും ഉണ്ടാ
യിരുന്നില്ല. ആഹാര്യ അഭിനയത്തിലും കഴിവ് വേണമെന്ന ലക്ഷ്യത്തോ
ടുകൂടിയാണ് കൃഷ്ണൻ നായർ കളി ആർ എൽ വി യിൽ തുടങ്ങിയത്.
ഇതിൽ വിദ്യാർത്ഥികൾ മാത്രമായിരുന്നു പങ്കെടുത്തിരുന്നത്. ഓരോ വേഷ
ത്തിന്റെയും മുഖത്തെ തേപ്പിലും ചുട്ടിയിലും നേരിയ വ്യത്യാസമുണ്ട്.
ഉദാഹരണത്തിന് വിപ്രലംഭശൃംഗാരമാണ് പച്ചവേഷത്തിന്റെ സ്ഥായീഭാവ
മെങ്കിൽ മനയോലയിൽ നീലം കുറച്ച് തേച്ചാൽ മതി. സംഭോഗ ശൃംഗാര
ത്തിന് തനിപച്ചവേണം. വീര്യംകുറവുള്ള പച്ചവേഷത്തിന് നീലം കുറച്ചു
മതി. ഉദാഹരണത്തിന് കിർമ്മീരവധത്തിലെ ധർമ്മപുത്രർ, വീരരസപ്ര
ധാനമായ മിനുക്കുകൾക്ക് ചുവപ്പ് കൂടുതൽ വേണം ഇങ്ങനെ തേപ്പിലുള്ള
വ്യത്യാസം മനസ്സിലാക്കാൻ ചൊല്ലിയാട്ടം കൊണ്ടുമാത്രം കഴിയില്ല. ഓരോ
രസവും നിറത്തെ ആശ്രയിച്ചാണ്. ശൃംഗാരത്തിന് പച്ചയും, ഹാസ്യത്തിന്
വെളുപ്പും, കരുണത്തിന് തവിട്ടും, രൗദ്രത്തിന് ചുവപ്പും, വീര്യത്തിന്
സ്വർണ്ണവർണ്ണവും, ഭയാനകത്തിന് കറുപ്പും, ബീഭത്സത്തിന് നീലയും,
അത്ഭുതത്തിന് മഞ്ഞയുമാണ് നിറങ്ങൾ. അതുപോലെ എട്ടുരസങ്ങൾക്കും
അധിദേവന്മാരുണ്ട്. ശൃംഗാരത്തിന് വിഷ്ണു, ഹാസ്യത്തിന് ശിവപാർഷ
ദൻ, രൗദ്രത്തിന് രുദ്രൻ, കരുണത്തിന് യമൻ, ബീഭത്സത്തിന് മഹാകാളൻ,
ഭയാനകത്തിന് കാമൻ, വീര്യത്തിന് ദേവേന്ദ്രൻ, അത്ഭുതത്തിന് ബ്രഹ്മാവ്
എന്നിങ്ങനെയാണ് ദേവന്മാർ. വേഷം കെട്ടി ആടുമ്പോൾ മാത്രമേ ഇത്ത
രത്തിലുള്ള ജ്ഞാനം വിദ്യാർത്ഥികൾക്ക് ലഭിക്കൂ. അതുകൊണ്ട് തന്നെ
പ്രതിമാസ പരിപാടി വിദ്യാർത്ഥികൾക്ക് ഏറെ ആവേശം നല്കുന്ന ഒന്നാ
യി. ഭാവങ്ങളിൽ ഏറ്റവും പ്രധാനപ്പെട്ടത് സ്ഥായിഭാവമാണ്. ഭാവങ്ങളുടെ
രാജാവ് എന്ന് തന്നെ പറയാം. സ്ഥായിഭാവത്തെ ആശ്രയിച്ചാണ് മറ്റു ഭാവ
ങ്ങൾ നില്ക്കുന്നത്. ഓരോതരം സ്ഥായിഭാവത്തിനും അനുസരിച്ചാണ്
വിഭാവനുഭാവസഞ്ചാരി ഭാവങ്ങൾ ഉൾക്കൊള്ളുന്നത്. സത്വ രജോ തമോ
ഗുണങ്ങൾ അനുസരിച്ച് പാത്ര സ്വഭാവം മാറും എന്ന് മാത്രം.

1958 മുതൽ 1969 വരെ ആർ എൽ വി കഥകളി വിഭാഗത്തിന്റെ പ്രധാന
അദ്ധ്യാപകനായി കൃഷ്ണൻ നായർ സേവനം അനുഷ്ഠിച്ചു. രണ്ടു വർഷം
സർക്കാർ, സേവന കാലാവധി നീട്ടി നല്കി. 14 വർഷക്കാലം അദ്ധ്യാപക
നായി സേവനം അനുഷ്ഠിച്ചു. അദ്ദേഹത്തിന്റെ ശിഷ്യരിൽ പലരും ഇന്ന്
കഥകളി രംഗത്തെ പ്രമുഖരാണ്. ഇത് അദ്ദേഹത്തിന് ഏറെ അഭിമാനം
നല്കി.

മാർഗ്ഗി

ആയിരത്തിത്തൊള്ളായിരത്തി എഴുപതുകളിലാണ് തിരുവനന്ത പുരത്ത് മാർഗ്ഗി എന്ന സാംസ്കാരിക സ്ഥാപനം നിലവിൽ വന്നത്. സഹൃ ദയരുടെ കൂട്ടായ്മയായിരുന്നു ഈ സാംസ്കാരിക സ്ഥാപനം. മുൻ ചീഫ് സെക്രട്ടറിയായിരുന്ന കെ പി കെ മേനോൻ, ഭട്ടതിരിപ്പാട്, ബാലകൃഷ്ണൻ നായർ തുടങ്ങിയവർ ചേർന്നാണ് മാർഗ്ഗി ആരംഭിച്ചത്. പാരമ്പര്യ കലക ളുടെ പുനരുദ്ധാരണവും പ്രചാരണവുമാണ് പ്രധാന ഉദ്ദേശ ലക്ഷ്യം. കഥ കളി, കൂടിയാട്ടം എന്നീ ദൃശ്യകലകളുടെ അഭ്യസനം കൂടി മാർഗ്ഗി ഏറ്റെ ടുത്തു. കേന്ദ്ര മന്ത്രി കരൺസിങ് തിരുവനന്തപുരം സന്ദർശിക്കുകയും അന്നത്തെ മുഖ്യമന്ത്രിയോട് കഥകളി കാണണം എന്ന ആഗ്രഹം പ്രകടി പ്പിക്കുകയും ചെയ്തു. പക്ഷേ, അന്ന് മാർഗ്ഗിയിൽ കഥകളി സംഘം ഉണ്ടാ യിരുന്നില്ല. കായംകുളത്ത് പോയി കഥകളി കോപ്പുകൾ സംഘടിപ്പിച്ചു വെങ്കിലും വേഷം ചെയ്യാൻ ആളില്ലാതെയായി. അവസാനം മാങ്കുളത്തിന്റെ ശിഷ്യയായ സുധയെക്കൊണ്ട് പൂതനാ മോക്ഷത്തിലെ ലളിതയെ അവ തരിപ്പിച്ചു.

ഈയിടയ്ക്ക് മാങ്കുളം വിഷ്ണു നമ്പൂതിരി, സമസ്ത കേരള കഥ കളി വിദ്യാകേന്ദ്രം എന്ന സ്ഥാപനം നടത്തികൊണ്ടുപോകാൻ നിവൃത്തി യില്ലായെന്നും അത് സർക്കാർ ഏറ്റെടുക്കണമെന്നും ആവശ്യപ്പെട്ടുകൊണ്ട് മുഖ്യമന്ത്രി അച്യുതമേനോനെ സമീപിച്ചു. അച്യുതമേനോൻ മാങ്കുള ത്തിന്റെ അപേക്ഷ മാർഗ്ഗിയിലേക്ക് അയച്ചു. അതിന്റെ ഫലമായി മാങ്കുള ത്തിന്റെ കളിയോഗം മാർഗ്ഗി ഏറ്റെടുത്തു. മാങ്കുളത്തിനെ മുഖ്യ ആചാര്യ നായും വിദ്യാർത്ഥികളെ മാർഗ്ഗിയുടെ വിദ്യാർത്ഥികളായും അംഗീകരിച്ച്, അച്യുതമേനോന്റെ അനുഗ്രഹാശംസകളോടെ മാർഗ്ഗി ഏറ്റെടുത്തു. തുടർന്ന് മാർഗ്ഗിയിൽ കഥകളി പഠനം കാര്യക്ഷമമായി. പാട്ടിന് ഹരിദാ

സനെയും ചുട്ടിയ്ക്ക് സോമദാസനെയും ചെണ്ടയ്ക്ക് കുട്ടപ്പമാരാരെയും നിയമിച്ചു. പിന്നീട് മാങ്കുളം പ്രധാനധ്യാപകൻ സ്ഥാനം ഒഴിഞ്ഞ സാഹ ചര്യത്തിൽ സംഘാടകരായ ഡി അപ്പുക്കുട്ടൻ നായരും ഡോക്ടർ ഭട്ടതി രിപ്പാടും തിരുവനന്തപുരം പേരൂർക്കട ശ്രീകൃഷ്ണസ്വാമി ക്ഷേത്രത്തിൽ 1979 ഉത്സവകാലത്ത് കഥകളിക്ക് വന്ന കൃഷ്ണൻ നായരെ സമീപിച്ച് മാർഗ്ഗിയിൽ പ്രധാനധ്യാപകനായി വരണമെന്നാവശ്യം അറിയിച്ചു. കൃഷ്ണൻ നായർ വളരെ താല്പര്യപൂർവ്വം ആ നിർദ്ദേശം അംഗീകരിച്ചു.

ഒരു നടന്റെ പഠനം ഒരിക്കലും അവസാനിക്കുന്നില്ല എന്ന് വിശ്വസി ക്കുന്ന നടനായിരുന്നു കലാമണ്ഡലം കൃഷ്ണൻ നായർ. നടൻ അവന്റെ അവസാന നാൾവരെ പലതും പഠിച്ചുകൊണ്ടേയിരിക്കുന്നു. ഇതിനു പുറമെ തികഞ്ഞ നിരീക്ഷണപാടവം നടന് ആവശ്യമാണ്. ഈ നിരീക്ഷണ പാടവം ഉണ്ടെങ്കിൽ മാത്രമേ അരങ്ങിൽ പുതുതായി വല്ലതും കാണിക്കാൻ കഴിയു. ഒരിക്കൽ കാണിച്ചത് വീണ്ടും വീണ്ടും കാണിക്കുന്നത് ഒരു സാമർത്ഥ്യമാവും, പക്ഷേ, അത് കലയാവില്ല എന്നദ്ദേഹം വിശ്വസിച്ചു. അതുകൊണ്ടുതന്നെ തന്റെ ശിഷ്യന്മാരെ ആ രീതിയിൽ വാർത്തെടുക്കു വാൻ പരമാവധി ശ്രമിച്ചിരുന്നു. മാർഗ്ഗിയിലെ സേവനകാലത്ത് അദ്ദേ ഹത്തിന് നിരവധി നല്ല വിദ്യാർത്ഥികളെ കിട്ടി. ആത്മകഥയിൽ പേര് പരാ മർശിച്ചിട്ടുള്ള മാർഗ്ഗിവിജയകുമാർ കഥകളി രംഗത്ത് പ്രസിദ്ധനായ ഒരു സ്ത്രീവേഷക്കാരനാണ്. കൃഷ്ണൻ നായരുടെ ശിഷ്യരിൽ പ്രമുഖനായ ഇദ്ദേഹം മാർഗ്ഗിയിൽ അഞ്ചുവർഷത്തെ പഠനം പൂർത്തിയാക്കിയതിനു ശേഷമാണ് കൃഷ്ണൻ നായർ ആശാന്റെ കീഴിൽ കഥകളി പഠനം ആരം ഭിച്ചത്. അതു വരെ പഠിച്ചതു കഥകളി പഠനമേ ആയിരുന്നില്ല എന്നതാ യിരുന്നു ആശാന്റെ കീഴിലെ കഥകളി പഠനം മനസ്സിലാക്കി കൊടുത്ത്. കുറച്ച് അടിസ്ഥാനങ്ങൾ മനസ്സിലാക്കുക മാത്രമാണ് ഈ കാലയളവിൽ ചെയ്തിരുന്നത്. ആശാന്റെ കീഴിലുള്ള പഠനമാണ് തന്നിലെ യഥാർത്ഥ കഥകളി നടനെ പുറത്തു കൊണ്ടുവന്നത് എന്ന് വിജയകുമാർ പറയുന്നു:

> കഥകളി നടൻ ശരീരത്തെ എങ്ങനെ അരങ്ങത്ത് പ്രയോഗിക്കണം എന്നുപറഞ്ഞ് തന്നത് ആശാനാണ്. മുദ്രകാണിക്കുമ്പോൾ കണ്ണ് എങ്ങനെ ഉപയോഗിക്കണം എന്ന് മനസ്സിലാക്കിത്തന്നതും, താനൊരു സ്ത്രീവേഷക്കാരനാണ് എന്ന് തിരിച്ചറിഞ്ഞതും കൃഷ്ണൻ നായരാശാനാണ്. പ്രധാന സ്ത്രീ വേഷമായ കാലകേയ വധത്തിലെ ഉർവ്വശിയുടെ വേഷം ശരീരത്തിലേക്ക് കയറിയത് ആശാന്റെ വരവോടുകൂടിയാണ്. ഓരോ വേഷത്തിലും ആശാന്റെ കൈമുദ്രയുണ്ട്.

എന്ന് വിജയകുമാർ സാക്ഷ്യപ്പെടുത്തുന്നു.

മാർഗ്ഗിക്ക് സമീപമുള്ള ഫോർട്ട് ഹൈസ്കൂൾ അങ്കണത്തിൽ കൃഷ്ണൻ നായർ ആശാനോടൊപ്പം ചെയ്ത വേഷമാണ് വിജയകുമാ റിന് ഒരു നടനെന്ന രീതിയിൽ അംഗീകാരം നേടിക്കൊടുത്തത്. അതിന്

രണ്ട് കാരണങ്ങളാണ് വിജയകുമാർ പറയുന്നത്. "ഒന്ന്, ആശാന്റെ ശിക്ഷണം. മറ്റൊന്ന്, ആശാന്റെ കൂട്ടുവേഷം എന്ന പ്രാധാന്യം. കൂടെ അരങ്ങത്ത് പ്രവർത്തിക്കുന്ന നടനെ ഒരിക്കലും ആശാൻ വിഷമത്തിലാ ക്കില്ല. പ്രത്യേകിച്ച് പരിചയം കുറഞ്ഞ നടന്മാരെ" എന്ന് വിജയകുമാർ തന്റെ അനുഭവത്തിൽനിന്നും പറയുന്നു. ആശാന്റെ അർജ്ജുനനും വിജ യകുമാറിന്റെ ഉർവ്വശിയുമായിരുന്നു വിശിഷ്ട വ്യക്തികൾ അടങ്ങുന്ന സദ സ്സിനു മുൻപിൽ അവതരിപ്പിച്ചത്. അന്നുവരെ ഇടത്തരം, കുട്ടിത്തരം വേഷം മാത്രം ചെയ്ത വിജയകുമാറിന് ഇത്തരത്തിൽ പ്രാധാന്യമുള്ള വേഷം ചെയ്യാൻ കഴിയുമെന്ന് ലോകത്തോട് പറയാൻ കാരണമായത് കൃഷ്ണൻ നായർ ആശാനാണ്. കൃഷ്ണൻ നായർ ആശാനുമായി ഒരുപാട് യാത്ര കൾ വിജയകുമാർ നടത്തിയിട്ടുണ്ട്. ഒരു സഹായിയായും നടനായും പോയ അവസരങ്ങളിലെല്ലാം പുത്രവാത്സല്യത്തോടെയാണ് കൃഷ്ണൻ നായർ പെരുമാറിയത് എന്ന് വിജയകുമാർ ഓർക്കുന്നു. ആശാൻ അപ്രധാന വേഷ ങ്ങൾ ചെയ്ത്, വളർന്നു വരുന്ന കളിക്കാരെക്കൊണ്ട് പ്രധാന വേഷം കെട്ടിച്ച് അവർക്ക് അവസരവും ആത്മവിശ്വാസവും വളർത്തുന്ന ഒരു ഗുരു വായിരുന്നു.

ഞാനൊരു സ്ത്രീവേഷക്കാരനാണ് എന്നും തന്റെ തട്ടകം അതാണ് എന്നും മനസ്സിലാക്കി തന്ന ആശാൻ ശരീരം, മുഖം, കണ്ണ്, മുദ്രകൾ ഇവ തമ്മിലുള്ള ഇണക്കം ഉണ്ടായിരിക്കണമെന്ന് തന്നെ പഠിപ്പിച്ചതായി വിജ യകുമാർ പറയുന്നു. ആശാൻ കഥകളി ധാരാളം കാണാൻ നിർബ്ബന്ധി ക്കുമായിരുന്നു. എത്രത്തോളം കളികൾ കാണുന്നുവോ, അത് നമ്മിലെ നടനെ ശുദ്ധീകരിക്കും എന്നും ആശാൻ പഠിപ്പിച്ചു.

മാർഗ്ഗിയിൽ അദ്ധ്യാപകനായി പ്രവർത്തിക്കുന്ന കാലത്ത് കൃഷ്ണൻ നായരുടെ ആരോഗ്യസ്ഥിതി അത്ര തൃപ്തികരമായിരുന്നില്ല. മാർഗ്ഗിയിൽ ക്ലാസ് എടുക്കാൻ വരുന്ന സമയത്ത് അദ്ദേഹം മെഡിക്കൽകോളേജിലെ ഡോക്ടർമാരുടെ ചികിത്സയിൽ ആയിരുന്നു. 1981 ൽ അദ്ദേഹം മെഡി ക്കൽ കോളേജ് കാർഡിയോളജി മേധാവി വിജയരാഘവന്റെ ചികിത്സ തേടി. മുൻപ് ഉണ്ടായിരുന്ന ഹൃദ്രോഗത്തിന്റെ അസ്വസ്ഥതകളായിരുന്നു ഡോ. വിജയരാഘവൻ കീഴിൽ ചികിത്സിക്കാൻ ഇടയാക്കിയത്. ഈ സമ യങ്ങളിലെല്ലാം സഹായികളായി പോയിരുന്നത് മാർഗ്ഗിയിലെ വിദ്യാർത്ഥി കളായിരുന്നു. 1987 ൽ രണ്ട് മേജർ ഓപ്പറേഷനുകൾ വേണ്ടി വന്നു കൃഷ്ണൻ നായർക്ക്. ഡോ. പി എ തോമസാണ് അദ്ദേഹത്തെ ചികിത്സി ച്ചിരുന്നത്. 1988 ൽ കൃഷ്ണൻ നായർ തിരുവനന്തപുരത്ത് കൈലാസോ ദ്ധാരണം ലക്ചർ ഡെമോൺസ്ട്രേഷൻ നടത്തിയപ്പോൾ വലതു കണ്ണിലെ ഞരമ്പുകൾവലിയുകയും അവയ്ക്ക് ക്ഷതം സംഭവിക്കുകയും ചെയ്തു. ഇത് വലത് കണ്ണിന്റെ കാഴ്ച ഭാഗികമായി നഷ്ടപ്പെടുത്തി. വളരെ കാലത്തെ ചികിത്സയ്ക്ക് ശേഷം കൂടുതൽ അപകടങ്ങൾ ഉണ്ടാവാതെ കാഴ്ച പിടിച്ചു നിർത്താൻ പറ്റി. മാർഗ്ഗി സെക്രട്ടറി ഡി.യ്യുടെ ഭാര്യ ഡോ. ലളിതയാണ് ഈ കാലത്ത് ആരോഗ്യകാര്യങ്ങളിൽ കൃഷ്ണൻ നായ

രുടെ പ്രധാന ഉപദേഷ്ടാവ്. അവർ നിർദ്ദേശിക്കുന്ന ഡോക്ടർമാരെയാണ് കാണുന്നതും ചികിത്സ തേടുന്നതും.

കൃഷ്ണൻ നായർക്ക് മാർഗ്ഗി സ്വന്തം വീടുപോലെയായിരുന്നു. അവിടുത്തെ വിദ്യാർത്ഥികൾ സ്വന്തം മക്കളെപ്പോലെ കാര്യങ്ങൾ നോക്കി പരിപാലിച്ചു. കൃഷ്ണൻ നായരുടെ പരിപാടി തിരുവനന്തപുരത്ത് സംഘടിപ്പിച്ച സംഘാടകർ പഞ്ചനക്ഷത്ര ഹോട്ടലിൽ റൂമെടുത്തുകൊടുത്തുവെങ്കിലും അദ്ദേഹം താമസിച്ചിരുന്നത് മാർഗ്ഗിയിലായിരുന്നു. അത്രമേൽ സംരക്ഷണവും സുരക്ഷിതത്വവും മാർഗ്ഗി കൃഷ്ണൻ നായർക്ക് നല്കിയിരുന്നു. കൃഷ്ണൻ നായരുടെ സപ്തതിയോടനുബന്ധിച്ച് മാർഗ്ഗി വിപുലമായ പരിപാടികൾ സംഘടിപ്പിച്ചു. ചടങ്ങിൽ അന്നത്തെ ഗവർണർ പി രാമചന്ദ്രൻ കൃഷ്ണൻ നായർക്ക് ബഹുമതി മുദ്ര സമ്മാനിച്ചു. മുഖ്യമന്ത്രി കെ കരുണാകരന്റെ സാന്നിധ്യത്തിലായിരുന്നു ചടങ്ങ്.

വിദേശയാത്ര

എം കെ കെ നായർ കലാമണ്ഡലം ചെയർമാനായിരുന്ന 1967 കാല ഘട്ടത്തിലായിരുന്നു കൃഷ്ണൻ നായരുടെ യൂറോപ്പ് യാത്ര. മിലോന സാൽവി എന്ന വിദേശ വനിത എം കെ കെ നായരുമായി ആലോചിച്ച് യൂറോപ്പ് ആസ്വാദകരുടെ മുൻപിൽ പ്രദർശിപ്പിക്കത്തക്കവിധം രണ്ടരമണിക്കൂർ വീതമുള്ള രണ്ടുകഥകൾ ചിട്ടപ്പെടുത്തി. *മഹാഭാരതം* കഥയെ അവലംബിച്ച് ഭാരതം എന്ന പേരിലും *രാമായണം* കഥയെ അവലംബിച്ച് രാമായണവുമാണ് ചിട്ടപ്പെടുത്തിയത്. 1967 ൽ കാനഡയിൽ നടന്ന എക്സ്പോ പ്രമാണിച്ച് അന്ന് ഭാരതവും രാമായണവും വിദേശികൾക്ക് മുൻപിൽ പ്രദർശിപ്പിച്ചു. കലാമണ്ഡലം പാട്ടുകാരും മേളക്കാരും, വേഷക്കാരും, ഗസ്റ്റ് ആർട്ടിസ്റ്റായി കലാമണ്ഡലം കൃഷ്ണൻ നായരും എന്ന രീതിയിലായിരുന്നു ട്രൂപ്പ് രൂപകല്പന ചെയ്തത്. കാനഡയിലെ മോൺട്രിയലിലേക്ക് പോകുന്നവഴി ലണ്ടനിലും പാരീസിലും താമസിച്ച് കുറേ വേദികളിൽ കഥകളി അവതരിപ്പിച്ചു. കഥാസാരവും ആട്ടപ്രകാരവും ഇംഗ്ലീഷിൽ അച്ചടിച്ച് കളിസ്ഥലത്ത് വിതരണം ചെയ്തതുകൊണ്ട് വിദേശികൾക്ക് കഥകളി ശരിക്കും മനസ്സിലാക്കാൻ സാധിച്ചു.

നീണ്ട ഒരു വിദേശയാത്ര ആയതുകൊണ്ട് വലിയ മുന്നൊരുക്കത്തോടെയാണ് സംഘം പുറപ്പെട്ടത്. എം കെ കെ നായരുടെ മികച്ചസംഘടന പാടവം തെളിയിക്കുന്നതായിരുന്നു ഈ യാത്ര. മോൺട്രിയലിൽ വിമാനം ഇറങ്ങുമ്പോൾ ഇന്ത്യൻ എംബസി ഉദ്യോഗസ്ഥന്മാർ തന്നെ കലാകാരന്മാരെ സ്വീകരിക്കാൻ എത്തിയിരുന്നു. 20 ദിവസം മോൺട്രിയലിൽ താമസിച്ച് സംഘം പരിപാടി നടത്തി. ഈ സമയത്ത് ഇന്ത്യൻ പ്രസിഡന്റ് സക്കീർ ഹുസൈൻ കാനഡ ഗവൺമെന്റിന്റെ അതിഥിയായി മോൺട്രിയലിൽ എത്തിയിരുന്നു. വിദേശ മാധ്യമങ്ങൾ കഥകളി സംഘത്തിന്റെ പര്യടനം ആഘോഷമാക്കി. എല്ലാ പത്രങ്ങളിലും ചാനലുകളിലും വാർത്ത വന്നു. കാനഡയ്ക്ക് പുറമെ ഒട്ടുമിക്ക യൂറോപ്യൻ രാജ്യങ്ങളിലും

സംഘം സഞ്ചരിച്ചു. ഏതാണ്ട് ആറ് മാസത്തോളം യാത്ര നീണ്ടു. ആംസ്റ്റർ ഡാം, വാഴ്സ, പാരീസ്, റോം, വിയന്ന, ഫ്രങ്ക്ഫർട്ട്, ലണ്ടൻ, തുടങ്ങി നിര വധി സ്ഥലങ്ങളിൽ സംഘം കളി നടത്തി.

1972 ൽ ഫാക്റ്റ് സംഘത്തോടൊപ്പമായിരുന്നു കൃഷ്ണൻ നായരുടെ അടുത്തവിദേശയാത്ര. 13 പേരുണ്ടായിരുന്നു സംഘത്തിൽ. കഥകളി സീസൺ കാലമായിരുന്നതുകൊണ്ട് കേരളത്തിലെ ഒരുപാട് പരിപാടി കൾ ഒഴിവാക്കേണ്ടിവന്നു. ഇത് കേരളത്തിലെ കഥകളി ആരാധകരെ ശരിക്കും നിരാശയിൽ ആഴ്ത്തി. വീട്ടുകാർക്കും ഈ യാത്ര ചെയ്യുന്നതിൽ ഒട്ടും താല്പര്യമുണ്ടായിരുന്നില്ല. ആരോഗ്യ പ്രശ്നങ്ങൾ കൊണ്ട് ഒഴിഞ്ഞു നില്ക്കാൻ ശ്രമിച്ചുവെങ്കിലും എം കെ കെ നായർ സമ്മതിച്ചില്ല. ബോംബെ വഴിയായിരുന്നു യാത്ര. ബോംബെയിൽ ഒരു ദിവസം താമസിച്ചതുകൊണ്ട് അന്നുരാത്രി അവിടെ ഒരുകളി ഏർപ്പാട് ചെയ്തു. തുടർന്ന് യൂറോപ്പിൽ അരാസി എന്ന സ്ഥലത്ത് ഒരു ക്രിസ്ത്യൻ പള്ളിക്കകത്ത് കഥകളി അവ തരിപ്പിച്ചുവെന്ന അപൂർവ്വ സംഭവം കൂടിയുണ്ടായി. തുടർന്ന് ജനീവയാ യിരുന്നു അടുത്ത വേദി അതികഠിനമായ ശൈത്യം ആയതുകൊണ്ട് ആവ ശ്യത്തിന് കമ്പിളി വസ്ത്രം കരുതിയിരുന്നു. കൃഷ്ണൻ നായർ തുടർന്ന് ജനീവയിൽനിന്ന് ട്രെയിൻ മാർഗ്ഗം ഇറ്റലി, മിലാൻ, തിരിച്ച് ജനീവയിൽ വന്ന് വിമാനമാർഗ്ഗം ലണ്ടനിലേക്കും ലണ്ടനിൽ നിന്ന് റോഡ് മാർഗ്ഗം ലിവർപൂളിലേക്കും പോയി. ലിവർപൂളിൽ പ്രസിദ്ധമായ റോയൽ കോർട്ട് തിയേറ്ററിലായിരുന്നു അരങ്. തിയേറ്റർ നിറഞ്ഞു കവിഞ്ഞ ജനം ഉണ്ടാ യിരുന്നു. ശൈത്യം അതികഠിനമായതുകൊണ്ട് എങ്ങനെയെങ്കിലും നാട്ടിൽ എത്തിയാൽ മതിയെന്നായി കൃഷ്ണൻ നായർക്ക്. 1972 ജൂലൈ 21-ാം തീയതി ഇംഗ്ലണ്ട് പര്യടനം അവസാനിപ്പിച്ച് ബെൽജിയത്തിലേക്ക് പുറ പ്പെട്ടു. നിർഭാഗ്യവശാൽ വിമാനത്തിൽ ടിക്കറ്റ് ലഭിക്കാത്തതുകൊണ്ട് സംഘാടകർ രണ്ട് ചെറിയ വിമാനങ്ങളിൽ കയറ്റി വിടുകയാണുണ്ടായ ത്. ജീവൻ പണയംവെച്ചുള്ളതായിരുന്നു ആ യാത്ര. ജൂൺ 6 ന് ബ്രസ്സൽസിലെ നാഷണൽ ഓപ്പറ തിയേറ്ററിൽ ആയിരുന്നു കളി. തുടർന്ന് ഫ്രാൻസിൽ പോയി, ഹാംബെർഗ്, സ്വീഡൻ, ഡെൻമാർക്ക്, ബാർസി ലോണ എന്നീ നഗരങ്ങളിലും പരിപാടി അവതരിപ്പിച്ചു. സ്പെയിനിൽ കാളപ്പോര് നടത്തുന്ന മൈതാനത്തിനടുത്തായിരുന്നു കഥകളി അവതരി പ്പിച്ചത്. സ്പെയിനിൽവച്ച് കൃഷ്ണൻ നായർ കാളപ്പോര് കണ്ടു, അദ്ദേഹ ത്തിന് അത് ഒട്ടും ഇഷ്ടപ്പെട്ടില്ല. 12-ാം തീയതി കുവൈറ്റ് എയർവെയ്സിൽ കയറി പിറ്റേദിവസം രാവിലെ ബോംബെയിലെത്തി. തുടർന്ന് വിമാന മാർഗ്ഗം കൊച്ചിയിലും. ഇങ്ങനെ നിരവധി വിദേശയാത്രകൾ കൃഷ്ണൻ നായർ നടത്തി. കഥകളിയെ ലോകത്തിന്റെ മുമ്പിൽ അവതരിപ്പിച്ചതിന് അദ്ദേഹത്തിന് വലിയൊരു പങ്കുണ്ട്. ചരിത്രം അത് തിരിച്ചറിഞ്ഞിട്ടുണ്ടോ?

ഷഷ്ഠിപൂർത്തി

ആയിരത്തിത്തൊള്ളായിരത്തി എഴുപത്തിനാല് ഏപ്രിൽ മൂന്നാം തീയതി ആയിരുന്നു കൃഷ്ണൻ നായരുടെ ഷഷ്ടിപൂർത്തി. വളരെ ലളിതമായി പിറന്നാൾ ആഘോഷിക്കണം എന്നായിരുന്നു കൃഷ്ണൻ നായരുടെ ആഗ്രഹം. എന്നാൽ കേരളത്തിൽ അങ്ങോളമിങ്ങോളമുള്ള ആരാധകരും കഥകളി സംഘക്കാരും പല പരിപാടികളും ആസൂത്രണം ചെയ്തു. തിരുവനന്തപുരത്ത് ദൃശ്യവേദിയും മാർഗ്ഗിയും ചേർന്ന് പരിപാടി സംഘടിപ്പിച്ചു. കൊല്ലത്തും, ആലപ്പുഴയിലും സ്വീകരണങ്ങൾ ഏർപ്പെടുത്തിയിരുന്നു. ഷഷ്ഠിപൂർത്തിക്ക് രണ്ട് മൂന്ന് ദിവസം മുൻപ് തന്നെ പുറത്തുള്ള പരിപാടികൾ തീർത്ത് കൃഷ്ണൻ നായർ തൃപ്പൂണിത്തുറയിൽ എത്തി. തൃപ്പൂണിത്തുറയിലെ പൗരാവലി വളരെ ഗംഭീരമായ ആഘോഷങ്ങളാണ് ഏർപ്പെടുത്തിയത്. കളിക്കോട്ട പാലസിൽ ഷഷ്ഠിപൂർത്തി ആഘോഷകമ്മിറ്റി വിവിധ കലാപരിപാടികളും സെമിനാറും വൈകുന്നേരങ്ങളിൽ കഥകളി എന്നിങ്ങനെ മൂന്ന് ദിവസം നീണ്ടുനിന്ന പരിപാടികൾ സംഘടിപ്പിച്ചു. ഗുരു ഗോപിനാഥ്, മാങ്കുളം വിഷ്ണുനമ്പൂതിരി, ഗുരു ചെങ്ങന്നൂർ, എം കെ കെ നായർ എന്നീ വിശിഷ്ട വ്യക്തികൾ നേരിട്ടെത്തി പിറന്നാൾ ആശംസകൾ അറിയിച്ചു. എന്നാൽ കലാമണ്ഡലത്തിൽ നിന്നും ആരും വന്നില്ല. കലാമണ്ഡലം കൃഷ്ണൻകുട്ടി പൊതുവാൾ മൂന്നു ദിവസവും തൃപ്പൂണിത്തുറയിൽ സജീവമായുണ്ടായിരുന്നു. അദ്ദേഹം ചിട്ടപ്പെടുത്തിയ താളവാദ്യകച്ചേരിയുണ്ടായിരുന്നു. ചെമ്പൈ വൈദ്യനാഥഭാഗവതർ പിറന്നാൾ ആശംസിക്കുവാൻ എത്തി കച്ചേരി നടത്തുകയും ചെയ്തു. ഗായകൻ ജയചന്ദ്രൻ, ഗാനമേള നടത്തി ഷഷ്ഠിപൂർത്തിയോടനുബന്ധിച്ച് സുവനീർ പ്രകാശനം ചെയ്തു. ജസ്റ്റിസ് ബാലകൃഷ്ണ ഏറാടി, ജോസഫ് മുണ്ടശ്ശേരി, എം കെ കെ നായർ, മാങ്കുളം വിഷ്ണുനമ്പൂതിരി, കൃഷ്ണൻ

കുട്ടി പൊതുവാൾ തുടങ്ങിയ മഹാരഥന്മാർ പൊതുസമ്മേളനത്തിൽ പങ്കെ
ടുത്തു. പൂർണ്ണകുംഭത്തോടുകൂടിയ ഘോഷയാത്രയോടെയാണ് ഷഷ്ടി
പൂർത്തിചടങ്ങുകൾ സമാപിച്ചത്. തുടർന്ന് ഗുരുവായൂർ കഥകളി സംഘ
വും, ഫാക്റ്റ് കഥകളി സംഘവും കൃഷ്ണൻ നായർക്ക് സ്വീകരണം
നല്കി.

ഫാക്റ്റ് സംഘത്തോടൊപ്പമുള്ള വിദേശയാത്ര

1974 ജൂൺ 17 ന് ബോംബെ വഴി ഫാക്റ്റ്സംഘത്തിനൊപ്പം
കൃഷ്ണൻ നായർ യൂറോപ്പിലേക്ക് പോയി. ആരോഗ്യപ്രശ്നങ്ങൾ അദ്ദേ
ഹത്തെ അലട്ടിയിരുന്നുവെങ്കിലും എം കെ കെ നായരുടെ സ്നേഹപൂർണ്ണ
മായ നിർബ്ബന്ധത്തിന് മുന്നിൽ വഴങ്ങുകയാണുണ്ടായത്. ഫ്ളോറൻസിലെ
പ്രസിദ്ധമായ സെൽജിസ്റ്റോ തിയേറ്ററിലായിരുന്നു മഹാഭാരതം അവത
രിപ്പിച്ചത്. പിറ്റേദിവസം സ്പെയിനിന്റെ തലസ്ഥാനമായ മാഡ്രിഡിൽ
എത്തി. അവിടെ കളിസാധനങ്ങൾ വരാത്തതുകൊണ്ട് രാത്രി ഒരു മണി
വരെ എയർപോർട്ടിൽ ഇരിക്കേണ്ടിവന്നു.യാത്രയ്ക്കിടയിൽ ഗോവിന്ദൻ
കുട്ടി എന്ന കലാകാരന് ബോധക്ഷയം ഉണ്ടായി. ഈ സന്ദർശന സമ
യത്ത് ദേഹാസ്വാസ്ഥ്യംമൂലം പല വേദികളിലും കൃഷ്ണൻ നായർക്ക്
കളിക്കാൻ കഴിഞ്ഞില്ല. സംഘം പര്യടനം തുടർന്ന് എഡൻബറോയി
ലെത്തി. ടി വി ചാനൽ എഡിൻബറോ കഥകളി വിശദമായി ഷൂട്ട് ചെയ്തു.
അവിടെ നിന്നും ബോംബെയിലേക്ക് തിരിച്ച സംഘം ട്രെയിൻ മാർഗ്ഗം
എറണാകുളത്തെത്തി.

തൃപ്പൂണിത്തുറയിൽ തിരിച്ചെത്തിയ കൃഷ്ണൻ നായർ തന്റെ പതിവു
പരിപാടികളുമായി മുമ്പോട്ടുപോയി. തൃപ്പൂണിത്തുറയിൽ താമസം തുട
ങ്ങിയതോടുകൂടി ജീവിതത്തിന് അടുക്കും ചിട്ടയും കൈവന്നു. കുട്ടിക
ളുടെ വിദ്യാഭ്യാസവും കല്യാണിക്കുട്ടി അമ്മയുടെ കേരള കലാലയം എന്ന
നൃത്തസ്ഥാപനവും ഭംഗിയായി നടത്തിക്കൊണ്ടുപോകുവാൻ സാധിച്ചു.
മൂത്ത മകൾ ശ്രീദേവിയും രണ്ടാമത്തെ മകൾ കലയും കോളേജിൽ
ചേർന്നു. മൂത്ത മകൻ അശോകനെയും കോളേജിൽ ചേർത്തു. രണ്ടാ
മത്തെ മകൾ കല പ്രീഡിഗ്രി പാസായതിനുശേഷം രുഗ്മണീ ദേവിയുടെ
നൃത്തസ്ഥാപനമായ മദ്രാസ് കലാക്ഷേത്രയിൽ ചേർന്ന് ഭരതനാട്യം ഉപ
രിപഠനം നടത്തുകയായിരുന്നു. ചെറുപ്പത്തിലെ നൃത്തംപഠിച്ചുതുടങ്ങിയ
അവർ പല വേദികളിലും നൃത്തം അവതരിപ്പിച്ചു വന്നു. പക്ഷേ,
സ്കോളർഷിപ്പിൽ പഠിപ്പ് തുടരണമെന്നും പഠിപ്പ് കഴിഞ്ഞാലും അവിടെ
ത്തന്നെ തുടരണമെന്നുമുള്ള വ്യവസ്ഥ കലാക്ഷേത്ര മുന്നോട്ടുവച്ചപ്പോൾ
തുടരാൻ മനസ്സ് അനുവദിച്ചില്ല. രുഗ്മിണീ ദേവി ഒരുപാട് നിർബ്ബന്ധിച്ചു
വെങ്കിലും കൃഷ്ണൻ നായർ വഴങ്ങിയില്ല. അങ്ങനെ കലാക്ഷേത്ര വിട്ട്
നൃത്താലയത്തിൽ അദ്ധ്യാപികയായി നാട്ടിൽ വന്ന് അധികം താമസി
യാതെ അവർക്ക് ഒരു വിവാഹ ആലോചന വന്നു. പൊൻകുന്നത്തുകാ
രൻ കേശവപ്പിള്ളയുടെ മകൻ വിജയനായിരുന്നു വരൻ. വിജയൻ അന്ന്

പ്രമുഖ അഭിഭാഷകൻ ഗോവിന്ദപ്പിള്ളയുടെ കീഴിൽ പ്രാക്ടീസ് ചെയ്യുക യായിരുന്നു. വിവാഹശേഷം വക്കീൽ പണി ഉപേക്ഷിച്ച് ഫാക്ട്ടിൽ ഉദ്യോ ഗസ്ഥനായി.

മൂത്തമകൾ ശ്രീദേവി എം എയ്ക്ക് പഠിക്കുകയായയതുകൊണ്ട് അവ രുടെ പഠിത്തത്തിനു മുടക്കം വരാതിരിക്കാനാണ് വിവാഹം ആലോചി ക്കാതിരുന്നത്. പഠിത്തത്തോടൊപ്പം ഫാക്റ്റ് ഹൈസ്കൂളിലെ ഭരതനാട്യം അദ്ധ്യാപികയായി ജോലി നോക്കുന്നുണ്ടായിരുന്നു ശ്രീദേവി. എം എ പഠനം പൂർത്തിയായ ഉടനെ വിവാഹം ആലോചിക്കുകയും കുമ്പള ത്തുകാരനായ രാഘവൻകുട്ടി കൈമളിന്റെ അനുജൻ രാജന്റെ വിവാഹ ആലോചന ഉറപ്പിക്കുകയും ചെയ്തു. 1967 ജൂൺ 8-ാം തീയതി ചോറ്റാനി ക്കര അമ്പലത്തിൽവച്ച് ഇവരുടെ വിവാഹം നടത്തി. രാജൻ നിയമപഠനം പൂർത്തിയാക്കി നില്ക്കുന്ന സമയമായിരുന്നു അത്. വിവാഹാനന്തരം അദ്ദേഹം വക്കീൽ ജോലിയിൽ സജീവമായി. കൃഷ്ണൻ നായർക്ക് ആദ്യ മായി പേരക്കുട്ടിയെ കാണാനുള്ള ഭാഗ്യമുണ്ടായത് കലയുടെ കുട്ടിയെ യാണ്. പിന്നീട് അനവധി പേരക്കുട്ടികൾ ഉണ്ടായി എങ്കിലും ആദ്യമായി മുത്തച്ഛനായപ്പോൾ ഉണ്ടായ വികാരവും അനുഭൂതിയും അത് വേറെ തന്നെ യായിരുന്നുവെന്ന് അദ്ദേഹം ആത്മകഥയിൽ പറയുന്നു. വളരെ കർക്കശ സ്വഭാവമുള്ള അച്ഛനായിരുന്നു കൃഷ്ണൻ നായർ എങ്കിലും പേരക്കുട്ടിക ളോട്   പ്രത്യേക വാത്സല്യം കാണിച്ചിരുന്നു. പേരക്കുട്ടികളുടെ എല്ലാ വാശികൾക്കും അച്ഛൻ വഴങ്ങുമായിരുന്നുവെന്ന് ശ്രീദേവി പറയുന്നു. അച്ഛന് മക്കളോട് വാത്സല്യമായിരുന്നു പക്ഷേ, അത് പ്രകടിപ്പിക്കാറില്ല. മക്കളോട് പ്രകടിപ്പിക്കാത്ത സ്നേഹം അച്ഛൻ പേരക്കുട്ടികളോടാണ് കാണിച്ചിരുന്നത്. ഞങ്ങൾ മക്കൾ ചെയ്യാൻ മടിക്കുന്നതെല്ലാം അച്ഛന്റെയടു ത്ത്പേരക്കുട്ടികൾ ചെയ്യുമായിരുന്നു. അതുകൊണ്ടുതന്നെ മലയാളം അദ്ധ്യാപികയായ ശ്രീദേവിക്ക് 'മുത്തച്ഛന്റെ ആലിംഗനം' എന്ന കവിത പഠിപ്പിക്കുമ്പോൾ കുട്ടികൾക്ക് കാര്യങ്ങൾ ശരിയായി പറഞ്ഞ് കൊടു ക്കാൻ സാധിച്ചു. കവിതയിൽ മുത്തച്ഛൻ എന്നത് ഹിമവാനാണെങ്കിലും മുത്തച്ഛൻ എന്ന വികാരം മനസ്സിലാക്കാൻ കഴിഞ്ഞത് അച്ഛൻ പേരക്കുട്ടി കളോട് കാണിച്ച സ്നേഹത്തിൽ നിന്നാണ് എന്ന് ശ്രീദേവി പറയുന്നു. അവർ പങ്കുവച്ച മറ്റൊരനുഭവം വളരെ കുഞ്ഞുനാളിൽ അരങ്ങേറ്റം നട ത്തിയ ശ്രീദേവിയെ അരങ്ങേറ്റ ദിവസം മഹാരാജാസ് ഓഡിറ്റോറിയത്തിൽ വച്ച് ജനക്കൂട്ടം എടുത്തുകൊണ്ട് പോകുകയും കുട്ടിയായിരുന്ന അവരെ കൈമാറി കൈമാറി തിരിച്ചുകിട്ടാൻ വൈകുകയും ചെയ്തു. ആകെ അസ്വ സ്ഥനായ അച്ഛന്റെ കൈയിൽ കുറെ കഴിഞ്ഞ് അവരെ കിട്ടിയപ്പോൾ അച്ഛൻ കെട്ടിപിടിച്ചു. "അച്ഛന്റെ നെഞ്ചിലെ മിടിപ്പ് ഇപ്പോഴും എന്റെ കാതിൽ ഉണ്ട്" ശ്രീദേവി ഓർമ്മിക്കുന്നു.

വളർന്ന് കഴിഞ്ഞപ്പോൾ കേന്ദ്രസ്കോളർഷിപ്പിന് വേണ്ടി ശ്രമിക്കു കയും മദ്രാസിലെ ഇന്റർവ്യൂവും പരീക്ഷയും കഴിഞ്ഞ് സെലക്ഷൻ കിട്ടി യശേഷം ഡൽഹിയിലെ ഫൈനൽ ഇന്റർവ്യൂവിന്റെ തലേദിവസം

ചിക്കൻപോക്സ് പിടിപെട്ടു. കൃഷ്ണൻ നായർ അന്ന് സ്ഥലത്തില്ലായിരു ന്നു. തിരിച്ചുവന്ന് ശ്രീദേവിയെ കാണാൻ മുറിയിൽ ചെന്ന കൃഷ്ണൻ നായർ ഒന്നു നോക്കി, തിരിഞ്ഞു നിന്ന് ജനൽ കമ്പി പിടിച്ച് അദ്ദേഹം കരഞ്ഞു. അദ്ദേഹത്തിന്റെ ശരീരം ആകെ വിറയ്ക്കുകയായിരുന്നുവെന്ന് ശ്രീദേവി പറയുന്നു.

കുട്ടികളെല്ലാവരും പഠിക്കണം എന്ന് അദ്ദേഹത്തിന് വലിയ നിർബ്ബ ന്ധമായിരുന്നു. ബാല്യകാലത്ത് ദാരിദ്ര്യംമൂലം പഠിക്കാൻ കഴിയാത്തതും അത് പിന്നീട് ജീവിതത്തിൽ ഉണ്ടാക്കിയ പോരായ്മകളും അദ്ദേഹത്തിന് നന്നായി അറിയാമായിരുന്നു. അതുകൊണ്ട് തന്നെ കുട്ടികൾക്ക് നല്ല വിദ്യാ ഭ്യാസം കൊടുക്കുവാൻ പരമാവധി ശ്രമിച്ചു. കുട്ടികൾക്കെല്ലാവർക്കും കലാ അഭിരുചി ഉണ്ടായിരുന്നുവെങ്കിലും ആൺമക്കളെ ആരെയും അദ്ദേഹം കഥ കളി രംഗത്തേക്ക് കൊണ്ടുവന്നില്ല. ബാല്യകാലത്ത് കഥകളി പഠിക്കാൻ അനുഭവിച്ച ദുരിതങ്ങളും കഷ്ടപ്പാടുകളും തന്റെ മക്കൾ അനുഭവിക്കരുത് എന്ന് കൂടി കരുതിയാണ് ആൺമക്കളെ കഥകളി രംഗത്തേയ്ക്ക് കൊണ്ടു വരാതിരുന്നത്. ആൺമക്കളെ കഥകളി രംഗത്തേക്ക് കൊണ്ടുവരാതിരു ന്നതിൽ അവസാന നാളുകളിൽ മനസ്താപമുണ്ടായിരുന്നു അദ്ദേഹത്തി ന്. കഥകളി രംഗത്ത് തനിക്കൊരു പിൻഗാമി മക്കളിൽ നിന്ന് ഇല്ലാതെ പോയതിന്റെ ദുഃഖം അദ്ദേഹം അടുത്തസുഹൃത്തുക്കളോട് തുറന്ന് പറ യുകയും ചെയ്തിരുന്നു. ആൺ മക്കൾ ശാസ്ത്രീയമായി കഥകളി പഠി ച്ചിട്ടില്ലായെങ്കിലും ഒരുചെറിയ വേഷം അവതരിപ്പിക്കുവാനുള്ള ജ്ഞാന മൊക്കെ അവർക്കുണ്ടായിരുന്നു. ഒരിക്കൽ ഒരു വേദിയിൽ മകൻ ബാബു ബലഭദ്രന്റെ വേഷം ചെയ്യാനിടയായി. ഇതുകണ്ട കൃഷ്ണൻ നായർ പി ഷാരടിമാഷോട് പറഞ്ഞത് "വെളുത്തേടന്റെ മോനെ ആരും അലക്ക് പഠി പ്പിക്കേണ്ട കാര്യമില്ല അല്ലേ."

ഇരുപത് വയസ്സുവരെ കലാദേവി കൃഷ്ണൻ നായരോടൊപ്പം വേഷം ചെയ്തിരുന്നു. മക്കളുടെ കഴിവിൽ അത്ര വിശ്വാസമായിരുന്നു അച്ഛന്. പത്താം വയസ്സിൽ പൂതനാമോക്ഷം ചെയ്ത് അരങ്ങേറിയ കലാദേവിക്ക് കൃഷ്ണൻ നായർ നല്കിയത് ചിട്ടയായ കഥകളി പരിശീലനം തന്നെയായി രുന്നു. ചിലപ്പോൾ ചില ശ്ലോകങ്ങൾ കൊടുത്തിട്ട് ഇത് നീ ചെയ്യണം എന്ന് പറയുമായിരുന്നു. ഒരിക്കൽ നളചരിതത്തിലെ ദമയന്തിയുടെ ഭാഗം ശ്ലോകം കൊടുത്തിട്ട് ഇത് പഠിച്ച് ചെയ്തോളൂ എന്ന് പറഞ്ഞിട്ട് പോയി. ഈ ഭാഗത്ത് കലാശം കൊട്ടുമ്പോൾ കലാശം ആടണം അത് ചെയ്ത് ശീലിച്ചാൽ മാത്രമേ ആടാൻ കഴിയുകയുള്ളൂ. കൃഷ്ണൻ നായരുടെ ശിഷ്യൻ മയ്യനാട് കേശവൻ നമ്പൂതിരിയാണ് കലാദേവിയുടെ സഹായ ത്തിനെത്തിയത്. അരങ്ങത്ത് ദമയന്തി ചെയ്തപ്പോൾ കൃഷ്ണൻ നായർക്ക് അത് വലിയ തൃപ്തി ആകുകയും ചെയ്തു. ഒരു വേഷം ചെയ്യുന്നതിന് വിദ്യാർത്ഥികളുടെ ഭാഗത്തുനിന്നും ശ്രമങ്ങൾ ആവശ്യമാണ് എന്ന് അദ്ദേഹം പറയാതെ പറഞ്ഞുവയ്ക്കുകയാണ് ചെയ്തത്. ഇരുപത് വയ സ്സിനു ശേഷം കലാദേവി കഥകളി വേഷങ്ങൾ ചെയ്തിരുന്നില്ല. മൂത്തമ

കൻ അശോകൻ എം എ കഴിഞ്ഞ് വളരെക്കാലം ജോലി ഒന്നുംകിട്ടാതെ വിഷമിച്ച് നടന്നിരുന്നു. തുടർന്ന് അദ്ദേഹത്തിന് ഫാക്റ്റിൽ ജോലി കിട്ടി. മാർക്കറ്റിങ് വിഭാഗത്തിലായിരുന്നു ജോലി. 1972 ൽ അശോകൻ വിവാഹി തനാകുകയും ചെയ്തു. ഗുരുവായൂർ സ്വദേശിനിയായ പാർവ്വതിയായി രുന്നു വധു. ഗുരുവായൂർ ക്ഷേത്രത്തിൽ വച്ചാണ് വിവാഹം നടന്നത്. ആൺമക്കളിൽ രണ്ടാമനായ കൃഷ്ണകുമാറിന് പഠിത്തം കഴിഞ്ഞ ഉടൻ തന്നെ റാലിസ് ഇന്ത്യയിൽ ജോലി കിട്ടി. മൂന്നാമത്തെ മകൻ ബാബു തേവര കോളേജിൽ ആയിരുന്നു പഠിച്ചത്. ബി എസ് സി പാസായ ബാബു വിന് ഉദ്യോഗത്തിൽ ഒട്ടും താല്പര്യമില്ലായിരുന്നു. ഒരു കലാകാരനായി ജീവിതം തുടരാനാണ് ആഗ്രഹം എന്ന് അച്ഛനെ അറിയിച്ചു. തുടർന്ന് അദ്ദേഹം നാടകങ്ങളിൽ അഭിനയിക്കുകയും സിനിമയിൽ ചെറിയ വേഷ ങ്ങൾ ചെയ്തു തുടങ്ങുകയും, രണ്ട് വർഷങ്ങൾക്ക് ശേഷം സ്വന്തമായി ഒരു നാടക ട്രൂപ്പ് കലാശാല എന്ന പേരിൽ തൃപ്പൂണിത്തുറയിൽ ആരം ഭിക്കുകയും വളരെ നല്ല രീതിയിൽ നാടകട്രൂപ്പ് നടത്തിക്കുകയും ചെയ്തു. പിന്നീട് അത് ഉപേക്ഷിച്ച് മുഴുവൻ സമയ സിനിമാ പ്രവർത്തകനായി. ബാബുവിന് തൊട്ടുതാഴെയുള്ള ശ്രീകുമാറും അനുജൻ ശശിയും സംസ്കൃത ഹൈസ്കൂളിലാണ് പഠിച്ചിരുന്നത്. ഇവർ വിദ്യാഭ്യാസത്തി നുശേഷം സ്വന്തം നിലയിൽ ബിസിനസുകൾ നടത്തിവരുന്നു. നാലാമത്തെ മകൻ കൃഷ്ണകുമാർ ഇന്ന് ജീവിച്ചിരിപ്പില്ല.

വേഷങ്ങൾ

കഥകളി രംഗത്തെ ഏറക്കുറെ എല്ലാ വേഷങ്ങളും കൃഷ്ണൻ നായർ അരങ്ങത്ത് അവതരിപ്പിച്ചിട്ടുണ്ട്. അതിൽ പ്രധാനപ്പെട്ട വേഷമാണ് നളൻ. നളചരിതം ഒന്നാം ദിവസത്തിലെ നളൻ അരങ്ങത്ത് അവതരിപ്പിക്കുമ്പോൾ കുണ്ഡിനനായക (നള. 1. പദം 4) എന്ന പദത്തിൽ 'മുദിരതതികബരീ...' എന്ന ഭാഗത്ത് സ്ത്രീകൾ തലമുടി ചീകിക്കെട്ടി പൂ ചൂടുന്നതും തലമുടി കോതിക്കൊണ്ടു നടക്കുന്നതുമെല്ലാം ഭംഗിയായി അവതരിപ്പിക്കും. സ്ത്രീക ളുടെ ചേഷ്ടകൾ അത്രയും ഭംഗിയായിട്ടാണ് ആശാൻ അവതരിപ്പിക്കുന്ന ത്. ദമയന്തിയെ ഓർത്ത് രാജ്യഭരണം പോലും നടത്താനാവാതെ വിഷമി ക്കുന്ന രാജാവിന്റെ ഭാഗം അഭിനയിക്കുന്നതും പ്രശംസനീയമാണ്. അതു പോലെ നളചരിതം രണ്ടാം ദിവസത്തിലെ പതിഞ്ഞ പദം വളരെ പ്രസി ദ്ധമാണ്. കുവലയവിലോചനെ.... എന്ന മുദ്ര കാണിച്ചു കൊണ്ടുള്ള സംബോധനയ്ക്കുതന്നെ ആയിരം രൂപ കൊടുക്കണമെന്ന് പ്രശസ്ത ചെണ്ട കലാകാരൻ കൃഷ്ണൻ കുട്ടിപ്പൊതുവാൾ പറയുമായിരുന്നു. ചൂതു കളിക്ക് പുഷ്കരൻ വിളിക്കുന്ന സമയത്ത് കയറിവന്ന് പുഷ്കരനെ അടി മുടി നോക്കുന്ന ഭാഗവും, ചൂതുകളി കഴിഞ്ഞ് എല്ലാം നഷ്ടപ്പെട്ട് കാട്ടിൽ ഉഴലുന്ന രംഗവും, വേർപാടിന്റെ ഭാഗവും ഒന്നിനൊന്ന് മെച്ചപ്പെട്ടതായാണ് കൃഷ്ണൻ നായർ അവതരിപ്പിക്കുന്നത്. നളചരിതത്തിലെ ബാഹുകനെ വ്യത്യസ്തമായാണ് കൃഷ്ണൻ നായർ ഉൾക്കൊണ്ട് ചെയ്തിരുന്നത്. ഉള്ളിൽ ദമയന്തിയെ വിശ്വസിക്കുകയും എന്നാൽ പ്രകൃതത്തിൽ ഒരു സാധാരണ മനുഷ്യനായി രണ്ടാം സ്വയംവരകഥ സംശയിക്കുന്ന രീതിയി ലുമാണ് കൃഷ്ണൻ നായർ അരങ്ങത്ത് അവതരിപ്പിച്ചത്.

കൃഷ്ണൻ നായർ അരങ്ങത്ത് അവതരിപ്പിച്ച് പ്രസിദ്ധമാഗിയ കഥാ പാത്രമാണ് വിശ്വാമിത്രൻ. ഹരിശ്ചന്ദ്രചരിതം കഥകളിക്കു ഇത്രയധികം

പ്രചാരം നല്കിയതും കലാമണ്ഡലം കൃഷ്ണൻ നായരുടെ വിശ്വാമിത്രനും ചുടല ഹരിശ്ചന്ദ്രനുമാണ്. ഇത്രയും ഭംഗിയായി ഈ വേഷം ചെയ്യാൻ കൃഷ്ണൻ നായർക്കു മാത്രമേ കഴിയുകയുള്ളൂ. വിശ്വാമിത്രൻ രതിവിര തികളെ പഠിപ്പിക്കുന്ന രംഗം കൃഷ്ണൻ നായർ തന്നെ സൃഷ്ടിച്ചതാണ്. ഈ രംഗത്തെ മുഖാഭിനയം പ്രത്യേകിച്ചും ലാസ്യരസപ്രധാനമായ അഭി നയം കാണികളിൽ അത്ഭുതം ഉളവാക്കുന്നതാണ്. തുടർന്ന് ഹരിശ്ചന്ദ്ര നോട് കയർക്കുന്ന ക്രൂരനായ വിശ്വാമിത്രനെ ക്രൂരതയുടെ പ്രതീകമാ ക്കാൻ കൃഷ്ണൻ നായർക്ക് കഴിഞ്ഞു. ഒടുവിലത്തെ രംഗത്തിലെ ചുടല ഹരിശ്ചന്ദ്രൻ സ്വന്തം ഭാര്യയെയാണ് താൻ വെട്ടാൻ പോകുന്നതെന്നും തന്റെ മകനാണ് മരിച്ചുകിടക്കുന്നതെന്നും മനസ്സിലാക്കി തളർന്നുവീഴുന്ന രംഗം അത്രമേൽ ഹൃദയസ്പർശിയാക്കിയതും കൃഷ്ണൻ നായരുടെ അഭി നയമികവുതന്നെയാണ്.

വിശ്വാമിത്രനെപ്പോലെ ജനങ്ങൾ മനസ്സിൽ പ്രതിഷ്ഠിച്ച മറ്റൊരു വേഷ മാണ് രുഗ്മിണീ സ്വയംവരത്തിലെ സുന്ദരബ്രാഹ്മണൻ. കൃഷ്ണൻ നാ യർ എന്ന നടന്റെ രസികത്വം മുഴുവൻ കൃഷ്ണലീല ആടുന്നതിൽ അദ്ദേഹം ഉപയോഗപ്പെടുത്താറുണ്ട്. കൃഷ്ണന്റെ അടുത്ത് എത്തുമ്പോ ഴുള്ള ഭക്തി, സ്വന്തം ശരീരത്തെ ആലിംഗനം ചെയ്തുകൊള്ളാൻ ശ്രീകൃ ഷ്ണൻ പറയുമ്പോഴുള്ള ഭക്തിയിൽ അലിഞ്ഞ നിർവൃതി ഇതെല്ലാം സൂക്ഷ്മമായി കൃഷ്ണൻ നായർ അവതരിപ്പിക്കും. മറ്റൊരു പ്രസിദ്ധമായ വേഷമാണ് രുഗ്മാംഗദൻ. ഏകാദശിവ്രതം നോറ്റിരിക്കുന്ന രുഗ്മാംഗദനെ ആലിംഗനം ചെയ്യാൻ വരുന്ന മോഹിനിയെ കുപിതനായി ഒന്നു നോക്കുന്നുമുണ്ട്. ആ നോട്ടം കണ്ടാൽ മോഹിനീവേഷക്കാരൻ രണ്ടടി പുറകോട്ടു പോകും. അത്രമേൽ ഗംഭീരമായിരുന്നു രുഗ്മാംഗദൻ. കീച കന്റെ തിരനോക്കിന് അവസാനം മറയുന്നതിനു തൊട്ടുമുമ്പായി ദൂരെ സൈരന്ധ്രിയെ കണ്ട് കാമപരവശനാകുന്നത്. നിമിഷാർദ്ധത്തിൽ കൃഷ്ണൻ നായർ അഭിനയിച്ചു ഫലിപ്പിക്കുമായിരുന്നു. 'ഹിരണാക്ഷി' കഴിഞ്ഞ് ഒരു കാമഭ്രാന്തനെപ്പോലെ പൂക്കളാൽ ആരാധന നടത്തി സൈര ന്ധ്രിയെ പിന്തുടരുന്ന കീചകനെ ഒരിക്കൽ കണ്ടിട്ടുള്ളവർ മറക്കുന്നതല്ല. സന്താനഗോപാലത്തിലെ ബ്രാഹ്മണന്റെ വേഷം ചെയ്യുമ്പോൾ ബ്രാഹ്മ ണരെ നിരീക്ഷിച്ചതിനുശേഷമാണ് അദ്ദേഹം ആ വേഷം ചെയ്തത്. അവർക്ക് സന്തോഷം വന്നാലും ദുഃഖം വന്നാലും കോപം വന്നാലുമെല്ലാം അതിന്റെ ഉച്ചസ്ഥായിയിലായിരിക്കുമെന്ന് ആശാൻ പറയുമായിരുന്നു. ഇത നുസരിച്ചാണ് സന്താനഗോപാലത്തിലെ ബ്രാഹ്മണനെ ആശാൻ അവത രിപ്പിച്ചത്. മറ്റൊരു കഥാപാത്രമാണ് ബലഭദ്രൻ. പൊതുവെ സൗന്ദര്യം കുറഞ്ഞവേഷമാണ്. 'പഴുപ്പ്' വേഷം. എന്നാൽ കൃഷ്ണൻ നായരുടെ മുഖത്ത് ഈ വേഷവും സൗന്ദര്യവുമുള്ളതുതന്നെ. കോപം കൊണ്ടു വിറ യ്ക്കുന്ന ബലഭദ്രന്റെ മുമ്പിൽ പിടിച്ചു നില്ക്കാൻ മാങ്കുളം തിരുമേനിയെ പ്പോലുള്ള പ്രഗത്ഭമതികൾക്കേ കഴിയുമായിരുന്നുള്ളൂ. ആസ്വാദകരുടെ മനസ്സിൽ കുളിർമഴ പെയ്യിച്ചതാണ് ഈ കൂട്ടുവേഷം.

കൃഷ്ണൻ നായർക്ക് പൂതനാ കൃഷ്ണൻ നായർ എന്ന ഒരു വിളി പ്പേരുകൂടിയുണ്ട്. പൂതനാമോക്ഷത്തിലെ ലളിതയെ ഇത്രമേൽ മനോഹര മായി അവതരിപ്പിച്ച മറ്റൊരു നടൻ കഥകളി രംഗത്തില്ല. കിർമീര വധ ത്തിലെ ലളിതയെയും വ്യത്യസ്തമായ രീതിയിലാണ് കൃഷ്ണൻ നായർ അവതരിപ്പിച്ചത്. ഓരോ ലളിതമാരുടെ അവതരണവും അദ്ദേഹത്തിന്റെ വഴിയിൽ വിഭിന്നമായിരുന്നു. ചിത്രലേഖയാണ് മറ്റൊരു പ്രസിദ്ധമായ വേഷം. കുടമാളൂരും കൃഷ്ണൻ നായരും ചേർന്നുള്ള ഉഷ-ചിത്രലേഖ കൂട്ടുവേഷം ശ്രദ്ധേയമായിട്ടുണ്ട്. പരശുരാമൻ, കാലകേയ വധത്തിലെ അർജ്ജുനൻ, കിർമീര വധത്തിലെ ധർമ്മപുത്രർ എന്നിവയും ആശാന്റെ ഒന്നിനൊന്ന് മെച്ചപ്പെട്ട വേഷങ്ങൾ തന്നെ. കൃഷ്ണൻ നായരുടെ രൗദ്ര ഭീമനെക്കണ്ട് ഭയന്നുനിലവിളിച്ചോടിയ വിദേശവനിതയുടെ അനുഭവം ഈ കഥാപാത്രത്തിന്റെ രൗദ്രഭാവത്തിന്റെ ഉത്തമദൃഷ്ടാന്തമാണ്.

ഭക്തിരസത്തിന് സൗഹൃദഭാവം കൂടി ചാലിച്ചു ചേർത്താണ് ആശാൻ കുചേലനെ അവതരിപ്പിച്ചിട്ടുള്ളത്.

ബാലി, നക്രതുണ്ഡി എന്നീ വേഷങ്ങൾ തൃപ്പൂണിത്തുറ ഉത്സവത്തോ ടനുബന്ധിച്ച് ആശാൻ കെട്ടുകയുണ്ടായി. പച്ച, കത്തി, കരി, മിനുക്ക്, താടി, വൃദ്ധ, ആനക്കാരൻ തുടങ്ങി എല്ലാ വേഷങ്ങളും ചെയ്യുകയും അവ വിജ യിപ്പിക്കുകയും ചെയ്തു, ഈ മഹാനടൻ. തൃപ്പൂണിത്തുറ ഉത്സവത്തിന് കർണ്ണശപഥത്തിലെ കുന്തിയെ കൃഷ്ണൻ നായർ അവതരിപ്പിച്ചു. കർണ്ണന്റെ സമീപത്തേക്ക് ആസ്വാദകരുടെ ഇടയിൽക്കൂടി കടന്നുവന്ന ആ മാതാവിനെകണ്ടാൽ മഹാഭാരതത്തിലെ കുന്തി ഇതുതന്നെയല്ലേയെന്ന് ആരും ഒന്നു സംശയിച്ചുപോകും. ആർക്കും ഒരു കാലത്തും മറക്കാൻ പറ്റുന്നതല്ല ആ വേഷങ്ങളൊന്നും.

ആദരവുകൾ, അംഗീകാരങ്ങൾ

കഥകളിയിലെ കുലപതിയായ കലാമണ്ഡലം കൃഷ്ണൻനായർക്ക് പ്രാദേശികവും ദേശീയവുമായ നിരവധി ബഹുമതികളും ആദരവും ലഭിച്ചു. ആ കലാജീവിതത്തിന്റെ സഫലമായ അടയാളങ്ങൾ ചരിത്രത്തിൽ ഇടംപിടിച്ചു. കൃഷ്ണൻ നായർക്ക് ലഭിച്ച അംഗീകാരം കഥകളിക്ക് ലഭിച്ച അംഗീകാരം കൂടിയായി.

1968 ലാണ് കേന്ദ്ര സംഗീത നാടക അക്കാദമിയുടെ അവാർഡ് കൃഷ്ണൻ നായർക്ക് ലഭിക്കുന്നത്. 1968 ഫെബ്രുവരി 28-ാം തീയതിയായിരുന്നു അവാർഡ് ദാന ചടങ്ങ്. ഇന്ത്യൻ യൂണിയൻ പ്രസിഡന്റ് ശ്രീ സക്കീർ ഹുസൈൻ കൃഷ്ണൻ നായർക്ക് അവാർഡ് സമ്മാനിച്ചു. അവാർഡ് സ്വീകരിക്കാൻ ഡൽഹിയിൽ പോയപ്പോൾ കൂടെ ഭാര്യ കല്യാണിക്കുട്ടിയും ഉണ്ടായിരുന്നു. ഡൽഹിയിൽ നിരവധി സംഘടനകൾ കൃഷ്ണൻ നായരെ അനുമോദിച്ചു. തുടർന്ന് നാട്ടിൽ വന്നതിനുശേഷം നിരവധി കഥകളിക്ലബ്ബുകളും ആരാധകരും കൃഷ്ണൻ നായർക്ക് സ്വീകരണങ്ങൾ നല്കി.

1970 ഏപ്രിൽ 21 ആണ് പത്മശ്രീ, കൃഷ്ണൻ നായർക്ക് ലഭിക്കുന്നത്, അത് 56-ാമത്തെ വയസ്സിലായിരുന്നു. 1970 ലെ പത്മശ്രീ പ്രഖ്യാപനം ഉണ്ടായത് ഏപ്രിൽ ആദ്യവാരത്തിലായിരുന്നു അത് കഴിഞ്ഞ് ഒരാഴ്ചയ്ക്കകം ഇത് സംബന്ധിച്ച ഔദ്യോഗിക അറിയിപ്പ് കൃഷ്ണൻ നായർക്ക് ലഭിച്ചു. ഏപ്രിൽ 18 ന് കൃഷ്ണൻ നായർ ഡൽഹിയിലേക്ക് പുറപ്പെട്ടു. സുഹൃത്തും ആരാധകനുമായ ശിവശങ്കര മേനോൻ ഡൽഹിയിൽ അദ്ദേഹത്തെ സ്വീകരിക്കാനുണ്ടായിരുന്നു. സർക്കാർ താമസസൗകര്യം ഏർപ്പെടുത്തിയിരുന്നു വെങ്കിലും ശിവശങ്കര മേനോന്റെ വീട്ടിലായിരുന്നു അദ്ദേഹം താമസിച്ചിരുന്നത്. തൊട്ടടുത്ത ദിവസം ഡൽഹി ദൂരദർശൻ കൃഷ്ണൻ നായരുടെ

അഭിമുഖം സംപ്രേക്ഷണം ചെയ്തു. അഭിമുഖത്തോടൊപ്പം വേഷമില്ലാതെ ചില അഭിനയഭാഗങ്ങൾ കൂടി അഭിമുഖത്തിൽ ഉൾപ്പെടുത്തി. തൊട്ടടുത്ത ദിവസം ഡൽഹിയിലെ കഥകളി ക്ലബ്ബുകളും മലയാളി അസോസിയേഷനും അദ്ദേഹത്തെ ആദരിച്ചു. പ്രധാന മന്ത്രി ഇന്ദിരാഗാന്ധി പത്മശ്രീ ലഭിച്ച വ്യക്തികൾക്ക് സൽക്കാരം നല്കുകയും സൽക്കാര ചടങ്ങിൽവെച്ച് കൃഷ്ണൻ നായർ ഇന്ദിരാഗാന്ധിയോട് സംസാരിക്കുകയും ചെയ്തു. ദ്വിഭാഷിയായി ശിവശങ്കരമേനോൻ ഉണ്ടായിരുന്നു. തുടർന്ന് നാട്ടിൽ എത്തിയ കൃഷ്ണൻ നായർക്ക് ആരാധകർ നിരവധി സ്വീകരണങ്ങൾ ഒരുക്കി.

1986 ൽ കേന്ദ്രസർക്കാർ സീനിയർ ഫെലോഷിപ്പ് നല്കി കൃഷ്ണൻ നായരെ ആദരിച്ചു.

ഷഷ്ടി പൂർത്തിക്ക് ശേഷം കൃഷ്ണൻ നായരെ പലവിധ ശാരീരിക അസ്വസ്ഥതകൾ അലട്ടിക്കൊണ്ടിരുന്നു വിദേശ പര്യടനത്തിനിടെ അസുഖം വന്നപ്പോൾ അവിടെ ഡോക്ടർമാരുമായി സംസാരിച്ചിരുന്നു എങ്കിലും അവിടെ താമസിച്ച് ചികിത്സിക്കുകയും ഭീമമായ തുക ചെലവാക്കുകയും ചെയ്യണമെന്നുള്ളതുകൊണ്ട് കൃഷ്ണൻ നായർ ആ ഉദ്യമത്തിൽനിന്നും പിന്മാറുകയാണുണ്ടായത്. എം കെ കെ നായരുമായി സംസാരിച്ചപ്പോൾ വെല്ലൂരിലെ പ്രഗത്ഭനായ ഒരു ഡോക്ടർ എറണാകുളം മെഡിക്കൽ ട്രസ്റ്റ് ആശുപത്രിയിൽ ഉണ്ട് എന്നും അദ്ദേഹത്തെ കണ്ട് ചികിത്സ നടത്തിയാൽ മതി എന്നും ഉപദേശിച്ചു. ഇതേത്തുടർന്ന് കൃഷ്ണൻ നായർ മെഡിക്കൽ ട്രസ്റ്റ് ആശുപത്രിയിലാണ് ചികിത്സ നടത്തിയത്. ഡോക്ടർ ഒരു ഓപ്പറേ ഷൻ നിർദ്ദേശിക്കുകയും മൂന്നാം ദിവസം ഓപ്പറേഷൻ നടത്തുകയും ചെയ്തു. തുടർന്ന് ചികിത്സയുമായി മൂന്ന് മാസക്കാലം കൃഷ്ണൻ നായർ ആശുപത്രിയിൽ തുടർന്നു. പിന്നീട് ആശുപത്രി വിട്ടു എങ്കിലും ഒരു വർഷ ക്കാലം കളിക്കൊന്നും പോകാതെ വീട്ടിൽ വിശ്രമിച്ചു. ഒരു വർഷത്തെ ഇടവേളയ്ക്കു ശേഷം വേഷം കെട്ടുന്നത് ഗുരുവായൂരപ്പന്റെ മുൻപിൽ തന്നെ വേണമെന്ന് മനസ്സുകൊണ്ട് തീരുമാനിച്ചു. കൃഷ്ണൻ നായർ ഗുരു വായൂരപ്പന്റെ മുൻപിൽ രുഗ്മിണീ സ്വയംവരം അവതരിപ്പിച്ചു. കൃഷ്ണൻ നായരുടെ ബ്രാഹ്മണനും മാങ്കുളത്തിന്റെ കൃഷ്ണനുമായിരുന്നു അരങ്ങിൽ.

അരങ്ങത്തുനിന്നും ഒരു വർഷത്തോളം വിട്ട് നീന്നപ്പോൾ കൃഷ്ണൻ നായർ ഇനി ഒരിക്കലും അരങ്ങത്ത് വരില്ല എന്ന പ്രചാരണം വ്യാപക മായി ഉണ്ടായി. കൃഷ്ണൻ നായർ കഥകളി ജീവിതം അവസാനിപ്പിച്ചു. എന്നും ആരോഗ്യം പൂർണ്ണമായും നശിച്ചുവെന്നും പ്രചരിപ്പിച്ചവർക്ക് മറു പടിയായിരുന്നു, ഗുരുവായൂരിലെ അരങ്ങ്. ഗുരുവായൂരിലെ അരങ്ങിന് ശേഷം, അരങ്ങത്തുനിന്നും അരങ്ങത്തേക്ക് ഓടി നടന്ന് കൃഷ്ണൻ നായർ വേഷങ്ങൾ ചെയ്തു. പതിവിൽ കൂടുതൽ അരങ്ങുകൾ ആ വർഷം കൃഷ്ണൻ നായർക്ക് കിട്ടി.

ഡൽഹി ദൂരദർശൻ കഥകളിയെ കുറിച്ച് 42 മിനിറ്റ് ദൈർഘ്യമുള്ള പരിപാടി എടുക്കാൻ നിശ്ചയിച്ചതായി കൃഷ്ണൻ നായർക്ക് വിവരം

ലഭിച്ചു. ബ്ലാക്ക് ആന്റ് വൈറ്റിന്റെ യുഗമായിരുന്നു അന്ന്. അതുകൊണ്ട് തന്നെ ആ പ്രോഗ്രാം അത്രയ്ക്ക് ശോഭിച്ചില്ല. ബലഭദ്രൻ, കീചകൻ, കല്യാ ണസൗഗന്ധികത്തിലെ ചിലഭാഗങ്ങൾ എന്നിവയാണ് അന്ന് ഷൂട്ട് ചെയ്തത്. പിന്നീട് കളർ ടെലിവിഷൻ വന്നതിനുശേഷവും ഡൽഹി ദൂര ദർശൻ കൃഷ്ണൻ നായരുടെ കഥകളി ഷൂട്ട് ചെയ്തിരുന്നു.

1970 ൽ കൃഷ്ണൻ നായർക്ക് വളരെ ദുഃഖമുണ്ടായ സംഭവം നടന്നു. വാഴേങ്കട കുഞ്ചുനായർ അന്തരിച്ചു. കൃഷ്ണൻ നായർക്ക് വ്യക്തിപരമായി വലിയ ആഘാതമുണ്ടാക്കിയ മരണമായിരുന്നു അത്. ഇവരുടെ കൂട്ടുവേ ഷങ്ങൾ വളരെ പ്രസിദ്ധമാണ്. മദ്രാസിലെ ഒരു കളിസ്ഥലത്ത് നളചരിത ത്തിലെ രണ്ടാം ദിവസമാണ് ഏർപ്പാടാക്കിയത്. പുഷ്കരന്റെ വേഷം കൃഷ്ണൻ നായർക്കും നളൻ വാഴേങ്കട കുഞ്ചു നായർക്കുമാണ് നിശ്ചയി ച്ചിരുന്നത്. തലേദിവസം മദ്രാസിൽ എത്തിയ കുഞ്ചുനായർ സംഘാടക രോട് പറഞ്ഞു. "ഇപ്പോൾ നിശ്ചയിച്ചിരിക്കുന്ന വേഷം നേരെ മറിച്ചാക്കി യാൽ, കൃഷ്ണൻ നായരുടെ നളനും എന്റെ പുഷ്കരനുമാണെങ്കിൽ അത് കൂടുതൽ നന്നാവും. മറിച്ച് കൃഷ്ണൻ നായർ പുഷ്കരൻ ചെയ്യുകയാ ണെങ്കിൽ നളചരിതത്തിനുപകരം പുഷ്കരചരിതമാകും നടക്കുക അത നുസരിച്ച് വേഷങ്ങൾ മാറ്റിയാണ് കളിച്ചത്. അദ്ദേഹത്തിന്റെ വിശാലമന സ്കതയും സംസ്കാരവും മനഃശുദ്ധിയും വിവേകവും അധികം കലാകാ രന്മാർക്കും ഇല്ല എന്ന് തന്നെ പറയേണ്ടിവരുന്നു.

1984 ഏപ്രിൽ 12-ാം തീയതി കൃഷ്ണൻനായരുടെ70-ാം പിറന്നാൾ ഗംഭീരമായി ആഘോഷിക്കാൻ ആരാധകരും സഹൃദയരും തീരുമാനിച്ചു. അന്നത്തെ മുഖ്യമന്ത്രി കെ കരുണാകരന് 12-ാം തീയതി പരിപാടിയിൽ പങ്കെടുക്കാൻ പറ്റാത്തതു കാരണം 13-ാം തീയതി എത്തി പൊന്നാടയും വീരശൃഖലയും അദ്ദേഹത്തിന് സമ്മാനിച്ചു. കേന്ദ്രസംഗീത നാടക അക്കാ ദമി ചെയർമാൻ യോഗത്തിൽ വിശിഷ്ടാതിഥിയായി പങ്കെടുത്തു. സപ്തതി പരിപാടികളോടനുബന്ധിച്ച് കൃഷ്ണൻ നായരെ കുറിച്ചുള്ള ഡോക്യു മെന്ററിയുടെ സ്വിച്ച് ഓൺ കർമ്മം കെ കരുണാകരനാണ് നിർവ്വഹിച്ചത്. മാത്യുപോൾ നിർമ്മാണവും സംവിധാനവും നിർവ്വഹിച്ചു. 70 വയസ്സുള്ള കൃഷ്ണൻ നായരുടെ ജീവിതമാണ് ഡോക്യുമെന്ററിയിൽ പരാമർശിച്ചത്. പലകാരണങ്ങൾകൊണ്ട് ഡോക്യുമെന്ററി പൂർത്തിയാക്കുന്നതിന് 6 മാസ ത്തോളം താമസം വന്നു.

1985 ആയപ്പോഴേയ്ക്കും കൃഷ്ണൻ നായർക്ക് ഫിസ്റ്റുല അസുഖം പിടിപെട്ടു. രോഗം ആണ് എന്നറിഞ്ഞിട്ടും ഫെസ്റ്റിവൽ ഓഫ് ഇന്ത്യയിൽ പങ്കെടുക്കാൻ വാഷിങ്ടണിലേക്കു പോയി. ഇത് രോഗം മൂർച്ഛിക്കാൻ കാര ണമായി. തിരിച്ചുവന്ന് ഒക്ടോബറിൽ തിരുവനന്തപുരം മെഡിക്കൽ കോളേജ് ആശുപത്രിയിൽ ഓപ്പറേഷന് വിധേയനായി. പൂർണ്ണവിശ്രമവും ഡോക്ടർമാർ നിർദ്ദേശിച്ചു. എങ്കിലും അദ്ദേഹം അതൊന്നും കൂട്ടാക്കി യില്ല. ഉടുത്തുകെട്ടുന്നത് ഡോക്ടർമാർ പൂർണ്ണമായും വിലക്കിയിരുന്നു. ഇതൊന്നും കൂസാതെ അദ്ദേഹം പൂർണ്ണത്രയീശന്റെ മുൻപിൽ വേഷം കെട്ടി.

കൃഷ്ണൻ നായർ ആശാന്റെ മകൻ ശ്രീകുമാറായിരുന്നു വളരെ ക്കാലം കളിക്കു കൂട്ടുപോയിരുന്നത്. വീട്ടിൽ പൈസയുടെ കാര്യത്തിൽ വളരെ കർക്കശക്കാരനായിരുന്ന അച്ഛൻ കളിസ്ഥലത്ത് എത്തിയ ഉടനെ പണം വയ്ക്കുന്ന അരപ്പട്ട (ബെൽറ്റ്) ഊരി ശ്രീകുമാറിനെ ഏല്പിക്കുമാ യിരുന്നു. ഇത്തരത്തിൽ പൈസയോടു കൂടി ഏല്പിക്കുന്ന അരപ്പട്ടയിൽ നിന്നും എത്രകാശ് വേണമെങ്കിലും ഉപയോഗിക്കുന്നതിനുള്ള സ്വാതന്ത്ര്യം ശ്രീകുമാറിന് നല്കിയിരുന്നു. കണക്കൊന്നും ചോദിക്കുമായിരുന്നില്ല. കളി കഴിഞ്ഞ് അണിയറയിൽ വന്ന ഉടനെ ശ്രീകുമാർ അരപ്പട്ട തിരിച്ച് കൊടുക്കും. അന്ന് ബസിലായിരുന്നു കൂടുതലും യാത്ര. ചിലപ്പോൾ രണ്ടും മൂന്നും ആഴ്ചകൾ വേണ്ടിവരും വീട്ടിൽ തിരിച്ചെത്താൻ. അവസാനനാളു കളിൽ ബസ് യാത്ര അസാദ്ധ്യമായപ്പോഴാണ് കൃഷ്ണൻ നായർ കാർ വാങ്ങിയത്. അപ്പോൾ ശ്രീകുമാറിന് ഡ്രൈവിങ് അറിഞ്ഞുകൂടാത്തതി നാൽ കൃഷ്ണകുമാറാണ് തുണയ്ക്ക് പോയിരുന്നത്. ഫിസ്റ്റുല ഓപ്പറേ ഷൻ ചെയ്ത ഭാഗത്ത് ചെറുതായി പഴുപ്പ് അനുഭവപ്പെട്ടിരുന്നു. ഇത് ഡ്രസ്സ് ചെയ്ത് കൊടുത്തിരുന്നത് ശ്രീകുമാറായിരുന്നു. അതികഠിനമായ വേദന ഉണ്ടായി മുറിവിൽനിന്ന് പഴുപ്പ് വന്നിരുന്നു എങ്കിലും കൃഷ്ണൻ നായർ വേഷം കെട്ടുമായിരുന്നു. കൃഷ്ണകുമാർ കാറിൽ അച്ഛനെ കൊണ്ടുപോ കുമെങ്കിലും അച്ഛന് (കൃഷ്ണൻനായർ) ചിട്ടപ്രകാരമുള്ള തേച്ചുകുളി നിർബ്ബന്ധമായിരുന്നു. ശ്രീകുമാറായിരുന്നു എണ്ണ തേച്ച് കൊടുക്കുന്നതും കുളിക്കാൻ വേണ്ട സൗകര്യങ്ങൾ ചെയ്ത് കൊടുക്കുന്നതും.

ഗ്രന്ഥകർത്താവ്

കലാമണ്ഡലം കൃഷ്ണൻ നായർ, ജീവിതാനുഭവങ്ങളും പ്രഗത്ഭ രായ ഗുരുക്കന്മാരിൽനിന്നും ആർജ്ജിച്ച ജ്ഞാനവും വരുംതലമുറയ്ക്കും കഥകളി ആസ്വാദകർക്കും, വിദ്യാർത്ഥികൾക്കുമായി പകർന്നു നല്കാൻ സമയം കണ്ടെത്തി. അങ്ങനെ മൂന്ന് ഈടുറ്റ ഗ്രന്ഥങ്ങൾ കൈരളിക്ക് സംഭാ വന ചെയ്തു. അദ്ദേഹത്തിന്റെ എഴുത്തിന്റെ രീതി പറഞ്ഞു കൊടുക്കു കയും വിദ്യാർത്ഥികളോ സഹപ്രവർത്തകരോ അത് പകർത്തി എഴുതു കയുമാണ് പതിവ്. ഇത്തരത്തിൽ പകർത്തി എഴുതപ്പെടുന്ന പ്രതികൾ ചങ്ങാരപ്പള്ളി നാരായണൻ പോറ്റിയെ ഏല്പിക്കുകയും അദ്ദേഹം അതിന് വേണ്ട എഡിറ്റിങ് നിർവ്വഹിച്ച് പ്രസിദ്ധപ്പെടുത്തുകയുമാണ് ചെയ്തുവ ന്നത്. *എന്റെ ജീവിതം അരങ്ങിലും അണിയറയിലും, നളചരിതം ആട്ടപ്ര കാരം, കോട്ടയം കഥകൾ ആട്ടപ്രകാരം* എന്നിവയാണ് കൃഷ്ണൻ നായ രുടെ പ്രധാന സാഹിത്യ സംഭാവനകൾ. *എന്റെ ജീവിതം അരങ്ങിലും അണിയറയിലും* എന്ന ആത്മകഥയിൽ ബാല്യം മുതൽ സപ്തതി വരെ യുള്ള കാലഘട്ടം. വളരെ വിശദമായി പ്രതിപാദിച്ചിട്ടുണ്ട്. നളചരിതം ആട്ട പ്രകാരത്തിൽ നളചരിതം ആട്ടക്കഥയുടെ ഒരു പഠനം തന്നെയാണ് കലാ മണ്ഡലം കൃഷ്ണൻ നായർ നടത്തിയത്. എൻ വി കൃഷ്ണവാര്യർ അവ താരിക എഴുതിയ ഗ്രന്ഥം പ്രസിദ്ധീകരിച്ചത് കേരള സംഗീത നാടക അക്കാദമിയാണ്. രംഗസൗഭഗംകൊണ്ടും സാഹിത്യസൗന്ദര്യംകൊണ്ടും മികച്ചു നില്ക്കുന്ന നളചരിതം ആട്ടക്കഥ എന്ന സാഹിത്യസൃഷ്ടിയിലൂടെ സാധാരണ ജനങ്ങളെ ആകർഷിക്കുന്നതിന് കൃഷ്ണൻ നായർക്ക് സാധി ച്ചു. പാരമ്പര്യസിദ്ധമായ അഭിനയക്രമത്തെ തന്റെ അനുഭവ സംശുദ്ധമായ പ്രതിഭാപ്രകാശത്തിൽ വച്ച് സംസ്കരിച്ച് കൃഷ്ണൻ നായർ കൈരളിക്ക് സംഭാവന ചെയ്തു. ഓരോ പദവും ആടുമ്പോൾ കടലിലെ തിരമാല

പോലെ ഉയരുകയും താഴുകയും ചെയ്യുന്ന അനവധി സഞ്ചാരീ ഭാവങ്ങളെ നടൻ സ്ഥായീ ഭാവത്തെ നിലനിർത്തിക്കൊണ്ട് തന്നെ ആവിഷ്കരിക്കേ ണ്ടതുണ്ട് എന്ന് കൃഷ്ണൻ നായർ തന്റെ ഗ്രന്ഥത്തിലൂടെ പറയുന്നു. ആശ്ചര്യകരമായ ഒരു അഭിനയപ്രകാരമാണ് നളനെ ആവേശിക്കാൻ തരം നോക്കി കലിയുടെ ചേഷ്ടകളുടെ വിവരണത്തിലൂടെ നമുക്ക് നല്കുന്ന ത്. പന്ത്രണ്ട് സംവത്സരം നീണ്ട കലിയുടെ കാത്തിരിപ്പിനെ ഏതാനും നിമിഷങ്ങൾകൊണ്ട് നടൻ രംഗത്ത് അവതരിപ്പിക്കുകയാണ്. ഇവിടെ നാം കാണുന്നത് കാലാതിവർത്തിയായ കലാവൈഭവത്തെയാണ്. കഥകളി വിദ്യാർത്ഥികൾക്കും അദ്ധ്യാപകർക്കും ആസ്വാദകർക്കും ഇതൊരു കൈ പുസ്തകമാണ്.

കൃഷ്ണൻ നായരുടെ മൂന്നാമത്തെ പുസ്തകമായ *കോട്ടയം കഥ കൾ ആട്ടപ്രകാരം* എന്ന ഗ്രന്ഥം കോട്ടയത്തു തമ്പുരാന്റെ കല്യാണസൗ ഗന്ധികം, ബകവധം, കിർമ്മീരവധം, നിവാതകവച കാലകേയവധം എന്നീ കഥകളുടെ ആട്ടപ്രകാരം ഉൾക്കൊള്ളുന്നവയാണ്. കഥകളി ലോകത്തെ യുവകലാകാരന്മാർക്കും ആസ്വാദകരന്മാർക്കും ഏറെ പ്രയോജനം ചെയ്യുന്നതാണ് *കോട്ടയം കഥകൾ ആട്ടപ്രകാരം*.

കലാമണ്ഡലം കൃഷ്ണൻ നായരുടെ ആരാധകനായും സന്തത സഹ ചാരിയുമായിരുന്ന ശശിതമ്പുരാൻ നളചരിതത്തിന്റെ ആട്ടപ്രകാരം പകർത്തി എഴുതാനും മറ്റും സഹായിച്ചിട്ടുണ്ട്. ആശാന്റെ കളിയെ കുറിച്ചോ വേഷത്തെകുറിച്ചോ അഭിപ്രായം പറഞ്ഞാൽ കൃഷ്ണൻ നായർ അത് രണ്ട് കൈയും നീട്ടി സ്വീകരിക്കുമായിരുന്നു, സന്താന ഗോപാലന ത്തിലെ രൂക്ഷസഹായം ഉപേക്ഷിച്ച് എന്ന പദത്തിൽ കൃഷ്ണൻ നായർ സാധാരണ ആടിയിരുന്നത് കൃഷ്ണന്റെ സഹായം എന്നാണ്. ഏറ്റവും വലിയ സഹായം എന്നല്ലേ എന്ന് ചോദിച്ചപ്പോൾ അത് അംഗീകരിക്കു കയും തുടർന്ന് ചോറ്റാനിക്കര അമ്പലത്തിൽ നടന്ന കളിയിൽ കൃഷ്ണന്റെ സഹായം എന്ന് ആടി അർജ്ജുനന്റെ ഏറ്റവും വലിയ സഹായം എന്ന് കൂടി കാണിച്ചു. പറയുന്നതിൽ യുക്തിയുണ്ട് എന്ന് ബോദ്ധ്യപ്പെട്ടാൽ പറ യുന്നത് പ്രായം കുറഞ്ഞ ആളാണ് എങ്കിൽപ്പോലും അത് ഉൾക്കൊള്ളാൻ ആശാൻ തയ്യാറാകുമായിരുന്നു.

തെക്കൻ ദിക്കുകളിൽ ജീവല—വാർഷ്ണേയന്മാരുടെ ഭാഗം തമാശ രൂപത്തിൽ ആശാൻ ആടുമായിരുന്നു. ഇത് ആട്ടത്തിന് കോട്ടം വരുത്തില്ലേ എന്ന് ചോദിച്ചപ്പോൾ ആസ്വാദകരെ ഒന്ന് രസിപ്പിക്കുക എന്നു മാത്രമേ ഉദ്ദേശിക്കുന്നുള്ളൂ എന്നദ്ദേഹം പറയുമായിരുന്നു. എന്നും ആശാന് മുഖ്യം ആസ്വാദകർ തന്നെയായിരുന്നു. ഉയർച്ചയും താഴ്ചയും ആയി വേണം അഭിനയിക്കാൻ ഇത് മോശമായി പോയി എന്നു തോന്നുമ്പോൾ അടു ത്ത് കേമമായി വരണം. ഒരു മഴ കഴിഞ്ഞ് വെയിൽ എന്ന പോലെ എങ്കിൽ മാത്രമേ അത് സ്വീകരിക്കപ്പെടുകയുള്ളൂ അല്ലെങ്കിൽ വളരെ വിരസമായി പോകും എന്ന പക്ഷക്കാരനാണ് കൃഷ്ണൻ നായർ.

തൃപ്പൂണിത്തറ അമ്പലത്തിലെ ഉത്സവകളിക്ക് നളചരിതം മൂന്നാം ദിവ

സത്തെ കഥ ആടാൻ ഒട്ടും ഉന്മേഷമില്ലാതെ ആശാൻ അരങ്ങിൽ വന്നു. നിരാശരായ ആരാധകർ അണിയറയിൽ ചെന്ന് കണ്ട് പറഞ്ഞു, "ആശാന്റെ കളികാണാനായി ദൂരെദിക്കിൽനിന്ന് വന്നവരാണ് ഞങ്ങൾ. ഞങ്ങളെ നിരാ ശപ്പെടുത്തരുത്." അടുത്ത രംഗത്ത് വന്നപ്പോൾ ആദ്യരംഗത്ത് കണ്ട ആശാനേ ആയിരുന്നില്ല അരങ്ങത്ത്. കാണികളെ ഇളക്കി മറിച്ച് കൈയടി വാങ്ങിയാണ് ആശാൻ അരങ്ങുവിട്ടത്, ഇത് കൃഷ്ണൻ നായർക്ക് മാത്രം സാധിക്കുന്ന ഒരു കഴിവാണ്. അദ്ദേഹം അരങ്ങത്ത് വേഷം ചെയ്യുമ്പോൾ കാണികളുടെ നേർക്കുള്ള ലൈറ്റ് ഓഫ് ചെയ്യാൻ സംഘാടകരെ സമ്മ തിക്കുമായിരുന്നില്ല. ആശാൻ കാണികളുടെ പ്രതികരണം കിട്ടാൻ വേണ്ടി യാണിത്. കാണികളുടെ പ്രതികരണത്തിൽനിന്നും ഊർജ്ജം ഉൾക്കൊ ണ്ടാണ് ആശാൻ അരങ്ങത്ത് വേഷം ചെയ്യാറ്, ഒപ്പം ഭാവത്തിന് കൂടുതൽ പ്രാധാന്യം നല്കി എല്ലാവർക്കും മനസ്സിലാകുന്ന രീതിയിൽ വേഷം ചെയ്യാൻ കൃഷ്ണൻ നായർ പ്രത്യേകം ശ്രദ്ധിച്ചിരുന്നു ആശാന്റെ കളി ദൂരസ്ഥലങ്ങളിൽ ഉണ്ടാകുമ്പോൾ ശശി തമ്പുരാനും സംഘവും പോകു മായിരുന്നു. വേഷം കഴിഞ്ഞാൽ ആശാൻ ചിലപ്പോൾ വേഗം മടങ്ങും കൂടെ പോയ ശശി തമ്പുരാനും സംഘവും കളി ഉപേക്ഷിച്ച് ആശാന്റെ കൂടെ മടങ്ങും. വേഷം അഴിക്കുമ്പോൾ അണിയറയിലും തിരിച്ചുള്ള യാത്രയിലുടനീളവും ആശാന്റെ സംസാരം കേൾക്കാനായിരുന്നു ഈ യാത്ര. അതൊരു അനുഭവമായിരുന്നു എന്ന് ശശി തമ്പുരാൻ പറയുന്നു. ആരുടെയെങ്കിലും പ്രീതി പിടിച്ചുപറ്റി നേട്ടമുണ്ടാക്കാൻ ആശാൻ ഒന്നും ചെയ്യാറില്ല. എല്ലാ കാര്യങ്ങളിലും സ്വന്തമായൊരു നിലപാട് ആശാനു ണ്ടായിരുന്നു. ആശാനെ മുൻപിൽനിന്നും പിൻപിൽ നിന്ന് കുത്തിയവ രോടും അദ്ദേഹം ഒന്നും ചെയ്തില്ല. എല്ലാം വിധിക്കും കാലത്തിനും വിട്ടു കൊടുക്കുകയാണുണ്ടായത്. ആശാന്റെ ശിഷ്യരിൽ പ്രമുഖനായ ആർ എൽ വി പിഷാരടി പറഞ്ഞത് "നല്ലമനസ്സിനുടമ. വേറൊരു വിരൽ മടക്കാനില്ല."

അരങ്ങിലെ അസ്തമയം

കല്യാണിക്കുട്ടി അമ്മയും കൃഷ്ണൻ നായരും തമ്മിലുള്ള ബന്ധം വൈരുദ്ധ്യങ്ങളുടെയും തികഞ്ഞ പാരസ്പര്യത്തിന്റേതും ആയിരുന്നു. അദ്ദേഹത്തിന്റെ ആവശ്യങ്ങൾ അറിഞ്ഞ് പ്രവർത്തിക്കാൻ കല്യാണിക്കുട്ടി അമ്മയ്ക്ക് കഴിഞ്ഞിരുന്നു. അദ്ദേഹത്തിന്റെ ഭക്ഷണക്രമം, ആയുർവേദ ചികിത്സ, എണ്ണ, കുഴമ്പ് മുതലായവ തയ്യാറാക്കുന്ന ജോലി തുടങ്ങി എല്ലാം താൻ തന്നെ ചെയ്യണമെന്ന് അവർക്ക് നിർബ്ബന്ധമുണ്ടായിരുന്നു. ഒരിക്കലും ജപം മുടക്കാറില്ലാത്ത കൃഷ്ണൻ നായർ ഒരിക്കൽ കളി കഴിഞ്ഞ് വന്ന് കുളിച്ചു പൂജാമുറിയിലേക്ക് കയറിയപ്പോൾ വീണു. ശബ്ദം കേട്ട് ഓടി ച്ചെന്ന കല്യാണിക്കുട്ടി അമ്മ പൂജാമുറിയിൽ വീണുകിടക്കുന്ന കൃഷ്ണൻ നായരെയാണ് കണ്ടത്. കല്യാണിക്കുട്ടി അമ്മ പിടിച്ചെഴുന്നേല്പിച്ച് തോളിൽ ചാരികിടത്തി അപ്പോഴേക്കും ബോധം വന്നു. തോളിൽ ചാരി ക്കിടന്ന് ജപം പൂർത്തിയാക്കി. ഒരു മണിക്കൂറിൽ കൂടുതൽവരുന്നതാണ് അദ്ദേഹത്തിന്റെ ജപം. അത്രയും നേരം ആ ഇടുങ്ങിയ പൂജാമുറിയിൽ കൃഷ്ണൻ നായരെ തോളിൽ ചാരി കിടത്തി കല്യാണിക്കുട്ടി അമ്മ. കൃഷ്ണൻ നായർക്ക് എന്താണ് വേണ്ടത് എന്ന് പറയാതെ തന്നെ മനസ്സ് വായിച്ചെടുക്കുവാനുള്ള കഴിവ് കല്യാണിക്കുട്ടി അമ്മയ്ക്കുണ്ടായിരുന്നു. ഇവർ പരസ്പരം "ഹേ" എന്നായിരുന്നു അഭിസംബോധന ചെയ്തിരുന്ന ത്. കല്യാണിക്കുട്ടി അമ്മയുടെ എല്ലാ അഭിപ്രായങ്ങൾക്കും അർഹിക്കുന്ന പ്രാധാന്യം കൃഷ്ണൻ നായർ നല്കിയിരുന്നു. ഇവർ തമ്മിൽ വലിയ അഭി പ്രായ വ്യത്യാസമാണ് എന്ന് പറഞ്ഞ് പ്രചരിപ്പിക്കുവാൻ ചിലർ ശ്രമിച്ചി രുന്നു. വഴക്കുകളും അഭിപ്രായ വ്യത്യാസങ്ങളും പിണക്കങ്ങളും ഏത് കുടുംബത്തിലെന്ന പോലെ ഇവർക്കിടയിലും ഉണ്ടായിരുന്നു. അപൂർവ്വം ചില സന്ദർഭങ്ങളിൽ കല്യാണിക്കുട്ടി അമ്മ പിണങ്ങിപ്പോയിട്ടുമുണ്ട്. പിറ്റേ

ദിവസം കൃഷ്ണൻ നായർ തിരിച്ചുവിളിച്ച് കൊണ്ടുവരികയാണ് പതിവ്. അവർ പരസ്പര ധാരണയുണ്ടായിരുന്ന ദമ്പതികൾ തന്നെയായിരുന്നു.

1990 ൽ കൃഷ്ണൻ നായരുടെ 77-ാമത്തെ വയസ്സിൽ തൃശൂർ സരോജ നഴ്സിങ് ഹോമിൽ, കൃഷ്ണൻ നായരെ ഫിസ്റ്റുല ഓപ്പറേഷനോട് അനു ബന്ധിച്ചുള്ള ഇൻഫെക്ഷൻമൂലം പ്രവേശിപ്പിച്ചു. 40 ദിവസത്തോളം കൃഷ്ണൻ നായർ ആശുപത്രിയിൽ ചികിത്സ തേടി. അസുഖം ഏറക്കുറെ ഭേദം ആകുകയും രണ്ടു ദിവസത്തിനകം ആശുപത്രി വിടാം എന്ന് ഡോക്ടർ പറയുകയും ചെയ്തു. പനി വരാതെ സൂക്ഷിക്കണം എന്ന് ഡോക്ടർ പ്രത്യേകം നിർദ്ദേശിച്ചിരുന്നു. ഈ ഇടയ്ക്കാണ് ചെണ്ട, ഇടയ്ക്ക കലാകാരനായ ഞരളത്ത് രാമപൊതുവാളിനെ ഇതേ ആശുപത്രിയിൽ പ്രവേശിപ്പിച്ചത്. ആശുപത്രിയിൽ ഒരു കൂട്ട് കിട്ടി. ഇവർ ആശുപത്രി വരാ ന്തയിലായിരുന്നു, കൂടുതൽ സമയവും ചെലവഴിച്ചിരുന്നത്. ഇവർ വരാ ന്തയിൽസംസാരിച്ച് കൊണ്ടിരിക്കെ ഒരു രോഗിയെ ആശുപത്രിയിൽ കൊണ്ടുവരികയും ആ രോഗി അവരുടെ രണ്ടുപേരുടെയും മുൻപിൽ വച്ച് ഹൃദയസ്തംഭനംമൂലം മരിക്കുകയും ചെയ്തു. ഈ സംഭവം കൃഷ്ണൻ നായർക്ക് വലിയ ആഘാതമായി. അന്ന് വൈകുന്നേരത്തോടുകൂടി അദ്ദേ ഹത്തിന്റെ ആരോഗ്യസ്ഥിതി വഷളാകുകയും പനിബാധിക്കുകയും ചെയ്തു. രാത്രിയായപ്പോഴേക്കും ഡോക്ടർ വന്ന് മരുന്നുകൾ നല്കി എങ്കിലും അർദ്ധബോധാവസ്ഥയിലേക്കുമാറുകയാണുണ്ടായത്. ഈ അവ സ്ഥയിലും ഏതോ ഒരു പദം മനസ്സിൽ പാടി മുദ്രകൾ കാണിച്ചു. അദ്ദേഹം കുറച്ചുകഴിഞ്ഞപ്പോൾ വാതിൽക്കൽ കൃഷ്ണൻ നായർ ആരെയോ കണ്ടു. കണ്ണിലെ ചൈതന്യത്തിൽനിന്നും സന്തോഷത്തിൽനിന്നും കൃഷ്ണൻ നാ യർക്ക് അത്രയും വേണ്ടപ്പെട്ട ആരോ ആണ് എന്ന് കല്യാണിക്കുട്ടിയമ്മ മനസ്സിലാക്കി. വാതിൽക്കൽ വന്ന രൂപം പതുക്കെ അദ്ദേഹത്തിന്റെ കാൽക്കൽ വരുന്നതായി അവർ അദ്ദേഹത്തിന്റെ കണ്ണുകളിൽനിന്ന് മന സ്സിലാക്കി. കാൽക്കൽ ആരോ നില്ക്കുന്നു എന്ന് സങ്കല്പിച്ച് കൈകൾ രണ്ടും കൂപ്പി ഓം എന്ന് രണ്ട് തവണ പറഞ്ഞു. മൂന്നാം തവണ ഓം എന്ന് പറയുന്നതിനു മുൻപെ കൂപ്പിയകൈകൾ അയഞ്ഞുവീണു.

1990 ആഗസ്ത് 15 പകൽ ആശുപത്രി നടപടികൾ പൂർത്തിയാക്കി മഹാനടന്റെ മൃതശരീരവും വഹിച്ചുകൊണ്ട് തൃശൂരിൽനിന്നും ആംബു ലൻസ് തൃപ്പൂണിത്തുറയിലേക്ക് പുറപ്പെട്ടു. തൃശൂർ നഗരത്തിൽ അന്ന് ആഗസ്ത് 15 പ്രമാണിച്ച് വലിയ ഘോഷയാത്ര നടക്കുകയായിരുന്നു. മഹാ നടന്റെ അന്ത്യയാത്രയ്ക്ക് വേണ്ടി അവർ വഴി മാറി കൊടുത്തു. തൃപ്പൂണി ത്തുറയിൽ എത്തിച്ച മൃതദേഹം പൊതുദർശനത്തിന് വച്ചു ആയിരങ്ങൾ അന്ത്യോപചാരം അർപ്പിച്ചശേഷം വീട്ടുവളപ്പിൽ സംസ്കരിച്ചു.

അഭിനയ തേജസ്സ്

അരങ്ങിൽ വിസ്മയങ്ങൾ തീർക്കുന്നതോടൊപ്പം നിരവധി സോദോ ഹരണ പ്രഭാഷണങ്ങൾ (ലക്ചർ ഡെമോൺസ്ട്രേഷൻ) കൃഷ്ണൻ നായർ നടത്തിയിട്ടുണ്ട്. അവസാന കാലത്ത് SPIC-MACAY യുടെ നേതൃ ത്വത്തിൽ ഡൽഹി, കൽക്കട്ട, ബാംഗ്ലൂർ തുടങ്ങിയ നഗരങ്ങളിൽ നടത്തിയ ലക്ചരൻ ഡെമോൺസ്ട്രേഷന് കൂട്ട് പോയത് മകൾ ശ്രീദേവിയായിരു ന്നു. ഒരു കസവ് മുണ്ടുടുത്ത് കസവ് വേഷ്ടി അരയിൽ കെട്ടും, കഴുത്തിൽ രുദ്രാക്ഷമാല ഇത്രയുമാണ് വേഷം. മുഖത്തെഴുത്തില്ലാതെ കണ്ണുമാത്രം എഴുതും. കണ്ണിന് കാഴ്ചകുറവ് ആയതിനാൽ അരങ്ങത്തേക്ക് കൈപി ടിച്ച് വേണം കൊണ്ടുപോകാൻ. ഇങ്ങനെ കൈപിടിച്ചുകൊണ്ടുപോകു മ്പോൾ പലർക്കും തോന്നും ഇദ്ദേഹം അരങ്ങത്ത് വന്ന് എന്ത് ചെയ്യാൻ പോകുന്നുവെന്ന്. അരങ്ങത്ത് വന്നുകഴിഞ്ഞാൽ ശാന്തമായി ഒന്ന് തൊഴും. നവരസങ്ങളിൽ തുടങ്ങി കാണികളെ സ്വർഗ്ഗത്തിലും, നരകത്തിലും ഈരേഴു പതിനാലു ലോകത്തിലും കൃഷ്ണൻ നായർ കൂട്ടി കൊണ്ടു പോകും. കൂടുതലും വിദേശികളായതുകൊണ്ട് ശ്രീദേവി മൈക്കിലൂടെ ഇംഗ്ലീഷിൽ വിശദീകരണം നല്കുമായിരുന്നു. പരിപാടി കഴിഞ്ഞാൽ കാണികളെല്ലാം അരങ്ങത്ത് കയറിവന്ന് അദ്ദേഹത്തെ പൊതിയും, ആദ രിക്കും.

കൃഷ്ണൻ നായരുടെ അവസാനത്തെ വേദി ബാംഗ്ലൂരായിരുന്നു. കോളേജ് വിദ്യാർത്ഥികൾക്കായി SPIC-MACAY സംഘടിപ്പിച്ച ലക്ചർ ഡെമോൺസ്ട്രേഷനായിരുന്നു വേദി. ഫിസ്റ്റുല ഓപ്പറേഷൻ കഴിഞ്ഞ് നല്ല അവശനായിരിക്കുമ്പോഴായിരുന്നു പരിപാടി. പതിവുപോലെ ശ്രീദേവി ഇംഗ്ലീഷിൽ മുദ്രകൾ വിശദീകരിച്ചുകൊണ്ടിരുന്നു. സംഘാടകയായ യുവതി വന്ന് ശ്രീദേവിയുടെ ചെവിയിൽ പറഞ്ഞു നിങ്ങൾ ഇനി വിശദീ

കരിക്കേണ്ട ആവശ്യമില്ല. കുട്ടികൾ ശരിക്കും ആസ്വദിക്കുന്നുണ്ട്. പിന്നീട് ഇംഗ്ലീഷ് വിശദീകരണം ഇല്ലാതെയാണ് ലക്ചർ ഡെമോൺസ്ട്രേഷൻ നടന്നത്. നിറഞ്ഞ ഹർഷാരവത്തോടുകൂടിയാണ് ആ അവസാനവേദിയിൽ നിന്ന് കാണികൾ കൃഷ്ണൻ നായരെ യാത്രയാക്കിയത്.

നേരം വെളുക്കുവോളം ഉറക്കമിളച്ച് കണ്ട അച്ഛന്റെ വേഷങ്ങൾ ഇന്നും മങ്ങാതെ, മായാതെ ആ മകളുടെ മനസ്സിലുണ്ട്. ശ്രീദേവിയുടെ മകൾ കൊപ്പം മുത്തച്ഛൻ വേഷം കെട്ടി അരങ്ങത്തു വന്ന അപൂർവ്വതയ്ക്കും അവർ സാക്ഷി.

ഡൽഹി കമാനി ആഡിറ്റോറിയത്തിൽ ത്രിവേണി സംഗമം എന്ന നൃത്തശില്പം അമ്മയ്ക്കും, സഹോദരി ശ്രീകലയ്ക്കുമൊപ്പം അവതരി പ്പിച്ച് നാട്ടിൽ വന്ന സമയത്ത് കൃഷ്ണൻ നായർ ആശുപത്രിയിലായിരു ന്നു. വലിയ പ്രശംസ ആ നൃത്ത ശില്പം നേടിയെങ്കിലും അച്ഛന്റെ അസുഖം മനസ്സിന്റെ സന്തോഷത്തെ കെടുത്തി. പരിപാടിക്ക് പോകുന്നില്ല എന്ന് കൃഷ്ണൻ നായരോട് പറഞ്ഞപ്പോൾ അദ്ദേഹം അതിന് അനുവദി ച്ചില്ല. നിർബ്ബന്ധിച്ച് ഡൽഹിക്ക് അയക്കുകയാണുണ്ടായത്.

അതിമാവ്, മഹിമാവ്, ലഘിമാവ്, ഗരിമാവ്, ഈശത്വം വശിത്വം, പ്രാപ്തി, പ്രാകാശ്യം എന്നിങ്ങനെ. അഷ്ടൈശ്വര്യ സിദ്ധികളുമുള്ള നട നായിരുന്നു കൃഷ്ണൻ നായർ. അതിഗഹനമായ ഭാവങ്ങളെ പ്രതിഫലി പ്പിക്കാൻ അഭിനയ പാടവത്തിന്റെ തൊടുമർമ്മങ്ങളുടെ മിന്നലാട്ടംകൊണ്ട് അദ്ദേഹത്തിനു കഴിഞ്ഞു. അദ്ദേഹത്തിനു അതിസൂക്ഷ്മമായ ഭാവങ്ങളെ ചെറിയ പ്രവൃത്തികളിലൂടെ സാക്ഷാൽക്കരിക്കാൻ കഴിഞ്ഞു സാധാ രണമനസ്സു കൊണ്ടുപോലും തൊടാൻ പറ്റാത്തതിനെ തൊട്ടുണർത്താ നുള്ള കഴിവും കൃഷ്ണൻ നായർക്കുണ്ടായിരുന്നു. എപ്പോൾ എവിടെ വേണമെങ്കിലും പ്രത്യക്ഷപ്പെടാനും കഴിയും എന്ന് നമുക്ക് അദ്ദേഹത്തിന്റെ സാമീപ്യംകൊണ്ട് തോന്നിപ്പോകും. ഏത് വേദിയിലും ഏത് ആൾക്കൂട്ട ത്തിലും അദ്ദേഹം ശ്രദ്ധാകേന്ദ്രമായി മാറും. വേഷം ചെയ്യാനായി സൃഷ്ടി ച്ചുവിട്ട ജന്മമായിരുന്നു കൃഷ്ണൻ നായരുടേത്. ഏത് വേഷവും അദ്ദേഹം ചെയ്യും. ഇന്നത്തെ തലമുറയിലെ മുതിർന്ന നടനായ നെല്ലിയോട് വാസു ദേവൻ നമ്പൂതിരി കൃഷ്ണൻ നായരെ വിലയിരുത്തുന്നത് ഇങ്ങനെയാണ്: അദ്ദേഹത്തിനോടൊപ്പം നിരവധി കൂട്ടുവേഷങ്ങൾ ചെയ്യാനുള്ള ഭാഗ്യം നെല്ലിയോടിന് ഉണ്ടായിട്ടുണ്ട്. ലോകത്ത് ചൈതന്യമുള്ള വസ്തുക്കൾ എല്ലാം ഗുരുനാഥന്മാരാണ് എന്നു കൃഷ്ണൻ നായർ വിശ്വസിച്ചിരുന്നു.

കൃഷ്ണൻ നായർ ആശാൻ മരിച്ച സമയത്ത് കേരളത്തിൽനിന്നും ഒരു കഥകളി സംഘം നെല്ലിയോട് വാസുദേവൻ നമ്പൂതിരിയുടെ നേതൃ ത്വത്തിൽ സിംഗപ്പൂരിൽ പര്യടനം നടത്തുകയായിരുന്നു. പരിപാടി നട ത്തിയിരുന്ന പ്രദേശം Fire Prohibited Area ആയതുകൊണ്ട് അരങ്ങത്ത് നിലവിളക്ക് കത്തിക്കുന്നതിന് പ്രത്യേക അനുവാദം വാങ്ങിയിരുന്നു. ചെറിയ ഒരു സ്റ്റൂളിൽ ഒരു കൊച്ചു നിലവിളക്കായിരുന്നു, കത്തിച്ചു വച്ചത്. തിരശ്ശീല വേദിയിൽ കൊണ്ടുനടക്കാനുള്ള ബുദ്ധിമുട്ട് കാരണം പിടിച്ചു

കഴിഞ്ഞാൽ തറയിൽ അവിടെ തന്നെ വയ്ക്കുകയാണ് ചെയ്തിരുന്നത്. പിന്നീട് ആവശ്യം വരുമ്പോൾ സ്റ്റേജിന്റെ രണ്ട് വശത്ത് നില്ക്കുന്ന ആൾക്കാർ തറയിലിട്ടിരിക്കുന്ന തിരശ്ശീല എടുത്തുപൊക്കും. രണ്ടാമത്തെ തവണ തിരശ്ശീലപൊക്കിയപ്പോൾ തിരശ്ശീല സ്റ്റൂളിൽ തട്ടി വിളക്ക് മറിഞ്ഞു വീണ് അണഞ്ഞു. ഈ സമയത്ത് തന്നെയായിരുന്നു കേരളത്തിൽ തൃശ്ശൂർ ആശുപത്രിയിൽ കഥകളിയുടെ വിളക്കും അണഞ്ഞത്. നെല്ലിയോട് വാസു ദേവൻ നമ്പൂതിരിക്ക് ഇത് വല്ലാത്തൊരു യാദൃച്ഛികതയായി അനുഭവപ്പെട്ടു.

തിരുവനന്തപുരത്തെ അവസാനത്തെ അരങ്ങ്

പേട്ട രാമൻപിള്ള ആശാന്റെ ഹരിശ്ചന്ദ്രചരിതം ആട്ടക്കഥയുടെ നൂറാം വാർഷിക ദിനത്തിൽ തിരുവനന്തപുരം ദൃശ്യവേദി ആ ആട്ടക്കഥ അവതരിപ്പിച്ചിരുന്നു. രണ്ടു ദിവസമായി നടന്ന കഥകളിയിൽ കലാമണ്ഡലം കൃഷ്ണൻ നായർ ഒന്നാം ദിവസം വിശ്വാമിത്രനായും രണ്ടാം ദിവസം ഹരിശ്ചന്ദ്രനായും വേഷമിട്ടു. കലാമണ്ഡലം കൃഷ്ണൻ നായരുടെ തിരു വനന്തപുരത്തെ അവസാനത്തെ അരങ്ങായിരുന്നു അത്. കഴിഞ്ഞ മൂന്ന് നാല് ദശകങ്ങളായി ഹരിശ്ചന്ദ്രചരിതം കഥ കേരളത്തിലുടനീളം പ്രചരി പ്പിക്കുന്നതിലും ബഹുജനശ്രദ്ധ നേടിയെടുക്കുന്നതിലും അദ്ദേഹം ശ്രദ്ധ പതിപ്പിച്ചിരുന്നു. വിശ്വാമിത്രനെ അവതരിപ്പിച്ച കലാമണ്ഡലം കൃഷ്ണൻ നായർ രതിവിരതിമാരെ ശൃംഗാരം അഭ്യസിപ്പിക്കുന്ന രംഗം അവിസ്മര ണീയമാക്കി. രണ്ടാം ദിവസത്തിലെ ചുടല ഹരിശ്ചന്ദ്രന്റെ വേഷവും അദ്ദേ ഹത്തിന്റെ കൈയൊപ്പ് പതിഞ്ഞതായിരുന്നു.

കലാമണ്ഡലം കൃഷ്ണൻ നായരെപ്പോലെ പൂർവ്വസൂരികളായ മഹാ നടന്മാർ തുടങ്ങിവച്ച മഹത്തായ പാരമ്പര്യത്തിന്റെ കണ്ണിയറ്റു പോകാതെ സൂക്ഷിക്കുവാനുള്ള ഉത്തരവാദിത്വവും ചരിത്രപരമായ കടമയും നമ്മുടേതാണ്. അഭിനയിച്ചു കൊതിതീരാത്ത കൃഷ്ണൻ നായരും വേഷം കണ്ട് മതിയാകാത്ത ആരാധകരും ആയിരുന്നു അദ്ദേഹം വിടപറയുമ്പോൾ. ഒരു കലാകാരന്റെ സ്മാരകം ആരാധ കരുടെ മനസ്സിലാണ്. ഈ തലമുറ കൂടി കാലയവനികയ്ക്കുള്ളിൽ മറഞ്ഞാൽ കൃഷ്ണൻ നായരുടെ വേഷങ്ങൾ നേരിട്ടു കണ്ടവരാരും ഭൂമുഖത്ത് അവശേഷിക്കില്ല. അപൂർവ്വം ചില യു ട്യൂബ് ദൃശ്യങ്ങ ളിലും ദൂരദർശൻ ദൃശ്യശേഖരങ്ങളിലും മാത്രമായി കൃഷ്ണൻ നായർ ഒതുങ്ങും. ഇവയൊന്നും തന്നെ സാധാരണക്കാരന് പ്രാപ്യവുമല്ല.

ഇദ്ദേഹത്തിന്റെ സാഹിത്യസംഭാവനകൾ കാലാതിവർത്തിയായി തുടരുമെങ്കിലും ജന്മഗ്രാമത്തിൽ ഒരു സ്മാരകം എന്ന വികാരം ജനകീയകൂട്ടായമയിൽ എത്തിനില്ക്കുകയാണിന്ന്. ഇത് യാഥാർത്ഥ്യമാകട്ടെ.

നടക്കാതെ പോയ സ്വപ്നങ്ങൾ

തിരുവനന്തപുരത്ത് രുഗ്മിണീസ്വയംവരത്തിലെ സുന്ദര ബ്രാഹ്മണന്റെ വേഷം കെട്ടാം എന്ന് കൃഷ്ണൻ നായർ സമ്മതിച്ചിരുന്നു. ഓണക്കാലത്ത് മാർഗ്ഗി സംഘടിപ്പിക്കുന്ന കഥകളി ഉത്സവത്തിൽ പങ്കെടുക്കാം എന്നും തിരുവനന്തപുരത്ത് വന്ന് കളിക്കുന്നതിൽ സന്തോഷമേയുള്ളുവെന്നും മാർഗ്ഗിയുടെ പ്രധാന സംഘാടകനായ അപ്പുക്കുട്ടൻ നായരുടെ കത്തു മായി ചെന്ന തിരുവനന്തപുരത്തെ ശിഷ്യന്മാരോട് മരിക്കുന്നതിന് മൂന്ന് ദിവസം മുൻപ് വാക്ക് കൊടുത്തിരുന്നു. പക്ഷേ, സുന്ദര ബ്രാഹ്മണന്റെ വേഷം അഭിനയിക്കാനുള്ള ഭാഗ്യം കൃഷ്ണൻ നായർക്ക് ലഭിച്ചില്ല.

നവരസവികസിതം എന്ന പേരിൽ ഒരു പരിപാടി ചിട്ടപ്പെടുത്തി ഷൂട്ടി ങ്ങിന് തയ്യാറെടുക്കുന്ന സമയത്തായിരുന്നു അദ്ദേഹത്തിന്റെ മരണം. ആശു പത്രി വിട്ടുവന്നാൽ ഉടനെ തന്നെ ഇതിന്റെ ഷൂട്ടിങ് നടത്താനായിരുന്നു പദ്ധതി. ഇതിനാവശ്യമായ സെറ്റ്, സ്ക്രിപ്റ്റ് മറ്റ് എല്ലാ സന്നാഹങ്ങളും തയ്യാറാക്കിയിരുന്നു. നവരസങ്ങളെ ആസ്പദമാക്കി തയ്യാറാക്കിയ സ്ക്രിപ്റ്റ് കൃഷ്ണൻ നായരുടെ നിർദ്ദേശപ്രകാരമാണ് പൂർത്തിയാക്കിയ ത്. മരിക്കുന്നതിന് ഒരുദിവസം മുൻപ് മൂത്തമകൾ ശ്രീദേവിയോടു ചോദിച്ചു. "എല്ലാം റെഡിയല്ലേ പുറത്തിറങ്ങിയാൽ ഉടൻതന്നെ നമുക്കതു ചെയ്യണം." പക്ഷേ, അദ്ദേഹത്തിന്റെ മരണത്തോടെ ആ പദ്ധതി ഉപേ ക്ഷിക്കുകയാണുണ്ടായത്.

മരിക്കുന്നതിന് രണ്ട് മാസങ്ങൾക്ക് മുൻപ് കൃഷ്ണനെ കലാമണ്ഡലം കൃഷ്ണൻ നായർ ആക്കിയ വാരണംകോട്ട് മനയ്ക്കൽ എത്തി. മംഗലാ പുരത്തേക്കുള്ള യാത്രാമദ്ധ്യേയായിരുന്നു അദ്ദേഹം അവിടെ ഇറങ്ങിയത്. വാരണംകോട്ടെ കൃഷ്ണൻ നമ്പൂതിരിയോടും കുടുംബാംഗങ്ങൾക്കും ഒപ്പം ഏറെനേരം ചെലവഴിച്ച് ഒരു തവണകൂടി വരണം എന്ന് പറഞ്ഞാണ് യാത്ര തിരിച്ചത്. ആ ആഗ്രഹവും സഫലമാക്കാതെയാണ് കൃഷ്ണൻ നായർ പോയത്.

ജീവിതരേഖ

1914 മാർച്ച് 27 ന് ജനനം. കണ്ണൂർ ജില്ലയിലെ ചിറയ്ക്കൽ താലൂക്കിലെ ചെറുതാഴമാണ് ജന്മഗ്രാമം. 13-ാം വയസ്സിൽ കഥകളി പഠനം ആരംഭിച്ചു.

ആദ്യഗുരു ചന്തുപ്പണിക്കർ. തുടർന്ന് കലാമണ്ഡലത്തിൽ ചേർന്നു പരിശീലനം പൂർത്തിയാക്കി. പട്ടിക്കാംതൊടി രാവുണ്ണിമേനോൻ, കവളപ്പാറ നാരായണൻ നായർ, ഗുരുകുഞ്ചുക്കുറുപ്പ് എന്നിവരും ഗുരുക്കന്മാരാണ്.

1958 ൽ തൃപ്പൂണിത്തുറയിൽ സ്ഥിരതാമസമാക്കി. 1958 മുതൽ 1971 വരെ തൃപ്പൂണിത്തുറ ആർ എൽ വി ഫൈനാർട്സ് സ്കൂളിൽ കഥകളി അദ്ധ്യാപകനായി സേവനമനുഷ്ഠിച്ചു. തിരുവനന്തപുരത്ത് മാർഗ്ഗിയിലും അദ്ധ്യാപകനായി ജോലി നോക്കി. തൃപ്പൂണിത്തുറയിൽ കേരളകലാലയം എന്ന നൃത്തവിദ്യാലയം ആരംഭിച്ചു. കൊട്ടാരം കഥകളി നടൻ, മഹാനടൻ,. പ്രധാനമന്ത്രി നെഹ്റുവിൽനിന്ന് നാട്യരത്നം, കേരള-കേന്ദ്ര സംഗീത നാടക അക്കാദമി ഫെലോഷിപ്പ്, മൈസൂർ രാജാവിൽനിന്നും സ്വർണ്ണമെഡൽ, കൊച്ചിരാജാവിൽനിന്ന് വീരശൃംഖല... തുടങ്ങി നിരവധി പുരസ്കാരങ്ങൾ. 1970 ൽ പത്മശ്രീ നല്കി രാഷ്ട്രം ഈ മഹാപ്രതിഭയെ ആദരിച്ചു.

പ്രധാന കൃതികൾ

നളചരിതം ആട്ടക്കഥ, കോട്ടയം കഥകൾ ആട്ടപ്രകാരം, എന്റെ ജീവിതം അരങ്ങിലും അണിയറയിലും

കുടുംബം

പ്രശസ്ത മോഹിനിയാട്ടം നർത്തകി കലാമണ്ഡലം കല്യാണിക്കുട്ടി അമ്മയാണ് ഭാര്യ. ശ്രീദേവി, കലാദേവി, അശോക്കുമാർ, കൃഷ്ണകുമാർ പ്രേംകുമാർ, ശ്രീകുമാർ, ശശികുമാർ എന്നിവർ മക്കൾ. 1990 ആഗസ്ത് 15 ന് അന്തരിച്ചു.

ആധാരഗ്രന്ഥങ്ങൾ

1. *നമ്മുടെ ദൃശ്യകല* – കെ ആർ പിഷാരോടി
2. *കഥകളി രംഗം* – കെ പി എസ് മേനോൻ
3. *കഥകളി* – ജി രാമകൃഷ്ണ പിള്ള
4. *കഥകളി വേഷം* – സി പത്മനാഭൻ നായർ
5. *നാട്യശാസ്ത്രം*
6. *കേരളകലാമണ്ഡല ചരിത്രം*
7. *എന്റെ ജീവിതം* – അരങ്ങിലും അണിയറയിലും, കലാമണ്ഡലം കൃഷ്ണൻ നായർ
8. *നളചരിതം ആട്ടപ്രകാരം*
9. *മോഹിനിയാട്ടം ചരിത്രവും ആട്ടപ്രകാരവും* – കലാമണ്ഡലം കല്യാണിക്കുട്ടിയമ്മ.